பர்மா ரமணி

குழந்தைக் கவிஞர்
அழ. வள்ளியப்பா

Title: Burma Ramani

Author: Azha. Valliappa

Language: Tamil

First Published on: 1969

Year of Publication: 2025

Book Format: Paperback

*Page Size: 6inch * 9inch*

Category: Fiction

Subject: Novel

No. of pages: 206

ISBN: 978-81-997511-7-0

Published by: Nilan Publishers, Madurai, Tamilnadu, India

பொருளடக்கம்

குறிப்புகளுக்காக

இந்தக் கதை

'பர்மா ரமணி' என்னும் இக்கதை 'கல்கி' பத்திரிகையில் தொடர்கதையாக வெளிவந்தது. வாரா வாரம் தொடராக வெளிவந்த இக்கதையைப் பல சிறுவர் சிறுமியர் தனியாக எடுத்து, புத்தகம் போல் சேர்த்து வைத்திருக்கி றார்கள். ஆயினும், எல்லாக் குழந்தைகளும் எந்தக் காலத்திலும் படித்து இன்புற இதைப் புத்தகமாக வெளியிடுவது தான் சிறந்த வழி. இதை உணர்ந்தே இப்புத்தகத்தை வெளியிடுகிறோம்.

'பர்மா ரமணி'யில் அன்பின் பெருமையை மிகவும் அழகாக எடுத்துக் காட்டியிருக்கிறார் ஆசிரியர். ரமணி என்னும் அனாதைச் சிறுவன், தனக்கு ஆதரவளித்தவர்கள் ளிடம் எவ்வளவு அன்பாக இருக்கிறான்! அவனிடம் நாடக சபா மானேஜர் மதுரநாயகமும், பர்மாப் பணக்காரர் சிற்சபேசன், அவர் மனைவி காமாட்சி அம்மாள், மகள் மாலதி முதலியோரும் எவ்வளவு தூரம் அன்பு வைத்திருக் கிறார்கள் ! இரண்டே நாட்கள் தான் ரமணியுடன் பழகிய சுந்தரம் கூடத் தனது அன்பை எப்படிக் காட்டுகிறான்!

அன்பை அடிப்படையாக வைத்து எழுதப்பெற்ற இந்த நெடுங்கதையில் பல அற்புத, ஆச்சரிய சம்பவங்களைப் புகுத்திக் கதைக்கு விறுவிறுப்புக் கொடுத்துள்ளார், ஆசிரி யர். யாவும் சிறுவர் சிறுமியர் உள்ளத்தைக் கவரக்கூடிய சம்பவங்களே.

இக்கதையை நான்காம் பதிப்பாக வெளியிட அனுமதி தந்த ஆசிரியருக்கு எங்களின் மனமார்ந்த நன்றி.

சென்னை
1-12-69

பதிப்பகத்தார்

பர்மா ரமணி

1. அவசரம்! அவசரம்!

"சரோஜா, நேற்று ராத்திரி நடந்ததெல்லாம் அப்படி அப்படியே என் கண் முன்னாலே நிற்கிறது. அந்த ஜெயில் பூட்டு எப்படிப் 'படீர்' என்று தானாக உடைந்தது! அந்த ஆற்றின் நடுவே எப்படித் 'திடீ'ரென்று பாதை உண்டாயிற்று! இன்னும்..."

"'இன்னும் கடமுட கடமுட' என்று எப்படி இடி இடித்தது! 'பளிச் பளிச்'சென்று எப்படி மின்னல் மின்னியது! 'உஸ்ஸ்' என்று சீறிக்கொண்டு எப்படி அந்தப் பாம்பு படம் எடுத்து ஆடி வந்தது! இதை யெல்லாம் பார்க்கப் பார்க்க அற்புதமாகத்தான் இருந் தது, அண்ணா!"

"ஆமாம், சரோஜா! இன்னொரு தடவைகூடப் பார்க்க வேணும் போலே இருக்கிறது."

"எனக்கும்தான், அண்ணா! அப்பாவிடம் சொல்லிக் கட்டாயம் போய்ப் பார்த்துவிட்டு வந்துவிட வேண்டும்."

"ஏண்டி சரோஜா, எதைக் கட்டாயம் போய்ப் பார்க்க வேணும்? மிருகக்காட்சி சாலையிலே புதிதாய் வந்திருக்குதே காண்டா மிருகம், அதைத்தானே?" என்று கேட்டுக் கொண்டே அப்போது அங்கே வந்தாள், சரோஜாவின் சினேகிதி சகுந்தலா.

இதைக் கேட்டதும், சரோஜாவும் அவள் அண்ணன் முரளியும் கடகட வென்று சிரிக்க ஆரம்பித்தனர். பிறகு, சரோஜா சகுந்தலாவைப் பார்த்து, "காண்டா மிருகத்தைப் பற்றியோ, கரடிக் குட்டியைப் பற்றியோ நாங்கள் பேசவில்லை, சகுந்தலா. தேவேந்திரா தியேட்டரில் நடக்கிறதே 'கிருஷ்ண லீலா', அந்த நாடகத்தைப் பற்றித் தான் பேசிக் கொண்டிருந்தோம். அந்த நாடகத்திலே ஒவ்வொரு காட்சியும்

எப்படித் தெரியுமா இருக்குது? அடடா! அதிலே கிருஷ்ணனாக நடிக்கிறான் ஒரு சின்னப் பையன். அவன் நடிப்பைப் பற்றி எப்படிச்சொல்வதென்றே தெரியவில்லை!” என்றாள்.

“அவன் மட்டும்தான் பிரமாதமாக நடிக்கிறானோ! அந்தக் கொட்டகையே கிடுகிடுக்கும்படி ராவணனாக நடித்தானே ஒரு பையன்...”

இப்படி முரளி சொன்னதும், சரோஜாவும் சகுந்தலாவும் சிரிக்க ஆரம்பித்து விட்டார்கள்.

“ஏன் இப்படிப் பல்லைக் காட்டுகிறீர்கள்?” என்று சற்றுக் கோபமாகக் கேட்டான் முரளி.

“என்ன அண்ணா, 'கிருஷ்ண லீலா'விலே ராவணன் எங்கே வந்தான்?” என்று சிரித்துக்கொண்டே கேட்டாள் சரோஜா.

“ப்பூ! கம்ஸன் என்பதற்குப் பதில் வாய் தவறிச் சொல்லிவிட்டேன். அதுக்கா இந்த அசட்டுச் சிரிப்பு!” என்றான் முரளி.

“சரி, அது போகட்டும். ஏன் முரளி, எத்தனை மணிக்கு ‘கிருஷ்ண லீலா’ ஆரம்பமாகிறது?” என்று கேட்டாள் சகுந்தலா.

“சரியாக ஆறு மணிக்கு ஆரம்பமாகும். எட்டு மணிக்கு முடியும்."

“அப்படியா! சரி, இதோ இப்போதே என் அப்பாவிடம் சொல்லி இன்றைக்கே கிருஷ்ண லீலா வைப் பார்த்துவிட்டு வருகிறேன். பார்த்த பிறகு உங்களோடே பேசினால் தான் சுவாரஸ்யப்படும்” என்று கூறிவிட்டு வந்த வழியே ஓடினாள் சகுந்தலா.

"அண்ணா, நாமும் அப்பாவிடம் சொல்லி இன்னொரு தடவை கட்டாயம் அந்த நாடகத்தைப் பார்த்துவிட வேண்டும்'' என்றாள் சரோஜா.

இப்படி சரோஜாவும் முரளியும் தான் நாடகத்தைப் பற்றிப் பேசுவதாக நினைக்க வேண்டாம்! சென்னை நகர் முழுவதும் அதைப் பற்றியே பேச்சு! தினமும் ஆயிரக் கணக்கான குழந்தைகளும், பெரியவர்களும் கூட்டம் கூட்டமாகச் சென்று அந்த நாடகத்தைப் பார்க்கிறார்கள். பார்த்துவிட்டுச் சும்மா திரும்பி வர வில்லை; அபாரம்! அற்புதம்! பிரமாதம்!' என்றெல்லாம் புகழ்ந்துகொண்டே வருகிறார்கள்!

ஸ்ரீ முருகன் பால நாடக சபா என்றால், சென்னை நகரில் பச்சைக் குழந்தைக்குக் கூடத் தெரியும். அந்த நாடகக் குழுவில் இருப்பவர்கள் எல்லாருமே குழந்தைகள் தான். பதின்மூன்று பதினாலு வயதுக்குமேல் எவருமே இல்லை. மொத்தம் நாற்பத்து மூன்று குழந்தைகள் இருக் கிறார்கள். அவர்களுடைய பேச்சும், பாட்டும், நடிப்பும்- அடடா! அபாரம்! அபாரம்! அந்த சபையாரின் காட்சி அமைப்புக்களெல்லாம் மிக மிகப் பிரமாதமாயிருக்கும். கண்மூடிக் கண் திறப்பதற்குள் பிரமமாண்டமான காட்சி களையெல்லாம் காணலாம். பளபளப்பான உடைகளும், வர்ண விளக்குகளும் அப்படியே உள்ளத்தைக் கொள்ளை கொள்ளும்.

குழந்தைகளை வைத்து இவ்வளவு பிரமாதமாக நாடகங்களை நடத்துவதற்கு முக்கிய காரணம் யார்? அவரைத் தெரிந்துகொள்ள வேண்டாமா? அவர்தான் அந்த சபாவின் மானேஜர் மதுரநாயகம். அவரது முயற்சியாலேதான் அந்த சபா இவ்வளவு தூரம் பேரும் புகழும் பெற்றிருக்கிறது! நாடகங்களைத் தேர்ந்தெடுப்பது, அவற்றை ஒழுங்காக நடத்துவது, குழந்தைகளைத் தயார் செய்வது, வரவு செலவுக் கணக்குகளைப் பார்ப்பது, விளம்பரம் செய்வது எல்லாம் மதுரநாயகத்தின் பொறுப்புத்தான். சுருக்கமாகச் சொல்ல

வேண்டுமானால், மதுரநாயகம் இல்லாவிட்டால், அந்த நாடக சபாவே இல்லை!

அன்று செவ்வாய்க்கிழமை நாடகம் கிடையாது. முதல் நாள் திங்கட்கிழமையும் நாடகம் நடக்கவில்லை. மறுநாள் புதன்கிழமை தான் நாடகம்.

நடுவே இரண்டு நாட்கள் நாடகம் நடக்காததற்குக் காரணம் வேறொன்றுமில்லை; ஒரு நாடகம் முடிந்து மறுநாடகம் ஆரம்பிப்பதற்கு இடையில் இரண்டு நாட்கள் வேண்டும். முந்திய நாடகத்தில் உபயோகித்த காட்சி அமைப்புக்களையெல்லாம் அப்புறப்படுத்திவிட்டுப் புது நாடகத்துக்கு வேண்டிய காட்சிகளை அமைப்பதற்குத்தான் இரண்டு நாட்கள் வேண்டியிருக்கிறது!

‘கிருஷ்ண லீலா' முடிந்து, இப்போது 'துருவன்’ நாடகம் ஆரம்பமாகப் போகிறது. அதற்கு வேண்டிய ஏற்பாடுகளெல்லாம் வெகு மும்முரமாக நடந்து கொண்டிருந்தன.

பகல் மணி இரண்டு இருக்கும். வீட்டுக்குச் சாப்பிடப் போயிருந்த மானேஜர் மதுரநாயகம் திரும்பி வந்தார். மேடையில் எவ்வளவு தூரம் அலங்கார வேலைகள் நடந்திருக்கின்றன என்பதைப் பார்த்து விட்டுத் தம் அறைக்குள் சென்றார்; நாற்காலியில் உட்கார்ந்தார். துருவன் நாடகத்துக்கு இன்னும் என்னென்ன சாமான்கள் தேவை என்று யோசனை செய்தார். அவற்றை ஒரு காகிதத்தில் எழுதினார். எழுதி முடித்ததும், கைக் கடிகாரத் தைப் பார்த்தார். மணி இரண்டரை. உடனே அவருக்கு ஏதோ ஞாபகம் வந்தது. மேஜை மீது இருந்த மணியை ‘கிணிங்’ என்று ஒரு தடவை அடித்தார்.

ஒரே ஒரு தடவைதான் அடித்தார்!

சில ஆபீஸ்களில், 'கிணிங், கிணிங், கிணிங்' என்று மிட்டாய்க்காரனைப் போல் ஓயாமல் மணியை அடித்துக்

கொண்டேயிருப்பார்கள். ஆனாலும், ஆபீஸ் பையன் வரமாட்டான். எங்காவது மூலையில் தூங்கிக் கொண் டிருப்பான் அல்லது சொந்த வேலையாக வெளியே போயிருப்பான். இரண்டும் இல்லாத போனால், யாருட னாவது அரட்டை அடித்துக் கொண்டிருப்பான். கடைசியில் மணி அடித்தவரே, ஆபீஸ் பையன் செய்ய வேண்டிய வேலையைச் செய்து முடித்துவிடுவார்!

ஆனால், அங்கேயுள்ள ஆபீஸ் பையன் ரமணி அந்த ரகத்தைச் சேர்ந்தவனல்லன்! மதுரநாயகம் ஒரே ஒரு தடவைதான் மணியடித்தார். உடனே, 'குப்'பென்று பாய்ந்து அறைக்குள்ளே ஓடினான். 'என்ன சார்'' என்று மிகவும் பணிவாகக் கேட்டான்.

''ரமணி, என் அம்மாவுக்கு நேற்றே பணம் அனுப்புவதாக எழுதியிருந்தேன். மறந்து விட்டேன். இன்றைக்குக் கட்டாயம் அனுப்பிவிட வேண்டும். உடனே தபாலாபீஸிற்குப் போய் ஒரு மணியார்டர் பாரம் வாங்கிவா'' என்று சொன்னார் மதுரநாயகம்.

"இதோ! ஒரு நொடியில் வாங்கி வருகிறேன்'' என்று கூறிவிட்டுத் தபாலாபீஸை நோக்கி ஓடலானான் ரமணி.

மறு விநாடி மதுரநாயகம், ''ரமணி! ரமணி வேண்டாம், வேண்டாம். வா, இங்கே!'' என்று அழைத்தார்.

ரமணி ஓட்டத்தை நிறுத்தினான். அவர் அருகே திரும்பி வந்தான்.

"ரமணி, நீ போய் பாரம் வாங்கி வந்து, நான் அதைப் பூர்த்தி செய்து, அப்புறம் மணியார்டர் அனுப்புவது என்றால் நேரமாகிவிடும். நானே போய், மணியார்டர் பண்ணிவிட்டு வருகிறேன். யாராவது கேட்டால் தபாலாபீஸிற்குப் போயிருப்பதாகச் சொல்'' என்று கூறிவிட்டு மதுரநாயகம் சிறிது தூரத்திலுள்ள தபாலாபீஸை நோக்கிக் கிளம்பிவிட்டார்.

தபாலாபீஸிற்கு மதுரநாயகம் வந்து அரைமணி நேரம் இருக்கும். அவர் வந்தபோது மணியார்டர் செய்யும் இடத்திலே ஒரு 'க்யூ' வரிசை நின்றுகொண்டிருந்தது. அப்போது அவர் இருபதாவது ஆளாக அங்கு போய் நின்றார். ஆனால், இப்போது - அதாவது இந்த அரைமணி நேரத்தில் அவர் கொஞ்சம் கொஞ்சமாக முன்னேறி வந்துவிட்டார். இன்னும் இரண்டு பேர்களே அவருக்கு முன்னால் நிற்கிறார்கள். "சரி! இன்னும் ஐந்து நிமிஷத்தில் நமது முறை வந்துவிடும். பணத்தை அனுப்பிவிடலாம்" என்று மனசுக்குள்ளே நினைத்துக்கொண்டிருந்தார் மதுரநாயகம்.

அந்தச் சமயம் அங்கே வெகு வேகமாக ஓடிவந்தான் ஒரு பையன். அவன் மதுரநாயகத்தின் அருகே சென்றான். மேல் மூச்சு கீழ்மூச்சு வாங்க, "சார் சார், உங்களை சபா முதலாளி உடனே அழைத்து வரச் சொன்னார். கையோடு கூட்டி வரச் சொன்னார்" என்றான்.

இதைக் கேட்டதும் மதுரநாயகம், "என்னடா கண்ணப்பா, என்ன விஷயம்? ஏன் இந்த அவசரம்?" என்று பரபரப்புடன் கேட்டார்.. "தலை போகிற காரியம் சார்! உடனே வாருங்கள் சார்!"

"என்னடா இது! விளங்கச் சொல்லேன்" என்று கேட்டார்.

"எல்லாம் நீங்கள் வந்தால் தானாகத் தெரியும். சீக்கிரம் வாருங்கள் சார்!"

இதைக் கேட்டதும் மதுரநாயகத்துக்கு என்ன செய்வதென்றே புரியவில்லை. கலவரத்துடன், 'க்யூ' வரிசையை விட்டு வெளியே வந்தார்.

"நல்லவேளை; ஒருவர் தொலைந்தார்" என்று மதுர நாயகத்துக்குப் பின்னால் நின்றவர் மகிழ்ச்சியோடு முன்னால் நகர்ந்தார்.

"நல்ல சமயத்திலே வந்தானே அந்தப் பையன்! அவன் மகராசனாயிருக்க வேணும்'' என்று வாழ்த்திக் கொண்டே அவருக்குப் பின்னால் நின்றவர்களும் முன்னால் நகர்ந்தார்கள்.

ஆனால் பாவம், அரைமணி நேரமாகக் கால் வலிக்க நின்ற மதுரநாயகத்துக்கு இப்படிப்பட்ட ஓர் அவசரச் செய்தியா வரவேண்டும்!

2. திருட்டுப் பட்டம்

தபால் ஆபீஸை விட்டு வெளியில் வந்த மதுரநாயகம், "டேய் கண்ணப்பா, என்னடா விஷயம்?" என்று திரும்பவும் கேட்டார்.

"நான் சொன்னால் நீங்கள் நம்பமாட்டீர்கள், சார். நேரிலே வந்தால் எல்லாம் தானாகத் தெரிந்துவிடும்" என்று கூறிக்கொண்டே முன்னால் வெகு வேகமாக ஓடினான் கண்ணப்பன். மதுரநாயகமும் அவனைப் போல் தெருவிலே ஓட முடியுமா? ஆனாலும், அவசர அவசரமாக மதுரநாயகம் நடந்து சென்றார்.

நாடக சபைக் காரியாலயத்துக்குள் நுழைந்ததும், அங்கு வேலை பார்க்கும் ஆட்கள் எல் லோரும் ரமணியைச் சுற்றிக் கும்பலாக நிற்பதைப் பார்த்தார். ரமணி தலையைக் குனிந்து கொண்டு நின்றான்.

மதுரநாயகத்தைக் கண்டதும், "இதோ மானேஜர் வந்து விட்டார்!" என்று கூறிக்கொண்டே கூட்டத்தி லிருந்த ஒருவன் ஒதுங்கி நின்றான். உடனே மற்றவர்களும் ஒதுங்கி நின்றார்கள்.

'மானேஜர் வந்துவிட்டார்' என்பதைக் கேட்டதும், ரமணியின் அழுகை அதிகமாகிவிட்டது. தேம்பித் தேம்பி அழ ஆரம்பித்தான்.

உடனே மதுரநாயகம் அவன் அருகே சென்று, "ரமணி, ஏன் அழுகிறாய்? என்ன விஷயம்?" என்று கலக்கத்துடன் கேட்டார். அவன் பதில் பேசவில்லை. அவனால் பேச முடியவில்லை! மேலும் மேலும் அழுதான்.

"சொன்னால் தானே தெரியும்! சும்மா அழுது கொண்டே நின்றால்...?" என்றார் மதுரநாயகம்.

உடனே, ஓர் ஓரமாக நின்று கொண்டிருந்த நாடக சபா முதலாளி மோகனரங்கம், மதுரநாயகத்தின் அருகே வந்தார். "மதுரநாயகம், நான் சொல்லுகிறேனே என்று வருத்தப்படக் கூடாது. இந்த மாதிரி ஊர் பேர் தெரியாத அனாதைகளை யெல்லாம் இங்கு வேலைக்கு வைத்ததே தப்பு அன்றைக்கே சொன்னேன். நீங்கள் கட்டாயப்படுத் தீனீர்கள். சேச்சே, மோசம், மோசம். நமது சபாவில் இதற்கு முன் ஒரு துரும்பு கூடக் களவு போனதில்லை..." என்று அவர் ஆரம்பித்தார்.

உடனே மதுரநாயகம், "என்ன! களவு போய்விட்டதா? என்ன களவு போய்விட்டது? விஷயத்தைக் கொஞ்சம் விளக்கமாகத்தான் சொல்லுங்களேன்" என்றார் பதட்டத்துடன்.

"எல்லாம் உங்கள் ரமணியைக் கேட்டாலே தெரியும். டேய், இந்தத் திருட்டு அழுகையெல்லாம் இங்கே வேண்டாம். உன் திருவாயைத் திறந்து நீ செய்த திருவிளை யாடலை எடுத்துச் சொல்லுடா! அவரும் தெரிந்து கொள்ளட்டும். அயோக்கியப் பயலே! இது மட்டும் தானோ, இன்னும் என்னென்ன திருட்டெல்லாம் செய் திருக்கிறாயோ!" என்றார் நாடக சபா முதலாளி.

இதைக்கேட்ட பிறகும் ரமணியால் மௌனமாக இருக்க முடியவில்லை. "மானேஜர் சார்... சத்தியமாக... நான்... திருடவில்லை. வீணாகப் பழி..." அவனால் அதற்குமேல் பேச முடியவில்லை. துக்கம் தொண்டையை அடைத்தது.

"ஆமாம்! சத்தியமாக இவர் திருடவில்லையாம். அடடா! போன ஜன்மத்தில் இவர்தான் அரிச்சந்திரனாக இருந்தார். அப்போது நிஜமே பேசியதால் ராஜ்யத்தை இழந்து, மனைவி மக்களையும் விற்கும்படியாகி விட்ட தல்லவா? அதனாலே, 'இனிமேல் நிஜமே பேசுவதில்லை. பொய்யேதான் சொல்லுவது' என்று முடிவு பண்ணிக் கொண்டு இந்த ஜன்மத்தில் இப்படி அயோக்கியப் பயலாக வந்து

பிறந்திருக்கிறார்! அப்படித்தானேடா?” என்று குத்தலாகக் கூறினார் மோகனரங்கம்.

மதுரநாயகத்துக்குத் ‘திருட்டுப் போன சாமான் எது? எப்போது திருட்டுப் போயிற்று?’ என்பதைப் பற்றியெல் லாம் ஒன்றுமே தெரியவில்லை. யாராவது சொன்னால் தானே தெரியும்? அவர் முதலாளியைப் பார்த்து, "ஐயா, நடந்தது என்ன என்பதைக் கொஞ்சம் விளக்கமாகச் சொல்லக்கூடாதா? எனக்கு ஒன்றுமே புரியவில்லையே” என்றார்.

“நடந்ததுதானே தெரிய வேண்டும்? சரி, இந்தத் திருட்டுப் பயல் சொல்லாத போனால் போகட்டும்" என்று கூறிவிட்டு, “ஏ, துரைசாமி! இங்கே வா!” என்று அங்கு நின்றுகொண்டிருந்த திரை இழுக்கும் துரை சாமியை அழைத்தார் மோகனரங்கம்.

துரைசாமி முன்னால் வந்தான். “நடந்ததை நடந்தபடி சொல்லு” என்றார் சபா முதலாளி.

"இதோ சொல்லுகிறேன்' என்று தொண்டையைக் கனைத்துக்கொண்டு ஆரம்பித்தான் துரைசாமி. “நான் பகல் சாப்பிட்டுவிட்டுத் திரும்பி வந்து கொண்டிருந்தேன். தியேட்டருக்குள் நுழையும்போது ஆண்களுக்கு ‘டிக்கெட்’ கொடுக்கும் அறை இருக்கிறதே, அதற்குள்ளே ரமணி மட்டும் தனியாக ஏதோ செய்து கொண்டிருப்பதைக் கவனித்தேன். உடனே, ஜன்னல் ஓரமாகப் போய் நின்றுகொண்டு அவன் உள்ளே என்ன செய்கிறான் என்று மெதுவாக உற்றுப் பார்த்தேன். அவன் என்ன செய்தான் தெரியுமா! அந்த அறையில் வடக்கு மூலைக்குச் சென்றான். மேல் கூரையில் ஏதோ ஒரு பொட்டணத்தைத் திணித்து வைத்தான். அது என்ன பொட்டணமாக இருக்கும் என்று நான் யோசித்துப் பார்த்தேன். புரிய வில்லை. 'சரி, நாம் போய் எடுத்தால் சந்தேகத்துக்கு இடம் ஏற்படும்' என்று எண்ணி நேராக ஆபீஸுக்கு வந்தேன். உங்களிடமாவது முதலாளியிடமாவது சொல்லிப் பார்க்கச் சொல்லலாமென்று நினைத்தேன். நீங்கள்

அறையில் இல்லை. உடனே முதலாளி அறைக்குச் சன்றேன். அவரிடம் விஷயத்தைச் சொன்னேன். உடனே அவர் என்னையும் அழைத்துக் கொண்டு ‘டிக்கெட்’ அறைக்குச் சென்றார். ரமணி பதுக்கி வைத்த பொட்ட ணத்தை எடுக்கும்படி என்னிடம் சொன்னார். நான் அதை எடுத்து அவர் கையிலே கொடுத்தேன். அவர் அதைப் பிரித்தார். பிரித்ததும்...'' - துரைசாமி முழுவதையும் கூறி முடிக்கவில்லை. அதற்குள், “போதும்! என் மேஜை மேலே அந்தப் பொட்டணம் இருக்கிறது. அதை உடனே எடுத்து வா. நேரே பார்த்தால் தானே அவருக்குத் தெரியும்!” என்றார் மோகனரங்கம். அதைக் கேட்டதும் மதுரநாயகம் திகைத்துப்போய் அப்படியே சிலை போல் நின்றுவிட்டார்.

துரைசாமி முதலாளி அறைக்குள் ஓடிப் போய் அங்கே மேஜைமேல் இருந்த பொட்டணத்தை எடுத்து வந்தான். "இதோ, இந்தப் பொட்டணம் தான்!” என்று கூறி மதுரநாயகத்திடம் அந்தப் பொட்டணத்தை நீட்டினான்.

மதுரநாயகம் அதைக் கையிலே வாங்கினார். அவசர அவசரமாகப் பிரித்துப் பார்த்தார். உள்ளே இருந்ததைக் கண்டதும், “ஆ! துருவனுக்கு இடுப்பிலே கட்டுவதற்காக வாங்கியதல்லவா இந்தப் பட்டுத் துணி! இதையா ரமணி எடுத்தான் என்கிறீர்கள்?” என்று திகைப்புடன் கேட்டார் மதுரநாயகம்.

"ஆமாம், 'கெஜம் பன்னிரண்டு ரூபாய்; மூன்று கெஜம் முப்பத்தாறு ரூபாய்' என்று சொல்லி இன்று காலையில் வாங்கி வந்தீர்களே! இதே துணியைத் தான் இவன் திருடி யிருக்கிறான். இன்னும் கொஞ்ச நாளிலே இங்குள்ள சாமான்கள் எல்லாவற்றையுமே விற்றுவிடுவான். கடைசி யில், இந்த நாடக சபாவையே விலை பேசிவிடுவான்!” என்றார் மோகனரங்கம்.

"ஐயா! இதை ரமணி எடுத்திருப்பானா என்பது சந்தேகமாகத்தான் இருக்கிறது...”

“என்ன! இன்னுமா சந்தேகம்? மதுரநாயகம்” உங்களுக்கு வெளுத்ததெல்லாம் பால்தான்! இந்த மாதிரிப் பயல்களுக்குத் தஞ்சம் கொடுப்பதே மகாப் பாவம்! இவன் நமது நாடகங்களிலே நடிப்பவர்களைப் பார்த்துப் பார்த்து இதுவரை நல்லவன்போல் நடித்திருக்கிறான். சுத்த மோசக்காரன்!” என்று கத்தினார்.

“நீங்கள்சொல்வதை என்னால் நம்பமுடியவில்லையே!'

“என்ன! நம்பவே முடியவில்லையா? சரிதான், ஜோஸ்யம், ஆருடம் பார்த்துத்தான் நம்ப வேண்டும் போலிருக்கிறது. இவன் பொட்டணத்தில் என்ன வைத்திருந்தான் என்பது துரைசாமிக்கு அப்போது தெரியுமா? பொட்டணத் தைக்கூட அவனாக எடுத்துக் கொண்டு வரவில்லையே! நான் எடுக்கச் சொன்ன பிறகுதானே எடுத்தான்! கையும் களவுமாக அகப்பட்ட பிறகும் நம்ப முடியவில்லை என்கிறீர்களே!”

“ரமணி இதுவரை இப்படி நடந்து கொண்டதே இல்லையே!”

“நமக்குத் தெரியாமல் அவன் என்னென்ன செய் திருக்கிறானோ! இந்த நல்ல பிள்ளைக்கு நீங்கள் வீட்டில் வேளா வேளைக்குச் சாப்பாடு போடுகிறீர்கள். சபாவிலும் மாதம் பத்து ரூபாய் சம்பளம் போட்டுக் கொடுக்கிறோம். இவை போதாதென்று பட்டுத் துணி வியாபாரத்தில் வேறு இறங்கிவிட்டான். சுத்த அயோக்கியப் பயல்! தீட்டின மரத்திலே பதம் பார்க்கிறான்!” என்று கூறிக் கொண்டே ரமணியை முறைத்துப் பார்த்தார் மோகன ரங்கம்.

"ஐயா! கொஞ்சம் தயவு செய்து வாருங்கள். உங்கள் அறைக்குச் சென்று தனியாகப் பேசலாம்” என்று கூறி அவரை அறைக்குள்ளே அழைத்துச் சென்றார் மதுரநாயகம். இருவரும் அங்குள்ள நாற்காலிகளில் உட்கார்ந்தார்கள்.

“ரமணி இதுவரை ஒரு சிறு தவறுகூடச் செய்ததில்லை. தீர ஆராயாமல் அவனுக்கு நாம் திருட்டுப் பட்டம் கட்டி விடக்

கூடாது'' என்று மெதுவாகப் பேச்சை ஆரம்பித்தார் மதுரநாயகம்.

இதைக் கேட்டதும் முதலாளி மோகனரங்கத்துக்குக் கோபம் அபாரமாக வந்துவிட்டது. அவர் மொத்தத்தில் நல்லவர்தான். ஆனாலும், சில சில சந்தர்ப்பங்களில் கோபக்காரராக மாறிவிடுவார். அப்போது யார் எப்படிச் சொன்னாலும், எதைச் சொன்னாலும் அவர் கேட்க மாட்டார்.

''என்ன இது! ஒரு அனாதைப் பயல்! அவனுக்குப் பரிந்து கொண்டு பேசுகிறீர்களே! அப்படியானால், நான் பொய் சொல்லுகிறேன், இல்லையா? இனி இதைப் பற்றி என்னிடம் எதுவும் பேச வேண்டாம். அவனை இப்போதே 'கல்தா' கொடுத்து வெளியே அனுப்பப் போகிறேன்'' என்று கத்திக்கொண்டே எழுந்துவிட்டார் மோகனரங்கம்.

''ஒன்றிரண்டு நாள் பொறுத்துப் பார்க்கலாமே!'' என்று கொஞ்சம் தயக்கத்தோடு கூறினார் மதுரநாயகம்.

'அதெல்லாம் இல்லை. வேண்டுமானால் உங்கள் வீட்டில் தாராளமாக வைத்துக்கொள்ளுங்கள். இங்கே அவனை ஒரு நிமிஷம்கூட வைத்துக்கொள்ள முடியாது. இந்நேரம் அவனைப் பிடித்துப் போலீஸில் ஒப்படைத் திருப்பேன். உங்களுக்காகத்தான் இந்த அளவோடு விடுகிறேன்'' என்று இரைந்துகொண்டே அறையை விட்டு மோகனரங்கம் வெளியே வந்தார். மதுரநாயகமும் கவலை யோடு எழுந்து அவரைத் தொடர்ந்து வெளியே வந்தார். "டேய் ரமணி, இந்த நிமிஷமே நீ இந்த இடத்தை விட்டு ஓடிப்போய்விட வேண்டும். இது என் கண்டிப்பான உத்தரவு... உம்... நிற்காதே! போ'' என்றார்மோகனரங்கம்.

ரமணி தயக்கத்துடன் மதுரநாயகத்தின் முகத்தைப் பார்த்தான்.

''டேய், என்னடா விழிக்கிறாய்? போடா என்றால் போக மாட்டாய்?'' என்று கேட்டுக்கொண்டே அவன் அருகிலே வேகமாக வந்தார் மோகனரங்கம். பின் கழுத்திலே கையை

வைத்துப் 'பர பர'வென்று வாசலை நோக்கித் தள்ளிக்கொண்டே போனார். வெளியே அவனை விட்டு விட்டுத்தான் உள்ளே திரும்பி வந்தார்.

இந்தக் காட்சியைக் கண்டதும் மதுரநாயகத்துக்கும் தலை சுற்றியது. துக்கம் மேலிட்டது. பேசாமல் தம்முடைய அறைக்குள்ளே சென்றார். 'பொத்'தென்று நாற்காலியில் சாய்ந்தார். யோசனையில் ஆழ்ந்தார். அப்பொழுது ஆறு மாதங்களுக்கு முன்பு நடந்த ஒரு சம்பவம் அவரது நினைவுக்கு வந்தது.

3. பழைய சம்பவம்

ஆறு மாதங்களுக்கு முன்பு ஒரு நாள் இரவுநேரம்.

மானேஜர் மதுரநாயகம் எழும்பூர் ஸ்டேஷனுக்குச் சென்றிருந்தார். திருச்சியிலிருந்து வந்திருந்த அவருடைய அத்தானை (அக்காளின் கணவர்) வழியனுப்பத்தான் சென்றிருந்தார். 9-40க்குப் புறப்படும் வண்டியில் அவரை அனுப்பிவிட்டு, ஸ்டேஷனுக்கு வெளியே வந்தார். பஸ்ஸிற்காகக் காத்து நின்றார்.

ஐந்து நிமிஷம் ஆயிற்று; பத்து நிமிஷமாயிற்று; பதினைந்து நிமிஷங்களும் பறந்தோடி விட்டன. ஆனா லும், பஸ்தான் ஓடி வரவில்லை! அப்போது, 'டர்டர்... டர்டர்' என்ற 'இன்னிசை'யுடன் ஓர் ஆட்டோ ரிக்ஷா அங்கு வந்தது. அதைப் பார்த்ததும், 'மணியோ பத்துக்கு மேலாகிறது. இனியும் நின்றால் நேரம் வீணாகும். ஆதலால், இந்த ஆட்டோ ரிக்ஷாவிலே போய்விடலாம்' என்று தீர்மானித்தார் மதுரநாயகம். உடனே ஆட்டோ ரிக்ஷாவை அழைத்து, அதிலே ஏறி உட்கார்ந்துகொண்டார்.

"தங்கசாலைக்குப் போ" என்றார். கர்ணகடூர சத்தத்துடன் அது புறப்பட்டது. எதிரில் இருக்கும் உயரமான ரயில் பாலத்தில் ஏறியது. சுமார் ஐம்பது அடி தூரம்கூடப் போயிருக்காது.

அப்போது-

"ஆ! ஐயோ! ஐயையோ!" என்ற கூக்குரல் கேட்டது. சத்தத்தைக் கேட்டதும், மதுரநாயகம் திடுக்கிட்டார். எதிரே பார்த்தார். அங்கே மனிதன் இழுக்கும் ஒரு ரிக்ஷா மேட்டிலிருந்து பள்ளத்தை நோக்கிப் பின்புறமாக ஓடி வந்து கொண்டிருந்தது! அதை இழுத்துச் சென்ற ரிக்ஷாக்காரன் அதைக் கைவிட்டு விட்டான் என்பதை மதுரநாயகம் உடனே புரிந்து கொண்டார்.

ரிக்ஷாவுக்குள் இருப்பவர் தான் கூக்குரல் போடுகிறார் என்பதையும் அவர் அறிந்து கொண்டார்.

உடனே அவர், "ஏய்! ஏய்! நிறுத்தப்பா, நிறுத்து!" என்று பரபரப்புடன் கூறி ஆட்டோ ரிக்ஷாக்காரனின் முதுகிலே பலமாகத் தட்டினார். உடனே அவன் நிறுத்தினான்.

மதுரநாயகம் கீழே இறங்குவதற்குள் பின்னோக்கி வந்த அந்த ரிக்ஷா சரிவிலே வெகு வேகமாக ஓடியது. அதைத் தொடர்ந்து ரிக்ஷாக்காரனும் ஓடினான். ஆனாலும், அவனால் ரிக்ஷாவைப் பிடித்து இழுத்து நிறுத்த முடிய வில்லை!

சிறிது தூரம் சென்றதும், தலைகுப்புறக் கவிழ்ந்தது அந்த ரிக்ஷா! அதிலிருந்து ஒரு குண்டு மனிதர் "அம்மாடி யோவ்!" என்று கதறிக்கொண்டே கீழே சாய்ந்தார். மறு நிமிஷம் ஓடிவந்த ரிக்ஷாக்காரன் அவர் அருகே சென்றான். "ஐயையோ! அடிபட்டுவிட்டதா! எந்த இடத்திலே அடி? என்னை மன்னிக்க வேண்டும்" என்று கூறிக்கொண்டே அவரது உடம்பைத் தொட்டுப் பார்த்தான்.

இதற்குள் மதுரநாயகம் அங்கே வந்துவிட்டார். அவர் மட்டும் வரவில்லை; ஒரு சிறு கூட்டமே வந்து விட்டது? ஒரு போலீஸ்காரரும் அங்கே வந்து சேர்ந்தார். அந்தப் போலீஸ்காரர் கூட்டத்துக்குள்ளே புகுந்தார். அங்கே நின்ற ரிக்ஷாக்காரனைக் காதைப் பிடித்து இழுத்துச் சென்றார். பக்கத்திலே இருந்த 'மெர்க்குரி' விளக்கின் அடியிலே கொண்டு போய் நிறுத்தினார். கூட்டமும் அங்கே வந்தது.

மதுரநாயகம் கீழே விழுந்த கனத்த மனிதரை மெது வாகத் தூக்கிவிட்டு, "அடி பலமோ?" என்று கேட்டார்.

"நல்ல காலம்; அடி எதுவும் ல்லாமல் தப்பினேன். ஜீவன் செத்த பயல்களெல்லாம் ரிக்ஷா இழுக்க வந்து விட்டார்கள்!" என்று அந்தக் குண்டு மனிதர் ஆத்திரத்துடன் சொன்னார்.

“சரி, வாருங்கள், அந்த ரிக்ஷாகாரனை என்ன செய்கிறார்கள்; பார்க்கலாம்” என்று கூறி அவரையும் அழைத்துக் கொண்டு ரிக்ஷாக்காரன் நின்ற இடத்துக்கு வெகு வேகமாகச் சென்றார் மதுரநாயகம்.

அங்கே போலீஸ்காரரின் எதிரே விளக்கு வெளிச்சத்தில் நின்ற ரிக்ஷாக்காரனைக் கண்டதும் மதுரநாயகம் திடுக்கிட்டார். அவர் மட்டும்தானா திடுக்கிட்டார்? அங்கு நின்ற எல்லோருமே போலீஸ்காரர் உள்பட அனைவருமே திடுக்கிட்டார்கள். ஏன்?

அவன் ஒரு சிறுவன்! ஆம், அவனுக்கு வயது பதின்மூன்று பதினாலுக்கு மேல் இருக்காது. ஆனாலும், நன்றாக வளர்ந்திருந்தான்.

"டேய், ரிக்ஷா இழுக்க உனக்கு யாரடா லைசென்ஸ் கொடுத்தது? கையிலே லைசென்ஸ் வில்லை கட்டியிருக்க வேணுமே! எங்கே அது?” என்று அவனை அதட்டிக் கேட்டார் போலீஸ்காரர்.

அந்த ரிக்ஷாக்காரப் பையன் திருதிருவென்று விழித்தான். “இது என் ரிக்ஷா இல்லை. வேறு ஒருவருடையது. பசிக் கிறக்கத்தில் விட்டு விட்டேன்” என்று தயக்கத்தோடு கூறினான்.

“என்ன! வேறு ஒருவனுடையதா? நீ எப்படி இழுக்கலாம்? நட ஸ்டேஷனுக்கு” என்று கூறி அவனை ரிக்ஷாவுடன் பக்கத்திலிருந்த போலீஸ் ஸ்டேஷனுக்குக் கொண்டு சென்றார் போலீஸ்காரர். செல்லும்போதே கீழே விழுந்தவரைப் பார்த்து, “நீங்களும் வாருங்கள்; இவனைச் சும்மா விடக்கூடாது” என்று கூறி அவரையும் அழைத்தார்.

அந்தப் பையனைப் பார்த்தவுடனே மதுரநாயகத்துக்கு அவனிடம் ஓரளவு அநுதாபம் ஏற்பட்டுவிட்டது. இந்த வயதில் இவன் ஏன் ரிக்ஷா இழுக்க வேண்டும்? எப்படி இவனுக்கு இந்த ரிக்ஷா கிடைத்தது?' என்றெல்லாம் எண்ணினார். கடைசியில், சரி, நாமும் இவர்களோடு போய், என்ன நடக்கிறது என்றுதான் பார்ப்போமே!' என்று

நினைத்துக்கொண்டே அவர்களின் பின்னால் சென்றார். போலீஸ்-ஸ்டேஷனுக்குச் சென்றதும், சப் இன்ஸ்பெக்டருடைய அறைக்குள் என்ன நடக்கிறது என்பதை ஜன்னல் ஓரமாக நின்று கவனித்தார்.

சப்-இன்ஸ்பெக்டரிடம் நடந்ததைச் சுருக்கமாகக் கூறினார் போலீஸ்காரர். உடனே சப்-இன்ஸ்பெக்டர் ரிக்ஷா இழுத்த சிறுவனைப் பார்த்துக் கேள்விகள் கேட்க ஆரம்பித்தார். அந்தக் கேள்விகளுக்கெல்லாம் அவன் கூறிய பதில் இதுதான்.

"நான் பிறந்தவுடனே என் அம்மா ஜன்னிகண்டு இறந்து போனாள். என் அப்பாவும் ஆறேழு மாதங்களுக்கு முன்பு ஒரு வெறி நாய் கடித்துச் செத்துப் போனார். வேறு உற்றார் உறவினர் இல்லாததால் நான் அனாதையானேன்; என் அப்பா பணம் எதுவும் சேர்த்து வைக்கவில்லை. அதனால், எட்டாவது வகுப்பைப் பாதியிலே முடித்துக்கொண்டு ஊர் ஊராக வேலைக்கு அலைந்தேன். ஒன்றிரண்டு இடங்களில் வேலை கிடைத்தது. ஆனாலும், அங்கெல்லாம் அதிக நாள் இருக்கமுடியாமல் போய் விட்டது. கடைசியாக இந்தப் பட்டணத்துக்கு வந்தேன். சென்னையில் வந்து ஒரு மாதம் ஆகிறது. இங்கும் வேலை கிடைக்க வில்லை. அதனால், கூலி வேலை பார்த்தாவது காலத்தைக் கழிக்கலாம் என்று நினைத்தேன். அதில் தினம் இரண்டணா கிடைத்தது. அதைக்கொண்டு அரை வயிறும், கால் வயிறும் நிரப்பி வந்தேன். வயிறு நிறையச் சாப்பிட எனக்கு ஒரு வழி சொல்லித் தந்தார், எனக்குத் தெரிந்த ஒரு ரிக்ஷாக்காரத் தாத்தா. அவர் பகலெல்லாம் ரிக்ஷா இழுப்பார். விளக்கு வைத்த பிறகு அவருக்குச் சரியாகக் கண் தெரியாது. வெள்ளெழுத்தாம்! அதனால், அவர் என்னிடம் இந்த ரிக்ஷாவைத் தந்து இரவு நேரங்களிலே இழுக்கச் சொன்னார். கிடைக்கும் கூலியில் அவருக்குப் பாதி கொடுத்து விடுவேன். நாலு நாட்களாக இந்த மாதிரி செய்து ஒரு ரூபாய் மிச்சம் பிடித்து வைத்திருந்தேன். அதை நேற்று ராத்திரி நான் தூங்கும் போது எவனோ ஒருவன் திருடிப் போய் விட்டான்! அதனாலே இன்றைக்கு முழுவதும் பட்டினி! பட்டினியோடே ரிக்ஷா இழுத்தேன். இப்படி

விபரீதம் நேர்ந்துவிட்டது. நான் செய்தது தப்புத்தான். ரிக்ஷாவிலே வந்த பெரியவரையும், உங்களையும் மன்றாடிக் கேட்டுக் கொள்ளுகிறேன். தயவு செய்து என்னை மன்னித்து விட்டுவிடுங்கள்'' என்று கெஞ்சிக் கேட்டுக்கொண்டான். இதைக் கேட்ட சப்-இன்ஸ்பெக்டர், "பேச்சு நன்றாகத்தான் இருக்கிறது. ஆனாலும்... சரி, உனக்கு இப்போது என்ன வயது?'' என்று கேட்டார்.

''பதின்மூன்று''.

''என்ன! பதின்மூன்றுதானா! ரிக்ஷா இழுக்க வேண்டுமானால், 17 வயது முடிந்து 18-வது வயது ஆரம்பமாகியிருக்க வேண்டும். தெரியுமா? லைசென்ஸ் இல்லாமல் ரிக்ஷா இழுத்ததே குற்றம்."

''எனக்கு இது தெரியாது, சார். பொய் சொல்லுவது, திருடுவது, ஏமாற்றுவதுதான் குற்றம் என்று நினைத்தேன், இப்போதுதான் இதுவும் குற்றமென்று தெரிகிறது.''

''சரி, உன்னுடைய ஊர் எது? உன்னுடைய பெயர் என்ன?''

''என் ஊர் வேலங்குறிச்சி. மதுரைக்குப் பக்கத்திலே இருக்கிறது. என் பெயர் ரமணி."

''பெயரெல்லாம் நன்றாகத்தான் இருக்கிறது. ஆனால், நீ லைசென்ஸ் இல்லாமல் இழுத்தது ஒரு குற்றம். இந்தப் பெரியவரைக் கீழே தள்ளியது இரண்டாவது குற்றம். இந்த இரண்டுக்கும் சேர்த்து உனக்குச் சரியான தண்டனை வாங்கித் தரவேண்டியதுதான்.

இதைக் கேட்டதும் அவன் திடுக்கிட்டான். ''சார், சார்! தெரியாமல் செய்துவிட்டேன், சார்! தயவு செய்து என்னை மன்னித்து விட்டுவிடுங்கள், சார்!'' என்று கெஞ்சினான்.

இந்தக் காட்சியைக் கண்ட மதுரநாயகத்தின் மனம் இளகிவிட்டது. உடனே அவர் மெதுவாக சப்-இன்ஸ்

பெக்டரின் அறைக்குள்ளே நுழைந்தார். "சார், வணக்கம்!" என்று ஒரு கும்பிடு போட்டார்.

"என்ன விஷயம்?" என்று கேட்டார் சப்-இன்ஸ் பெக்டர்.

"ஒன்றுமில்லை. உங்களிடம் ஒரு வேண்டுகோள்...'

"வேண்டுகோளா! அது என்ன? நீங்கள் யார்?"

"ஸ்ரீ முருகன் பால நாடக சபா என்று கேள்விப் பட்டிருப்பீர்களே...'

"ஆமாம். இப்போதுகூட கிருஷ்ணலீலா நாடகம் நடத்துகிறார்களே...?"

"ஆமாம், ஆமாம், நான் தான் அந்த நாடக சபாவின் மானேஜர். பெயர் மதுரநாயகம்..."

"அடடே! அந்த சபாவின் மானேஜரா! மிஸ்டர் மதுர நாயகம், இப்படி உட்காருங்கள். நின்று கொண்டே பேசுகிறீர்களே?" என்று எதிரிலே இருந்த நாற்காலியில் உட்காரச் சொன்னார் சப்-இன்ஸ் பெக்டர்.

மதுரநாயகம் நாற்காலியில் உட்கார்ந்ததும், "உங்கள் சபாவுக்கு நான் இரண்டு மூன்று முறை வந்திருக்கிறேன். குழந்தைகளெல்லாம் மிகவும் பிரமாதமாக நடிக்கிறார்கள். என் குழந்தைகளுக்கு உங்கள் நாடகமென்றால் மிகமிகப் பிடிக்கும். என் சின்னப் பையன் ஆனந்தன், 'கிருஷ்ண லீலா'வை மட்டும் மூன்று தடவைகள் பார்த்திருக்கிறான்!" என்று புகழ ஆரம்பித்துவிட்டார் சப்-இன்ஸ்பெக்டர்

"அப்படியா! சந்தோஷம்" என்றார் மதுரநாயகம்.

"ஆமாம், நீங்கள் வந்த காரியத்தைச் சொல்ல வில்லையே!" என்று கேட்டார் சப்-இன்ஸ்பெக்டர்.

“இந்த ரிக்ஷாக்காரப் பையனைப் பார்க்கப் பார்க்கப் பரிதாபமாயிருக்கிறது. ரிக்ஷா இழுத்தாவது யோக்கியமாக வயிறு வளர்க்க நினைத்திருக்கிறான். இவன் துர் அதிர்ஷ்ட ம் இப்படி ஆகிவிட்டது. தயவு செய்து இவனை மன்னித்து விட்டால், அதுவே தாங்கள் எனக்குச் செய்யும் பெரிய உதவி. தங்களை நான் மறக்கவே மாட்டேன்” என்றார் மதுரநாயகம்.

ரிக்ஷாவில் ஏறிக் கிழே விழுந்த பெரியவருக்கும் இரக்கம் உண்டாகிவிட்டது. "ஆமாம் சார், இரவு நேரத்தில் ஆளைச் சரியாகப் பார்க்காமல் ரிக்ஷாவில் ஏறி விட்டேன்... என்னைப் போன்றவர்களை வைத்து இந்தப் பொடியனால் இழுக்க முடியுமா? ஏதோ தெரியாமல் செய்துவிட்டான்! இவனை விட்டு விடுவதில். எனக்கும் சம்மதமே!” என்று பரிந்து பேசினார்.

சப்-இன்ஸ்பெக்டர் சிறிதுநேரம் யோசனை செய்தார். பிறகு அந்தப் பையனைப் பார்த்து, “சரி. ஏ பையா, இனி ஒரு தடவை நீ இந்த மாதிரி செய்தாயோ, தண்டனை நிச்சயம் தான். இப்போது உன்னை விட்டு விடுகிறேன்” என்று கூறிவிட்டு, 'என்ன மிஸ்டர் மதுரநாயகம், உங்களுக்குத் திருப்திதானே?" என்று கேட்டார்.

“மிகவும் நன்றி” என்று கூறிவிட்டு சப்-இன்ஸ்பெக்டரிடம் விடை பெற்றுக்கொண்டு வெளியே வந்தார் மதுர நாயகம். ரமணியும் அவர் பின்னால் வந்தான். வெளியே வந்ததும், “சார், நீங்கள் தெய்வம் போல் வந்தீர்கள். உங்களை மறக்கவே மாட்டேன்” என்று கண் கலங்கக் கூறினான் ரமணி.

“அது போகட்டும். இனி நீ இப்படியெல்லாம் செய்யாதே. நாளைக் காலையில் ஏழு மணிக்கு என் வீட்டுக்கு வா. விலாசம் இதோ இருக்கிறது" என்று கூறித் தம்முடைய தோல் பையிலிருந்த ‘விசிட்டிங் கார்ட்’ ஒன்றை எடுத்து அவனிடம் கொடுத்துவிட்டுப் புறப்பட்டார் மதுர நாயகம்.

4. அவன் குணம்

மறுநாள் காலை நேரம். மதுரநாயகத்தின் வீட்டுக் கடிகாரம், 'டாண், டாண்' என்று ஏழு தடவைகள் அடித்து முடித்தது. அதே சமயம், "சார்! சார்" என்ற குரலும் கேட்டது.

அறையில் உட்கார்ந்து ஏதோ யோசித்துக் கொண்டிருந்த மதுரநாயகம் சத்தம் கேட்டதும் வெளியே வந்தார். வாசல் பக்கம் பார்த்தார். உடனே, "ஓ, நீயா. வா, வா! உள்ளே வா" என்று அன்புடன் அழைத்தார்.

வாசலில் நின்றுகொண்டிருந்த ரிக்ஷாக்காரப் பையன் ரமணி அறைக்குள்ளே வந்தான். மதுரநாயகம் தம்முடைய நாற்காலியில் உட்கார்ந்தார். "நீயும் இப்படி உட்கார்" என்று கூறி எதிரிலிருந்த நாற்காலியை அவனுக்குச் சுட்டிக் காட்டினார்.

"பரவாயில்லை, சார்?" என்று கூறிவிட்டு நின்று கொண்டிருந்தான் ரமணி.

'சும்மா உட்கார்ந்து பேசு" என்று சொன்னார் மதுர நாயகம். ரமணி தயக்கத்துடன் அவர் சுட்டிக் காட்டிய நாற்காலியில் உட்கார்ந்து கொண்டான்.

"ரமணி, உன்னிடம் ஒன்று கேட்க வேண்டுமென்று நினைத்தேன். நேற்றுப் போலீஸ் ஸ்டேஷனில் நீ ஒன்றிரண்டு இடங்களில் வேலைக்கு இருந்ததாகவும், அங்கெல்லாம் அதிக நாட்கள் இருக்க முடியவில்லை என்றும் சொன்னாயே. ஏன் அப்படி? என்ன காரணம்?" என்று கேட்டார் மதுரநாயகம்.

"இதே கேள்வியை அந்த இன்ஸ்பெக்டர் கேட்டாலும் கேட்பார் என்று நினைத்தேன். ஆனால், அவர் கேட்கவில்லை. நீங்கள் கேட்டுவிட்டீர்கள். இதோ சொல்லுகிறேன்; கேளுங்கள்" என்று ஆரம்பித்தான்.

“என் அப்பா இறந்ததும், நான் மதுரையிலே முதன் முதலாக ஒரு பணக்காரர் வீட்டிலே வேலைக்குச் சேர்ந்தேன். எடுபிடி வேலைதான். சாப்பாடு போட்டு இரண்டு ரூபாய் சம்பளம் தந்தார் அந்தப் பணக்காரர். அவர் சுத்தக் கருமி. ஈவு இரக்கம் இல்லாதவர்.

“ஒருநாள் காலை நேரம், ஒரு சிறு பெண். வயது ஐந்து கூட இருக்காது. பிச்சை கேட்க அந்த வீட்டுக்கு வந்தாள். அப்போது எல்லோரும் பலகாரம் சாப்பிட்டு விட்டார்கள். நான் மட்டும்தான் சாப்பிட வேண்டும்.

பிச்சைக்காரப் பெண், 'ஐயா சாமி, பிச்சை போடுங்கள். பசியாயிருக்கிறது' என்று கூறிக் கொண்டே கையிலிருந்த தட்டை நீட்டினாள். அவளைப் பார்க்க எனக்குப் பரிதாப மாயிருந்தது. ஆனால், அந்தப் பணக்காரருக்குக் கோபம் தான் வந்தது. 'சீ கழுதை போ. பிச்சை வேண்டுமாம் பிச்சை! பிறக்கும் போதே பிச்சைப் பாத்திரத்தோடே பிறந்துவிட்டது. போ, போ" என்று விரட்டினார்.

“அந்தப் பெண் போகவில்லை. ஐயா, உங்களுக்குக் கோடிப் புண்ணியம் உண்டு. ஏதாவது கொடுங்கள், ஐயா!' என்று கூறி அவரது காலைப் பிடித்துக்கொண்டு கெஞ்சினாள். உடனே அவர் காலை வேகமாக உதறினார். அவள் கீழே விழுந்தாள். கையிலிருந்த தட்டும் தரையிலே உருண்டு ஓடியது. அந்தப் பரிதாபக் காட்சியைக் காண எனக்குச் சகிக்கவில்லை.

“சற்று நேரம் சென்று அந்தப் பெண் மெதுவாக எழுந்தாள். கலங்கிய கண்களைத் துடைத்துக்கொண்டு நடக்க ஆரம்பித்தாள்.

"ஐந்து நிமிஷம் சென்றது. பணக்காரர் என்னிடம் காலணாக் கொடுத்துப் பொடி வாங்கிவரச் சொன்னார். வெளியே வந்ததும், அந்தச் சிறு பெண் எங்கே என்று தேடிப் பார்த்தேன். தெருக் கோடியில் களைத்துப்போய் அவள் உட்கார்ந்திருந்தாள். உடனே நான் அவளிடம் ஓடினேன். தங்கச்சி, நீ வருத்தப்படாதே! உன்னை ஒரு பணக்காரர்

பிடித்துத் தள்ளினாரே, அவர் வீட்டில் தான் நான் இருக்கிறேன். உன்னைப் பார்க்க எனக்கு வருத்தமாயிருக்கிறது. நீ இப்போதே எழுந்து நேராக அந்த வீட்டுக் கொல்லைப் புறத்துக்குப் போ. நானும் ஒரு நொடியில் அங்கு வந்து விடுகிறேன். வந்ததும், உனக்கு நிச்சயம் ஏதாவது சாப்பிடுவதற்குத் தருவேன்' என்று கூறி அவளை அனுப்பி வைத்தேன்.

“சிறிது நேரத்தில் பொடியை வாங்கிக்கொண்டு போய்ப் பணக்காரரிடம் கொடுத்துவிட்டு, சமையல் கட்டுக்குச் சென்றேன். எனக்காக இருந்த மூன்று இட்டலிகளையும் ஒரு இலையில் வைத்தேன். அவற்றை எடுத்துக் கொண்டு கொல்லைப்புறத்துக்குச் சென்றேன். அங்கே தயாராகக் காத்துக்கொண்டிருந்த சிறுமியிடம் கொடுத்துச் சாப்பிடச் சொன்னேன். சிறுமி ஆசை ஆசையாக இட்டலி களைச் சாப்பிடுவதைக் கண்டு ஆனந்தம் அடைந்தேன்.

"இது நடந்து கால் மணி நேரம்கூட ஆகியிருக்காது. முதலாளி கூப்பிடுவதாகச் சமையல்காரன் வந்து என்னைக் கூப்பிட்டான். உடனே நான் அந்தப் பணக்காரரிடம் சென்றேன். 'டேய், நீ என்ன வேலை செய்தாய்? அயோக்கியப் பயலே! யாரோ ஒரு பிச்சைக்காரப் பெண்ணாம். அவளுக்கு நீ இட்டலி கொடுத்தாயாமே! யாரைக் கேட்டுக்கொண்டு கொடுத்தாய்?" என்று கோபத்துடன் இரைந்தார்.

சமையல்காரன் கோள் சொல்லியிருக்க வேண்டும் என்று தெரிந்து கொண்டேன். "ஐயோ, நான் ஒன்றும் திருடிக் கொடுக்கவில்லையே! எனக்காகத் தந்த இட்டலி களைத்தானே அவளுக்குக் கொடுத்துவிட்டு நான் பட்டினி கிடக்கிறேன்” என்றேன்.

என் பேச்சைக் கேட்டதும் அவரது கோபம் அதிக மாகிவிட்டது, 'டேய், யாரை ஏமாற்றப் பார்க்கிறாய்? உனக்குத் தந்த இட்டலிகளைத் தானம் செய்துவிட்டு நீ இப்போது பட்டினி கிடப்பதாகச் சொல்கிறாய். உண்மைதான். ஆனால்,

மத்தியானம் சாப்பிடும்போது இந்த வேளைக்கும் சேர்த்தல்லவா மூக்குப் பிடிக்கச் சாப்பிடப் போகிறாய்? அப்போது யாருக்கு நஷ்டம்? எனக்குத் தானேடா! இதே போல் எத்தனை தடவை செய்திருக் கிறாயோ! திருட்டுக் கழுதை' என்று என்னைத் திட்டி னார். அவர் என்னைத் 'திருடன்' என்று சொன்னது எனக்கு மிகவும் வேதனையாயிருந்தது. பேசாமல், அன்றே- அந்த நிமிஷமே அவர் வீட்டைவிட்டே வெளியேறிவிட்டேன்.

பிறகு, நான் எங்கெங்கோ வேலைக்கு அலைந்தேன். கடைசியாக ஒரு பலசரக்கு மண்டியில் வேலை கிடைத் தது. அந்த முதலாளியிடம் ஒரு கணக்கப்பிள்ளை இருந்தார். அவர் இருபது வருஷ காலமாக அவரிடம் வேலை பார்த்துவந்தார். அன்று ஒருநாள் கணக்கப் பிள்ளையின் பெயருக்கு ஓர் அவசரத் தந்தி வந்தது. அப்போது அவர் கடையில் இல்லை. பாங்கிலே பணம் கட்டப் போயிருந்தார். முதலாளியே கையெழுத்துப் போட்டுத் தந்தியை வாங்கினார். அவருக்கு ஆங்கிலம் தெரியாது. அதனால், தந்திச் சேவகரிடமே அதைக் கொடுத்துப் படித்துக் காட்டச் சொன்னார்.

தந்திச் சேவகர் அதைப் படித்துப் பார்த்துவிட்டு 'த்ஸெள, த்ஸெள, பாவம்! உங்கள் கணக்கப்பிள்ளையின் தாயார் இறந்து விட்டார்களாம். உடனே புறப்பட்டு வரவும் என்று இருக்கிறது' என்றார். 'சரிதான்' என்று கூறித் தந்தியை வாங்கிப் பெட்டிக்குள்ளே வைத்தார் முதலாளி.

தந்திச் சேவகர் போனதும் என்னை அவர் அருகிலே அழைத்தார். அப்போது நானும் அவரும் தான் இருந்தோம். 'டேய், ரமணி! இந்தத் தந்தி வந்த விஷயத்தைக் கணக்கப் பிள்ளையிடம் சொல்லவே சொல்லாதே. எழுதவேண்டிய கணக்குகளெல்லாம் ஏராளமாக இருக்கின்றன. கணக்கப் பிள்ளை இன்றைக்கே ஊருக்குப் போய்விட்டால், திரும்பிவரப் பத்துப் பதினைந்து நாளாகும். மூன்று நாளிலே கணக்குகளையெல்லாம் எழுதி முடித்துவிடுவான். அப்புறம் சொல்லலாம்' என்றார்.

இதைக் கேட்டதும் நான் திடுக்கிட்டேன். 'என்ன இது! உங்களிடம் இருபது வருஷமாக வேலை பார்த்து வருகிறார் அந்தக் கணக்கப்பிள்ளை. அவரைப் பெற்று வளர்த்த தாயார் இறந்துவிட்டதாக அவசரத் தந்தி வந்திருக் கிறது. இறக்கும் சமயத்தில் தான் அவர் அம்மாவின் அருகிலே இல்லை; இறந்த பிறகாவது அம்மாவின் முகத்தைப் பார்க்க வேண்டாமா? உங்கள் வேலைதான் பெரிது என்கிறீர்களே!' என்று ஆத்திரத்துடன் கேட்டு விட்டேன்.

நான் கூறியதைக் கேட்டு அவர் கோபம் கொண்டார். 'டேய், அதிகப் பிரசங்கி! நீ அவனிடம் இதைப் பற்றி ஏதாவது சொன்னால், உடனே உன்னை வேலையை விட்டே விரட்டி விடுவேன்' என்று மிரட்டினார்.

உடனே நான் அவரிடம், 'சிரமப்பட்டு நீங்கள் விரட்டவேண்டாம். நானே போய் விடுகிறேன். ஆனாலும், உடனே பாங்குக்குப் போய்க் கணக்கப்பிள்ளையிடம் விஷயத்தைச் சொல்லிவிட்டுத்தான் மறு வேலை பார்க்கப் போகிறேன்' என்று கூறிப் புறப்பட்டேன்.

"நேராக பாங்கிற்குப் போனேன். கணக்கப்பிள்ளை யிடம் அந்தத் துக்கச் செய்தியைக் கூறிவிட்டு, அந்த ஊரை விட்டே புறப்பட்டேன். நேராக இந்தப் பட்டணத்துக்குத்தான் வந்தேன்.'

இவ்வளவு நேரமாக ரமணி கூறியதைக் கேட்டதும், மதுரநாயகத்துக்கு ஒரே ஆச்சரியமாயிருந்தது... 'ஒரு சிறு பையன். இவனுக்கு எவ்வளவு பரோபகார சிந்தனை!' என்று வியந்தார்.

பிறகு புன்சிரிப்புடன், "ரமணி, நீ சொல்லுவதெல்லாம் சரிதான். இருந்தாலும், காலத்தை ஒட்டி, நமது நிலைமையை அனுசரித்துப் போக வேண்டியதுதான்... ஆமாம், நீ சொல்வதைப் பார்த்தால் உனக்கு ஒருவரின் கீழேயிருந்து வேலை பார்க்கப் பிடிக்காது போல் தெரிகிறதே" என்று கேட்டார் மதுரநாயகம்.

அதற்கு ரமணி கண்கலங்கப் பின்வருமாறு கூறினான்: “எனக்கு ஒருவரின் கீழ் வேலை செய்யக்கூடாது என்பதில்லை, சார். யாரேனும் வேலை கொடுத்தால், கொடுத்த வேலையை ஒழுங்காகச் செய்வேன். பொய் சொல்ல மாட்டேன். திருடமாட்டேன். என்னைப் பற்றி நானே சொல்லுகிறேனே என்று நினைக்காதீர்கள். சிபாரிசு செய்ய எனக்கு வேறு யார் இருக்கிறார்கள்? நானோ அனாதை!’”

உடனே மதுரநாயகம், “சரி, வருத்தப்படாதே! எங்கள் சபா முதலாளியிடம் சொல்லிப் பார்க்கிறேன். அவர் உன்னை எடுத்துக் கொள்ளலாம். இதற்காகத் தான் உன்னை இங்கே வரச் சொன்னேன்” என்றார்.

அன்றே முதலாளி மோகனரங்கத்திடம் ரமணியை அழைத்துச் சென்றார். அவனை நாடக சபாவில் சேர்த்துக்கொள்ள அனுமதி கேட்டார். ரமணி ஓர் அனாதை என்பதைக் கேட்டதும் முதலாளி கொஞ்சம் தயங்கினார். மதுரநாயகம் மிகவும் சிபாரிசு செய்யவே, “சரி, உனக்கு நடிக்கத் தெரியுமா? இதற்கு முன் எங்கேனும் நடித்திருக் கிறாயா?” என்று ரமணியைக் கேட்டார்.

"இல்லை சார், சொல்லிக் கொடுத்தால் பழகிக் கொள்ளுவேன்” என்று சொன்னான் ரமணி.

“அதெல்லாம் இப்போது வேண்டாம். ஆபீஸ் பையனாக வேலை பார்த்த ஞானமுத்து ஒரு வார லீவில் ஊருக்குப் போனவன் இன்னும் திரும்பி வரவில்லை. பதினைந்து நாளாகிறது. தகவலும் இல்லை... மதுர நாயகம், அவன் இனிமேல் வந்தால் 'வேண்டாம்' என்று சொல்லி அனுப்பிவிடுங்கள். இன்று முதல், அவன் வேலையை இந்தப் பையன் பார்க்கட்டும். நாடகத்திலே மற்றப் பையன்கள் எப்படி நடிக்கிறார்கள் என்பதைச் சும்மா இருக்கும்போது இவன் பார்த்துத் தெரிந்து கொள்ளட்டும். ஒரு வருஷம் கழித்து நடிப்பதைப் பற்றி யோசிக்கலாம்” என்றார் முதலாளி.

ரமணி அன்றே பத்து ரூபாய் சம்பளத்தில் ஆபீஸ் பையனாகச் சேர்ந்துவிட்டான். பொய் சொல்லாமல் திருடாமல் யோக்கியனாகவே இதுவரை அவன் நடந்து வந்திருக்கிறான். அப்படிப்பட்டவன் இப்போது பட்டுத் துணியைத் திருடிவிட்டான் என்றால் மதுரநாயகம் உடனே நம்பி விடுவாரா?

5. பேனாவைக் காணோம்!

மாலை மணி ஆறு அடித்தது. ரமணியைப் பற்றி யோசித்துக் கொண்டே அறையில் உட்கார்ந்திருந்த மதுர நாயகம் மெதுவாக எழுந்தார். அறையைவிட்டு வெளியே வந்தார். அங்கிருந்து தெருவுக்குச் சென்றார். தெருவில் ரமணி நிற்கிறானா என்று சுற்றுமுற்றும் பார்த்தார்; காணவில்லை. ஒரு வேளை வீட்டுக்குப் போயிருப் பானோ?' என்ற சந்தேகம் அவருக்குத் தோன்றியது. உடனே, நேராக வீட்டை நோக்கி நடந் தார். போகும் போதே வழியில் ரமணி நிற்கிறானா என்று பார்த்துக் கொண்டுதான் போனார். அவனைக் காணோம்.

வீட்டுக்குள் நுழைந்ததும் முதல் கேள்வியாக "ரமணி இங்கே வந்தானா?" என்றுதான் கேட்டார்.

"இல்லையே! அவன் எங்கே போனானோ! ஏன் அவனைத் தேடுகிறீர்கள்?" என்று கேட்டாள் மதுர நாயகத்தின் மனைவி கமலாதேவி.

"ஒன்றுமில்லை. சும்மாதான் கேட்டேன்" என்று கூறி விட்டு நேராகத் தமது அறைக்குள் சென்றார். சட்டையைக் கழற்றிப் போட்டுவிட்டு, பனியனுக்கு மேல் அங்க வஸ்திரம் ஒன்றை எடுத்துப் போர்த்துக் கொண்டார். அப்படியே போய் வாசலில் நின்றார். இந்தப் பக்கமும் அந்தப் பக்கமும் மாறி மாறிப் பார்த்துக் கொண்டே யிருந்தார். ரமணி வரவில்லை.

"எங்கே போயிருப்பான்? அவனைத் தனியாகப் பார்த்துப் பேசினால் தான் உண்மை தெரியும்" என்று நினைத்துக் கொண்டே வாசலில் நின்றார். அவரால் சிறிது நேரம்கூடப் பொறுமையாக நிற்க முடியவில்லை. வாசலை விட்டுக் கீழே இறங்கினார். 'விடு விடு' என்று நடந்து கடைவீதிப் பக்கமாகச் சென்றார். ரமணியைத் தேடித் தேடிப் பார்த்தார். சுமார் ஒரு மணி நேரம் தேடியும் அவன் அகப்படவில்லை!

சரி வீட்டுக்குப் போவோம். இரவு எப்படியும் சாப்பிட வந்துவிடுவான் என்ற எண்ணத்துடன் வீடு திரும்பினார். வீட்டுக்குள் சென்றதும், “இன்னும் ரமணி வரவில்லையா?” என்று மனைவியிடம் கேட்டார்.

“நீங்கள் பார்க்கவில்லையா? அரை மணி நேரத்துக்கு முன்பு இங்கு வந்தானே! உடனே போய்விட்டான் போலிருக்கிறது. நான் அடுக்களையில் இருந்தேன்" என்றாள் கமலாதேவி.

“அடடே அப்படியா! நான் அவனையல்லவா தேடி விட்டு வருகிறேன். அவன் ஏதாகிலும் சொன்னானா?”

“ஒன்றும் சொல்லவில்லையே!” என்றாள் அவர் மனைவி.

“அவன் எவ்வளவு நல்லவனாக, யோக்கியனாக நடந்து கொள்கிறான்! அவன்மேல் வீண் பழி சுமத்துகிறார் எங்கள் முதலாளி! அவன் திருடனாம்; அயோக்கியனாம்?” என்றார் மதுரநாயகம்.

“அதற்கு நீங்கள் என்ன சொன்னீர்கள்? என் ரமணி திருடனும் இல்லை; அயோக்கியனும் இல்லை. ‘தங்கக் கம்பி’ என்று உங்கள் முதலாளியின் தலையில் அடித்துச் சத்தியம் செய்தீர்களாக்கும்... ஆமாம், அவன் எதைத் திருடிவிட்டான்?" என்று கேட்டாள்.

“உனக்கு எல்லாம் வேடிக்கையாகத்தான் இருக்கும். பாவம், நாடகத்துக்கு வாங்கி வைத்த மூன்று கெஜம் பட்டுத் துணியைத் திருடி விற்கப் பார்த்ததாக ரமணி மீது பழி போடுகிறார்கள்!”

“உங்களுக்கு எல்லாமே ஒன்றுதான். வெண்ணெய்க்கும் சுண்ணாம்புக்கும் வித்தியாசம் தெரியாது! உங்களை ஏமாற்றுவது சுலபம் என்று அந்த ரமணிக்குக் கூடத் தெரிந்திருக்கிறது. எந்தப் புற்றில் எந்தப் பாம்பு இருக் குமோ?' என்று எரிச்சலோடு கூறினாள் கமலா தேவி. ரமணிக்கு இலவசமாகச் சாப்பாடு போட்டு, வீட்டிலேயே வசிக்க

இடமும் கொடுத்தது ஆரம்பத்திலிருந்தே அவளுக்குக் கொஞ்சமும் பிடிக்கவில்லை. இதுதான் நல்ல சமயம் என்று நினைத்து அவள் அவனைத் தாக்கிப் பேச ஆரம்பித்துவிட்டாள்!

"கமலா, ரமணியைப் பற்றி உனக்குச் சரியாகத் தெரியாது. அவன் இப்படி எல்லாம் தவறான வழியில் போகவே மாட்டான்'' என்றார் மதுரநாயகம்.

"ஆமாம். உங்கள் ரமணியைப் பற்றி நீங்கள் தான் மெச்சிக்கொள்ள வேண்டும்.''

''கமலா, வீணாக அவனைச் சந்தேகிக்காதே பாவம், அவனுக்குத் தீயவரைக் கண்டால் கூடப் பிடிக்காது.

நாடகங்களில் கூடக் கெட்ட குணங்களைக் கற்றுக் கொடுக்கும் நாடகங்களை அவன் விரும்ப மாட்டான்.... கமலா, அவனைப் பற்றி ஒன்றே ஒன்று சொல்லுகிறேன். கொஞ்சம் பொறுமையாகக் கேள். கிருஷ்ணலீலா, துருவன், பிரஹலாதன் போன்ற நாடகங்களுடன் புதுமையாகவும் பல குழந்தை நாடகங்கள் போட வேண்டுமென்று நினைத்து, நல்ல நாடகங்களை எழுதித் தருகிறவர்களுக்குப் பரிசு தருவதாகப் போன மாதம் நாங்கள் விளம்பரம் செய்ததும், உடனே ஏராளமான நாடகங்கள் வந்து குவிந்ததும் உனக்குத் தெரியும். அப்படி வந்த நாடகங் களை நான் இரவு வெகு நேரம் வரை படிப்பதும் உனக் குத் தெரியும். இதை அவனும் கவனித்திருக்கிறான். ஒரு நாள் நீ உன் தாயார் வீட்டுக்குப் போயிருந்த சமயம் என்று நினைக்கிறேன் - அவன் என்னிடம் வந்து, 'சார், நானும் இந்த நாடகங்களைப் படித்துப் பார்க்கலாமா?' என்று கேட்டான். 'சரி' என்று கூறி இரண்டு நாடகங்களை அவனிடம் கொடுத்தேன். அந்த இரண்டையும் அவன் படித்துப் பார்த்தான். கடைசியில் அந்த இரண்டிலே ஒன்றை என்னிடம் கொடுத்து ''இது நன்றாயிருக்கிறது. இன்னொன்று மோசம்' என்றான். 'ஏன், அது உனக்குப் பிடிக்கவில்லையா?' என்று கேட்டேன். 'ஆமாம். பொய்

சொல்வது, திருடுவது இப்படிப்பட்ட பழக்கங்களைக் கற்றுக் கொடுக்கும் நாடகமாகவே இது இருக்கிறது. இதை மேடையில் பார்த்தால் பலர் கெட்டு விடுவார்களே என்று பயந்து தான் ஒதுக்கிவிட்டேன்' என்றான். உடனே நானும் அந்த இரு நாடகங்களையும் படித்துப் பார்த்தேன். அவன் சொன்னது முற்றிலும் சரியாகவே இருந்தது. நாடகத்தில் கூடத் தீமையை விரும்பாதவன் ரமணி அவனா திருடியிருப்பான்?'' என்று கேட்டார்.

"இப்போதுதான் புரிகிறது! அதுபோல் திருட்டு நாடகங்களைப் படித்துப் படித்துத்தான் அவனும் திரு டப் பழகியிருக்கிறான் போலிருக்கிறது! தான் மட்டும் தான் அதைத் தெரிந்துகொள்ள வேண்டும்; மற்றவர்கள் தெரிந்து கொள்ளக் கூடாது என்று நினைத்துத்தான் அப்படிச் சொல்லியிருக்கிறான்."

"கமலா, வீணாக அவன்மீது குற்றத்தைச் சுமத்தாதே! நான் தினமும் பேனா, கடிகாரம், மணிபர்ஸ் முதலிய வற்றை மேஜைமேல் தானே வைக்கிறேன்? அவன் நினைத்திருந்தால் எதை வேண்டுமானாலும் எடுத்திருக்கலாமே!'' என்றார் மதுரநாயகம்.

"உங்களுக்குத்தான் ஞாபக மறதி அதிகமாயிற்றே! மணிபர்ஸில் முதலில் எவ்வளவு வைத்தோம் என்பது தெரிந்தால் அல்லவா குறையும் போது எவ்வளவு குறைகிறது என்பது தெரியும்?'' என்றாள் கமலா.

"கமலா, நீ சொன்னதைத்தான் திருப்பித் திருப்பிச் சொல்லுவாய்''

"ஆமாம், நீங்கள் மட்டும் புதிதாகச் சொல்லுகிறீர் களாக்கும்! அவன் எக்கேடு கெட்டால் எனக்கு என்ன? நேரமாகிறது; சாப்பிட வாருங்கள்'' என்று கூறிவிட்டு அடுக்களைக்குச் சென்றாள் கமலாதேவி.

மதுரநாயகம் சாப்பிடும் போதெல்லாம் ரமணியைப் பற்றியே யோசித்துக் கொண்டிருந்தார். இரவு தூக்கம்கூட வரவில்லை! 'எங்கே போயிருப்பான்? சாப்பிடக்கூட வரவில்லையே!' என்ற யோசனையிலே இருந்தார்.

மறுநாள் அதிகாலையில் மதுரநாயகம் எழுந்தார். உடனே, ரமணி வழக்கமாகப் படுக்கும் வெளித் திண்ணைக்கு வந்து பார்த்தார். அங்கே அவன் இல்லை!

'என்ன! இரவு சாப்பிட வரவில்லை, படுக்கவும் வர வில்லையே! அவன் ரோஷக்காரனாயிற்றே! ஒரு வேளை, தற்கொலை.' இதற்குமேல் அவரால் நினைத்துப் பார்க்கவே முடியவில்லை. மனக் கலக்கத்துடனே காலை வேலைகளை முடித்துக் கொண்டு சாப்பிட உட்கார்ந்தார். அரைகுறையாகச் சாப்பிட்டுவிட்டு அறைக்குள்ளே சென்றார். அவசர அவசரமாகச் சட்டையை எடுத்துப் போட்டுக்கொண்டார். மேஜை அருகே சென்றார். மேஜை மேலிருந்த கடிகாரத்தை எடுத்தார்; கையிலே கட்டிக் கொண்டார். மணிபர்ஸை எடுத்தார்; சட்டைப் பைக்குள் வைத்துக்கொண்டார். இன்னும் ஏதோ ஒன்றை அவர் எடுக்கப் போனார். ஆனால், அதை அங்கே காணவில்லை! உடனே சட்டைப் பையைத் தடவிப் பார்த்தார். அங்கும் இல்லை. ஜன்னல், மேஜை அறை, அலமாரி எல்லா இடங்களிலும் தேடிப் பார்த்துவிட்டார். அந்த அறை முழுவதும் தேடியும் கிடைக்கவில்லை. உடனே அவர் அளவற்ற ஆச்சரியத்துடன், "எங்கே போய்விட்டது என் பேனா! தங்கமூடி போட்ட 'எவர் ஷார்ப்' பேனாவைக் காணோமே!" என்று இரைந்து கூறினார்.

சத்தத்தைக் கேட்டதும், அவர் மனைவி கமலாதேவி அங்கே ஓடி வந்தாள். விஷயத்தை அறிந்தாள். உடனே, "நல்ல பையனாம், நல்ல பையன்! அந்த நாசமாய்ப் போனவன் தான் இதையும் எடுத்துக்கொண்டு தொலைந் திருப்பான். நேற்றுச் சாயங்காலம் நீங்கள் இல்லாத சமயம் பார்த்து வந்தானே, இதைத் திருடிக் கொண்டு போகத்தான் வந்திருக்கிறான்! ஐயோ! பேனாவை மட்டும் தான் எடுத்தானோ, இன்னும்

என்ன என்ன சாமான்களையெல்லாம் எடுத்திருக்கிறானோ!" என்று திட்டிக்கொண்டே அறையிலிருந்த சாமான்களையெல்லாம் சரிபார்க்க ஆரம்பித்துவிட்டாள்!

'பேனாவைக் காணோம்!' என்றதுமே மதுரநாயகம் அதிர்ச்சியடைந்தார். "ரமணிதான் அதைத் திருடியிருக்க வேண்டும்" என்று கமலா தேவி சொன்னதும், அவருடைய அதிர்ச்சி இன்னும் அதிகமாகியது!

"ரமணியா பேனாவைத் திருடியிருப்பான்?" என்றார் தாழ்ந்த குரலில்.

"பின்னே, கட்டுச்சாதம் கட்டிக்கொண்டு அயலூரிலிருந்தா திருடன் வருவான்? இவனைத் தவிர வேறு யார் எடுத்திருப்பார்கள்? சம்பளம் கொடுத்த சபாவிலே பட்டுத் துணியைத் திருடினான்; சாப்பாடு போட்ட வீட்டிலே தங்கப் பேனாவைத் திருடினான்! அந்தப் பட்டுத் துணிகூட முப்பது நாற்பது ரூபாய்க்குள்ளே தான் இருக்கும். இந்தப் பேனா கிட்டத்தட்ட நூறு ரூபாய் இருக்காதா? அட பாவிப் பையா! அன்னம் இட்ட வீட்டிலே கன்னம் வைத்துவிட்டாயே" என்று இரைந்து பேசினாள் கமலாதேவி.

மதுரநாயகத்துக்கு என்ன சொல்வதென்றே தெரியவில்லை. பேசாமல் தலையை விரல்களால் அழுத்திப் பிடித்துக் கொண்டு நாற்காலியில் உட்கார்ந்து விட்டார்.

"நாயைக் கொண்டு வந்து நடுவீட்டிலே வைத்துச் சாப்பாடு போடச் சொன்னீர்களே! வளர்த்த கடா மார்பிலே பாய்வதுபோல், நம்மிடமே அவன் கைவரிசையைக் காட்டி விட்டானே!" என்று கமலாதேவி மேலும் பேசினாள்.

மதுரநாயகம் ஏதாவது பதில் சொல்லுவார் என்று அவள் எதிர்பார்த்தாள். ஆனால், அவர் எதுவுமே சொல்லவில்லை. மௌனமாகவே உட்கார்ந்து கொண்டிருந்தார்.

“நேற்று ராத்திரி நீங்கள் என்ன சொன்னீர்கள்? நான் மேஜை மேல் பேனாவை வைக்கிறேன்; மணி பர்ஸை வைக்கிறேன். அவன் எதையாவது எடுத்திருக்கிறானா?' என்று கேட்டீர்களே, இப்போது என்ன சொல்கிறீர்கள்? சரி, அதெல்லாம் போகட்டும். இனிமேல், நடக்க வேண்டியதைப் பார்க்க வேண்டாமா? இப்படியே சும்மா உட்கார்ந்திருந்தால், உங்கள் முன்னால் அந்தப் பேனா தானாக வந்து நிற்குமா? எப்படியாவது அவனைத் தேடிப் பிடித்துப் பேனாவை வாங்கிக்கொண்டு, ஆத்திரம் தீர அவனுக்கு முதுகிலே நாலு வைக்க வேண்டாமா? எங்கே யிருந்தாலும் விடாப்பிடியாகத் தேடிப் பிடித்துக்கொண்டு வந்துவிட வேண்டும்.”

கமலாதேவி இப்படிக் கூறிக்கொண்டிருக்கும் போது, அங்கே வந்தார் பக்கத்து வீட்டுப் பாஸ்கரன். 'ஓசி' யில் பத்திரிகை படிக்கத் தினமும் காலையில் தவறாது அவர் அங்கு வந்துவிடுவார்! கமலாதேவி சொன்ன கடைசி வாக்கியம் மட்டுமே அவர் காதில் விழுந்தது போலிருக்கிறது. உடனே அவர் “தேடிக் கண்டுபிடிக்க வேண்டுமா! எதை? உங்கள் நாய்க் குட்டி 'ஜிம்மி' காணாமல் போய்விட்டதா?” என்று அநுதாபத்துடன் கேட்டார்

‘அந்த நாய்க்குட்டிக்கு இருக்கும் நன்றிகூட ஆறு மாதமாக இந்த வீட்டிலே வேளா வேளைக்குத் தின்று வளர்ந்த ரமணிக்குக் கிடையாதே! அவன் செய்த வேலையைக் கேளுங்கள். நேற்று சபாவிலே இருந்த பட்டுத் துணியைத் திருடி அவன் அகப்பட்டுக் கொண்டுவிட்டான். ஆனால், அவன் திருடியிருக்கவே மாட்டான் என்று இவர் முதலாளியிடம் சொன்னாராம். முதலாளி என்ன, சாமானி யப்பட்டவரா? அவர் ரமணி தான் திருடியிருக்க வேண்டும் என்று முடிவுகட்டி உடனேயே அவன் கழுத்தைப் பிடித்து வெளியே தள்ளி விட்டார். பிறகு அவன், இவரில்லாத சமயம் பார்த்து இங்கே வந்து மேஜைமேல் இருந்த தங்கப் பேனாவையும் திருடிக் கொண்டு ஓடிப் போய்விட்டான்... ஐயோ! அது எவ்வளவு நல்ல பேனா" என்று பாஸ்கரனிடம் பரிதாபத்துடன் சொன்னாள் கமலாதேவி.

உடனே பாஸ்கரன், "சரிதான், நான் அவன் இந்த வீட்டுக்கு வந்தவுடனே சந்தேகப்பட்டேன். நான் நினைக்கிறது எப்போதுமே சரியாகத்தான் இருக்கும். இந்தக் காலத்தில் எல்லாம் அளவோடுதான் இருக்க வேண்டும். கொஞ்சம் இடம் கொடுத்தால் ஆபத்துத் தான்!" என்றி கூறிக் கமலாதேவியின் கட்சியில் சேர்ந்து கொண்டார்.

பாஸ்கரனுக்கு ரமணி என்றாலே பிடிக்காது. ஏன்? அவர் சாப்பிடுகிற சோற்றிலே ரமணி மண்ணை வாரிப் போட்டானா? இல்லை. ஆனாலும், காரணம் இருக்கிறது. ஒரு நாள் பாஸ்கரன் கடைக்குப் போய் சிகரெட் வாங்கி வரும்படி ரணிமயிடம் கூறினார். அதற்கு அவன், "சார், நீங்கள் என்ன வேலை வேண்டுமானாலும் சொல்லுங்கள்; செய்யத் தயார். ஆனால், தயவு செய்து சிகரெட் வாங்க மட்டும் என்னை அனுப்பாதீர்கள். இந்தக் கெட்ட பழக்கத்துக்கு நான் உதவ மாட்டேன்" என்று சொல்லி விட்டான். உடனே பாஸ்கரனுக்குக் கோபம் வந்துவிட்டது! "சுத்த அதிகப் பிரசங்கி!" என்று திட்டிவிட்டு மதுரநாயகத்திடம் விஷயத்தைக் கூறினார். அதற்கு மதுரநாயகம், "பாஸ்கர் என்னைப் பற்றி உங்களுக்குத் தெரியும். சிகரெட் பிடிக்கமாட்டேன். பொடி, புகையிலை போடமாட்டேன். காப்பி கூடக் குடிக்கமாட்டேன். என்னிடம் பழகியவன் எப்படியிருப்பான்?" என்று சிரித்துக்கொண்டே வேடிக்கையாகக் கூறினார். ஆனால், பாஸ்கரன் சிரிக்கவில்லை. 'சமயம் வரும். அப்போது இந்தப் பொடியனை ஒரு கை பார்த்துக்கொள்கிறேன்' என்று கருவினார். அந்த நல்ல சமயம் இப்போது வந்திருக்கிறதே! அவர் சும்மா இருப்பாரா?

"எவ்வளவு செல்லமாக வளர்த்தோம்! இப்படி மோசம் செய்துவிட்டானே பாவிப் பையன்!" என்று அங்கலாய்த்தாள் கமலாதேவி.

"ஒன்றும் கவலைப்பட வேண்டாம். நான் சொல்லுகிற படி செய்தால் சீக்கிரம் பேனா கிடைத்துவிடும். உடனே பக்கத்துப்

போலீஸ் ஸ்டேஷனுக்குப் போக வேண்டியது. ஒரு ரிப்போர்ட் கொடுக்க வேண்டியது. எங்கிருந்தாலும் அவனை சிண்டைப் பிடித்துக்கொண்டு வந்து விடுவார்கள். மதுரநாயகம்! ஏன் இப்படிப் பிடித்துவைத்த பிள்ளையார் போல் இருக்கிறாய்? உடனே எழுந்திரு. ரிப்போர்ட் கொடுத்து விட்டு வரலாம்'' என்றார் பாஸ்கரன்.

இதைக்கேட்டதும், இதுவரை மௌனமாயிருந்த மதுர நாயகம், ''என்ன! போலீஸிலே ரிப்போர்ட் கொடுக்கிறதா?'' என்று கேட்டார்.

''பின்னே, பொட்டுக் கடலைக்காரனிடமா ரிப்போர்ட் கொடுப்பது? என்னப்பா யோசிக்கிறாய்? எழுந்திரு. எனக்கு இந்த 'டிவிஷன்' போலீஸ் சப்இன்ஸ்பெக்டரைத் தெரியும். ரிப்போர்ட்' கொடுத்ததும் அவர் நாலா பக்கமும் ஆட்களை அனுப்பி அவனை உடனே பிடித்து வரச் சொல்லுவார். அவன் எங்கே போவான்? இந்தப் பட்டணத்தில் தானே அந்தப் பேனாவை விற்கவேணும்?'' என்றார் பாஸ்கரன்.

பாஸ்கரன் மதுரநாயகத்தைப் போலீஸ் ஸ்டேஷனுக்கு அழைத்தபோது மதுரநாயகம் சிறிது தயங்கினார். அதைக் கண்டதும் அவர் மனைவி கமலாதேவிக்குக் கடுங்கோபம் வந்துவிட்டது.

"யோசித்து யோசித்துத்தான் இப்படி ஆகிவிட்டது. ரமணி இன்னும் என்ன என்ன எடுத்திருக்கிறான் என்பது கூட அவனைப் பிடித்தால் தெரிந்துவிடும். இனி அவனைச் சும்மா விடக்கூடாது! நீங்களோ நாடகக் கொட்டகைக்குப் போய்விடுகிறீர்கள். இரவு வெகுநேரம் சென்றுதான் திரும்பி வருகிறீர்கள். நீங்கள் இல்லாத சமயம் பார்த்து அவன் வந்து எதையாவது தூக்கிக்கொண்டு ஓடிவிட்டால் நான் என்ன செய்வது? அவனைச் சும்மா விட்டு வைக்கக்கூடாது. ஆபத்துத் தான்!'' என்றாள் கமலாதேவி.

''மதுரநாயகம், பேசாமல் எழுந்திரு. நேரமாகிறது'' என்று கூறி மதுரநாயகத்தின் கையைப் பிடித்து இழுத்தார் பாஸ்கரன்.

மதுரநாயகம் அரை மனசுடன் எழுந்து பாஸ்கரனோடு சென்றார்.

இருவரும் பக்கத்துப் போலீஸ் ஸ்டேஷக்குச் சென்றார்கள். சப்-இன்ஸ்பெக்டரிடம் விஷயத்தை விளக்கிக் கூறினார் பாஸ்கரன்.

காணாமல் போனது எவர்-ஷார்ப் பேனா. தங்க மூடி போட்டது; அடிப்பாகம் கறுப்பு நிறம்; மதிப்பு நூறு ரூபாய் இருக்கும்; பேனாவின் மேல் 'சேகர் அன்பளிப்பு' என்று எழுதப்பட்டிருக்கும். மலேயாவிலிருந்து சேகர் என்ற உறவினர் அனுப்பியது. அனுப்பி ஒன்றரை வருஷம் இருக்கலாம். சந்தேகப்படும் பையன் பெயர் ரமணி. வயது பதின்மூன்று. மாநிறம். சுமார் நாலரை அடி உயரம்.'

இந்த விவரங்களுடன் ரிப்போர்ட் எழுதிக் கொடுத்து விட்டு வீட்டுக்குத் திரும்பி வந்தார்கள் மதுரநாயகமும், பாஸ்கரனும்.

அன்று மதுரநாயகம் நாடக சபாவுக்குப் போவதற்கு முன்பே இந்தச் செய்தி அங்கே போய்ச் சேர்ந்துவிட்டது. அப்படியானால் முதலாளிக்கு இது தெரியாமலா இருக்கும்? அவருக்கும் உடனே தெரிந்து விட்டது. எல்லாம் அந்தப் பாஸ்கரன் செய்த வேலை தான்!

மதுரநாயகம் சபாவுக்குள் வந்து நுழைந்ததுமே, "என்ன மதுரநாயகம்! அந்தப் பயல் உங்களிடமே தன் வேலையைக் காட்டிவிட்டான் போலிருக்கிறது! அவன் பரம யோக்கியன் என்று நேற்றுச் சொன்னீர்களே, அந்தப் பரம யோக்கியன் செய்த வேலையைப் பார்த்தீர்களா? பார்த்தால் பசு, பாய்ந்தால் புலி என்பார்களே, அது போலத்தான் அவனும் இருந்திருக்கிறான்" என்று வாய் மூடாமல் பேசலானார் முதலாளி.

மதுரநாயகம் பதில் எதுவும் கூறவில்லை. தலையைக் குனிந்தபடி தமது அறைக்குள்ளே சென்றார்.

6. அகப்பட்டுக்கொண்டான்!

மறுநாள் பதினொரு மணி இருக்கும். முதலாளியின் பக்கத்திலே இருந்த டெலிபோன் 'ட்ரிங், ட்ரிங்' என்று ஒலித்தது. உடனே முதலாளி டெலிபோன் ரிஸீவரைக் கையில் எடுத்தார்.

'ஹலோ, யார் பேசுகிறது?' என்று முதலாளி கேட்டார்.

போலீஸ் ஸ்டேஷனிலிருந்து பேசுவதாகவும், மானேஜர் மதுரநாயகத்திடம் அவசரமாக ஏதோ சொல்ல வேண்டு மென்றும் பதில் வந்தது.

உடனே முதலாளி மோகனரங்கம் ரிஸீவரை மேஜை மேல் வைத்துவிட்டு மானேஜர் அறைக்குள் ஓடினார். "மதுரநாயகம்! மதுரநாயகம்! உங்கள் வீட்டுக்குப் பக்கத்திலுள்ள போலீஸ் ஸ்டேஷனிலிருந்து போன் வந்திருக்கிறது. சப்-இன்ஸ்பெக்டர் உங்களோடு பேசவேண்டுமாம். சீக்கிரம் வாருங்கள்" என்றார்.

உடனே மதுரநாயகம் முதலாளி அறைக்குள்ளே வேகமாக வந்தார் முதலாளியும் கூடவே வந்து அருகில் நின்றுகொண்டு அவர் பேசுவதைக் கவனித்தார்.

சப்-இன்ஸ்பெக்டர் மதுநாயகத்திடம் சொன்னது இது தான். "திருட்டுப் போன உங்களுடைய தங்கமூடி போட்ட எவர்-ஷார்ப் பேனா கிடைத்துவிட்டது. திருடின பையன் பேனாவைக் கடையில் விற்கப் போகும் போது அகப்பட்டுக் கொண்டான். அவனுடைய வயது, உயரம், நிறம் எல்லாம் உங்கள் ரிப்போர்ட்டில் உள்ளபடியே இருக்கின்றன. பேனாவிலும், 'சேகர் அன்பளிப்பு' என்று எழுதியிருக்கிறது" என்று கூறினார்.

இதைக் கேட்டதும் மதுரநாயகம் "அட, நன்றிகெட்டவனே!" என்று பல்லைக் கடித்தார்.

சப்-இன்ஸ்பெக்டர் முன்பு கூறியதோடு நிறுத்திக் கொண்டிருந்தாலும் பரவாயில்லை. இன்னொரு எதிர்பாராத தகவலையும் கூறினார்! அந்தப் பையனிடம் ஒரு கைக் கடிகாரமும் இருக்கிறது. 'கேட்டால், என் அப்பா வாங்கிக் கொடுத்தது' என்று புளுகுகிறான். நீங்கள் உடனே வந்தால் எல்லாம் தெரிந்து விடும். பையன் "லாக்-அப்பிலே இருக்கிறான்'' என்று கூறினார்.

மதுரநாயகம் ஆச்சரியத்தோடு ரிஸீவரைக் கீழே வைத்து விட்டு முதலாளி மோகனரங்கத்திடம் சப்-இன்ஸ்பெக்டர் கூறியதை அப்படியே அறிவித்தார். அதைக் கேட்டதும், "அடடே! நாலைந்து மாதங்களுக்கு முன்பு காணாமல் போய்விட்டதே என் கைக்கடிகாரம், அதுவாகத்தான் இருக்கவேண்டும். தூங்கும்போது யாரோ எடுத்துவிட்டார் களென்று ஒவ்வொருவராக நாம் சோதனை செய்ய வில்லையா? அப்போது எங்கேயோ பத்திரமாக ஒளித்து வைத்திருந்து இப்போது எடுத்துப் போயிருக்கிறான். திருட்டுப் பயல்! இவனைச் சும்மா விடக்கூடாது. உடனே புறப்படுங்கள். நானும் உங்களுடன் வருகிறேன்'' என்றார்.

"இப்படி அவன் மோசம் செய்வான் என்று நான் கனவில்கூட நினைக்கவில்லை'' என்று மிகுந்த வருத்தத்தோடு கூறினார் மதுரநாயகம்.

மானேஜர் மதுரநாயகத்தை அழைத்துக்கொண்டு உடனே போலீஸ் ஸ்டேஷனுக்குச் செல்லவேண்டும் என்று துடிதுடித்தார் முதலாளி மோகனரங்கம். உடனே அவர் மேஜை மேலிருந்த மணியை அடித்தார். சத்தம் கேட்டதும் மற்றொரு ஆபீஸ் பையனான அழகிரி உள்ளே ஓடிவந்தான்.

"டேய் அழகிரி, உடனே போய் டிரைவரிடம் காரை எடுத்து வரச்சொல்'' என்று முதலாளி மோகனரங்கம் உத்தரவு போட்டார்.

கார் வந்ததும், முதலாளி மோகனரங்கமும், மானேஜர் மதுரநாயகமும் ஏறிக்கொண்டனர். கார் போலீஸ் ஸ்டேஷனை

நோக்கிப் புறப்பட்டது. போகும் போது ரமணியைப் பற்றி ஆத்திரம் ஆத்திரமாகப் பேசினார் முதலாளி. ஆனால், மதுரநாயகம் அவரைப் போல் ஆத்திரப்படவில்லை. மிகவும் வருத்தப்பட்டார், வேதனைப்பட்டார்.

''ஆறு மாதமாக மிகவும் அருமையாக இந்த ரமணியை வளர்த்தோமே! அவன் இப்படித் திருடனாக மாறி விட்டானே! நான் செய்த உதவியெல்லாம் வீணாகி விட்டதே! நமது பேனாவை மட்டும் அவன் எடுத்திருந் தால்கூடப் பரவாயில்லை! முதலாளியின் கைக்கடிகாரத்தையும் அல்லவா எடுத்துவிட்டான்'' என்றுதான் அவர் வருத்தப்பட்டார்; வேதனைப்பட்டார்!

போலீஸ் ஸ்டேஷனின் முன்னால் கார் வந்து நின்றது. உள்ளேயிருந்த முதலாளி மோகனரங்கமும், மானேஜர் மதுரநாயகமும் கீழே இறங்கினார்கள். உடனே சப்-இன்ஸ்பெக்டர் அறையை நோக்கி மிகவும் வேகமாகச் சென்றார் மதுரநாயகம். மோகனரங்கமும் வேகமாகத்தான் சென்றார். ஆனாலும், கனத்த தொந்தியைத் தூக்கிக் கொண்டு செல்லவேண்டியிருந்ததால், அவரால் மதுரநாயகத்தை ஒட்டிச் செல்ல முடியவில்லை. அவருக்குப் பின்னால் தான் போக முடிந்தது.

வேகமாகச் சென்ற மதுரநாயகம் முன் பக்கமாக இருந்த சப்-இன்ஸ்பெக்டரின் அறைக்குள்ளே நுழைந்தார். வழக்கம்போல் வணக்கம்' என்று சொல்லவில்லை. ''எங்கே சார் அந்தப் பையன்!'' என்றுதான் கேட்டார்.

ஏதோ எழுதிக்கொண்டிருந்த சப்-இன்ஸ்பெக்டர் நிமிர்ந்து பார்த்தார்.

மானேஜர் மதுரநாயகத்தைக் கண்டதும், "அடடா நீங்களா! இப்படி உட்காருங்கள்'' என்று கூறி எதிரே இருந்த நாற்காலியைச் சுட்டிக் காட்டினார், சப்-இன்ஸ்பெக்டர்.

“பரவாயில்லை. எங்கே அந்தப் பையன்? அவன் எங்கே இருக்கிறான்?” என்று மிகுந்த படப்படப்போடு கேட்டார் மதுரநாயகம்.

“அவசரப்படுகிறீர்களே! அவன் எங்கே ஓடிப் போகிறான்? இங்கேதான் பத்திரமாக அடைத்து வைத்திருக்கிறோம். இதோ கொண்டு வரச் சொல்கிறேன்” என்று கூறிவிட்டுத் திரும்பிப் பார்த்தார் போலீஸ் சப்- இன்ஸ்பெக்டர். முதலாளி மோகனரங்கம் அப்போதுதான் உள்ளே வந்து கொண்டிருந்தார்.

“யாரது உள்ளே வருவது?” என்று சப்- இன்ஸ்பெக்டர் கேட்டார். இதற்கு முன்பு மோகனரங்கத்தை அவர் பார்த்ததில்லை.

“மதுரநாயகம் வாசல் பக்கமாகத் திரும்பிப் பார்த்தார். முதலாளி மோகனரங்கத்தைக் கண்டதும், "அடடே, உள்ளே வாருங்கள். அவசரத்தில் நீங்களும் கூட வருகிறீர்கள் என்பதை மறந்தே போய்விட்டேன்” என்று கூறிப் பக்கத்திலிருந்த நாற்காலியைக் காட்டி உட்காரச் சொன்னார் மதுரநாயகம்.

மோகனரங்கம் நாற்காலியில் உட்கார்ந்ததும், “இவர் தான் எங்கள் சபா முதலாளி. கடிகாரம் இவருடையது தான். நாலைந்து மாதங்களுக்கு முன்பு தொலைந்துவிட்டது" என்று சப்-இன்ஸ்பெக்டரிடம் கூறினார் மதுரநாயகம்.

"நாலைந்து மாதங்களாகி விட்டதா? ஆமாம், எப்படி அது தொலைந்தது?” என்று கேட்டார் சப் இன்ஸ்பெக்டர்.

உடனே மோகனரங்கம், நாங்கள் ஆறு மாதத்துக்கு ஒரு முறை கணக்கு முடிப்பது வழக்கம். அன்றைக்குக் கணக்கு முடிக்கும் நாள். ஆதலால், இரவு நாடகக் கொட்டகையிலே நானும், மதுரநாயகமும் தங்க வேண்டியதாகிவிட்டது. இந்த ரமணிப் பயலை வீட்டுக்கு அனுப்பிச் சாப்பாடு எடுத்துவரச் சொன்னோம். சாப்பிட்டு விட்டுக் கணக்குகளை யெல்லாம் பார்த்து முடிக்கும் போது நடு இரவாகிவிட்டது. பிறகு, என்

கைக் கடிகாரத் தைக் கழற்றி மேஜை மேல் வைத்துவிட்டுத் தூங்கினேன். இந்தப் பயலும் அன்றைக்கு அங்குதான் படுத்திருந்தான். விடிந்து எழுந்து பார்த்தால், கடிகாரத்தைக் காணோம்! உடனே, எல்லோரையும் கேட்டுப் பார்த்தோம். எவருமே எடுக்கவில்லை என்று சொல்லிவிட்டார்கள். கால் சட்டை, மேல் சட்டைப் பைகளையெல்லாம் சோதனை செய்தோம். எடுத்தவுடனே எங்கேயோ கொண்டுபோய் இவன் ஒளித்து வைத்துவிட்டான் போலிருக்கிறது. இப்போது அதை விற்றுப் பணமாக்கப் பார்த்திருக்கிறான். அன்றைக்கு எவ்வளவு யோக்கியன் போல் நடித்தான்! சுத்தத் திருட்டுப் பயல்!" என்று மிகுந்த ஆத்திரத்தோடு கூறினார்.

இதைக் கேட்டதும் சப்-இன்ஸ்பெக்டர், "அடேயப்பா, அவன் பலே எமகாதகப் பயலாக இருக்கிறானே! என்ன புளுகுப் புளுகுகிறான்! பேனாவும், கடிகாரமும் அவனுக்குச் சொந்தமாம்! அவன் திருடவே இல்லையாம். நாங்கள் தான் ஆளைத் தெரியாமல் பிடித்துக்கொண்டு வந்து விட்டோமாம்! அவன் உண்மையிலே பெரிய ஆள் தான். நீங்கள் கொடுத்த வயது, நிறம், உயரம் எல்லாம் சரியாயிருக்கின்றன. அவற்றையெல்லாம் அவன் மறைக்கப் பார்த்தாலும் முடிகிற காரியமா? ஆனால், பெயரை மட்டும் சரியாகச் சொல்ல மாட்டேன் என்கிறான். அதனால் என்ன? இந்த ஏமாற்று வேலையெல்லாம் எங்களிடமா பலிக்கும்? திருட்டுப் பயல்களே இப்படித் தான்" என்றார்.

"ஆமாம் சார். அதிலும் இந்த மாதிரிக் கெட்டிக்காரத் திருடனுக்குப் புளுகக் கற்றுக் கொடுக்கவா வேண்டும்? ஆனாலும், அவன் புளுகு எத்தனை நாளைக்கு நிலைக் கும்? 'கெட்டிக்காரன் புளுகு எட்டு நாளில் தெரியும்' என்பார்கள். இந்தப் பயல் புளுகு இன்னும் கொஞ்ச நேரத்திலே தெரியப் போகிறதே! எங்கே அந்த மோசக்காரப் பயல்? கொண்டுவரச் சொல்லுங்கள்; பார்ப்போம்" என்றார் முதலாளி மோகனரங்கம்.

'இதோகொண்டுவரச் சொல்கிறேன்'' என்று கூறிவிட்டு, ''யாரது? 753, இங்கே வா" என்று கூப்பிட்டார் சப்-இன்ஸ்பெக்டர்.

உடனே ஒரு போலீஸ்காரர் அங்கே வந்து கால்கள் இரண்டையும் ஒன்று சேர்த்து ஒரு சல்யூட் செய்தார். ''உள்ளே போய் லாக்-அப்பில் இருக்கிறானே ஒரு பொடியன், அவனைக் கொண்டு வா" என்று உத்தரவிட்டார் சப்-இன்ஸ்பெக்டர்.

போலீஸ்காரர் உள்ளே சென்றதும், சப்-இன்ஸ்பெக்டர் மேஜை அறையிலிருந்த 'எவர்-ஷார்ப் பேனாவை வெளியே எடுத்தார். 'இதுதானே உங்கள் பேனா?' என்று மதுரநாயகத்தைப் பார்த்துக் கேட்டார்.

மதுரநாயகம் அதைக் கையில் வாங்கிப்பார்த்தார். பார்த்ததும், ''சந்தேகமில்லை. இது என்னுடையதேதான். மேலே தங்க மூடி, கீழ்ப் பாகம் கறுப்பு. 'சேகர் அன்பளிப்பு' என்றுகூட இதில் இருக்கிறதே! ஆறு மாதமாக என் வீட்டிலே தின்றுவிட்டு, எனக்கே வேட்டு வைக்கப் பார்த்திருக்கிறானே! அப்பப்பா! நினைத்தாலே வயிறு எரிகிறதே! பட்டுத் துணியைத் திருடினான்; பேனாவைத் திருடினான். கடிகாரத்தையும் திருடி வைத்திருக்கிறான்! நாலைந்து மாதத்துக்கு முன்பிருந்தே அவனிடம் இந்தத் திருட்டுத்தனம் இருந்திருக்கிறதே! இன்னும் என்ன என்ன சாமான்களைத் திருடி வைத்திருக்கிறானோ! ஏன் சார், அவனிடம் இந்த இரண்டையும் தவிர வேறு ஏதாவது பொருள் இருந்ததா?'' என்று சந்தேகத்தோடு கேட்டார்.

அதற்கு சப்-இன்ஸ்பெக்டர், ''வேறு எதுவும் அவனிடத்தில் இருப்பதாகத் தெரியவில்லை. ஒருவேளை எங்கேயாவது ஒளித்து வைத்திருப்பானோ? எதற்கும் அடித்து உதைத்துக் கேட்டால், உள்ளதைக் கக்கிவிடுகிறான்' என்றார்.

''அந்தப் பயல் உங்களிடம் எப்படி அகப்பட்டான்?'' என்று கேட்டார் மோகனரங்கம்.

“ஒரு மார்வாரி கடையில் அவன் அந்தப் பேனாவை விற்கப் பார்த்திருக்கிறான். அந்தச் சமயம் பார்த்து ஒரு போலீஸ்காரன் ‘லபக்’கென்று அவனைப் பிடித்துக் கொண்டான். பாவம், யாரிடத்திலே தப்பினாலும், போலீஸ்காரரிடமிருந்து தப்பமுடியாது என்பது அவ னுக்குத் தெரியுமா! அகப்பட்டுக் கொண்டதும், அவன் ஏதேதோ சொல்லித் தப்பிக்கப் பார்த்திருக்கிறான். விட்டால்தானே போவதற்கு! உடும்புப் பிடியாகப் பிடித்துக் கொண்டுவந்துவிட்டார்கள்!” என்று உற்சாகமாகக் கூறினார் சப்-இன்ஸ்பெக்டர்.

அப்போது மோகனரங்கம், “ஏன் சார், என் கடிகாரம் எங்கே? அதைக் காட்டவில்லையே" என்று கேட்டார்.

"இதோ அதையும் தருகிறேன். சொந்தக் கடிகாரம் போல் அதை ஜம்பமாகக் கையிலே கட்டிக்கொண்டிருந்தான் அந்தப் பயல்!” என்று கூறிவிட்டு மேஜை அறைக்குள்ளே கையை விட்டார் சப்-இன்ஸ்பெக்டர்.

அதேசமயம்- உள்ளே சென்ற போலீஸ்காரர் அடைபட்டிருந்த பையனைப் பிடித்து வந்தார். அவனைப் பார்த்ததும், முதலாளி மோகனரங்கம், “ஆ! யார் இவன்? ரமணி இல்லையே!” என்று கூறிவிட்டுக் கண்களைத் துடைத்துக்கொண்டு மறுபடியும் உற்றுப் பார்த்தார். மதுரநாயகமும், "அடே, இவன் யார்?” என்று சந்தேகத்துடன் அவனைக் கூர்ந்து பார்த்தார். அதற்குள் அந்தப் பையன், “ஓ!” என்று அலறிக் கொண்டே மதுரநாயகத்தின் அருகே ஓடினான்; அவரது கால்களை பிடித்துக் கொண்டு தேம்பித் தேம்பி அழ ஆரம்பித்துவிட்டான்!

உடனே மதுரநாயகம், “ஆ! எப்படி இங்கே வந்தாய்?” என்ற திகிலுடன் கேட்டார்.

7. யார் அவன்?

அந்தப் பையன் பதில் எதுவும் கூறவில்லை; தேம்பித் தேம்பி அழுதான். கண்களிலிருந்து நீர் தாரை தாரையாக வழிந்தது. அவனுடைய கண்ணீர் மதுரநாயகத்தின் கால்களை நனைத்துக் கொண்டிருந்தது.

அவனுடைய பரிதாப நிலையைக் கண்டு மதுரநாயகமும் கலங்கிப் போய்விட்டார். முதலாளி மோகனரங்கம், சப்-இன்ஸ்பெக்டர், 753 இவர்கள் எல்லோருக்கும் ஒன்றும் புரியவே இல்லை. சிறிது நேரம் அப்படியே அசையாமல் திகைத்துப்போய் இருந்தார்கள்.

பிறகுதான் அந்தப் பையன் பேச ஆரம்பித்தான். மதுரநாயகத்தின் காலைக் கட்டிப் பிடித்துக்கொண்டே, "ஐயோ! நான் ஒரு குற்றமும் செய்யவில்லையே! என்னைத் திருடன் என்கிறார்களே!" என்று கண்ணீர் விட்டுக் கதறியபடி கூறினான்.

உடனே முதலாளி மோகனரங்கம், 'டேய், நீ திருடன் இல்லாமலிருக்கலாம். ஆனால், கடிகாரமும் பேனாவும் உனக்கு எப்படிக் கிடைத்தன? அந்த ரமணிப் பயல் தானே உன்னிடம் தந்து விற்கச் சொன்னான்?" என்று கேட்டுவிட்டு, சப்-இன்ஸ்பெக்டரைப் பார்த்து, "சார், அந்த ரமணிப் பயல் நீங்கள் சொன்ன மாதிரி பெரிய ஆளே தான். எங்கள் கடிகாரத்தையும் பேனாவையும் விற்பதற்கு ஒரு கூட்டாளி சேர்த்துவிட்டான். பார்த்தீர்களா?" என்றார்.

உடனே சப்-இன்ஸ்பெக்டர், "அப்படியானால் இவன் ரமணி இல்லையா! அவன் கூட்டாளிதானா" என்று சந்தேகத்துடன் கேட்டார்.

"ஐயையோ! ரமணியா! அவன் யார்? சத்தியமாகச் சொல்லுகிறேன். அவனை எனக்குத் தெரியவே தெரியாதே!" என்று தேம்பிக் கொண்டே கூறினான் அந்தப் பையன். அவன் கண்கள் பொலபொலவென்று கண்ணீரைச் சொரிந்தன.

இவ்வளவு நேரம் மௌனமாயிருந்த மதுரநாயகம் கீழே குனிந்து அவன் கைகளைப் பிடித்துத் தூக்கி நிறுத்தினார். 'ஆனந்தா, அழாதே! நீ திருச்சியிலிருந்து எப்படி வந்தாய்? பேனாவும் கடிகாரமும் உனக்கு எப்படிக் கிடைத்தன? ஒன்றும் புரியவே இல்லையே!" என்று கேட்டார்.

இதைக் கேட்டதும் இந்நேரமாக ஒன்றும் புரியாமல் விழித்துக் கொண்டிருந்த சப்-இன்ஸ்பெக்டர், "என்ன மிஸ்டர் மதுரநாயகம், உங்களுக்கு இந்தப் பையனை முன்பே தெரியுமா?" என்று ஆச்சரியத்துடன் கேட்டார்.

"தெரியாமல் என்ன? இவன் என் சொந்த அக்காளுடைய பிள்ளையேதான்!" என்றார் மதுரநாயகம்.

"அடடே, உங்கள் அக்காள் மகனா?... ஆமாம். திருட்டுப் போன பேனாவும், கடிகாரமும் இவனிடம் எப்படி வந்து சேர்ந்தன?" என்று வியப்புடன் கேட்டார் மோகனரங்கம்.

"அதுதானே தெரியவில்லை!" என்று கூறிவிட்டு அந்தப் பையனைப் பார்த்து, "ஏண்டா ஆனந்தா! பேனாவையும் கடிகாரத்தையும் உனக்கு யார் கொடுத்தது? உண்மையை ஒளிக்காமல் சொல்" என்றார் மதுரநாயகம்.

"சொல்லுகிறேன், மாமா! கேளுங்கள். ஒரு வருஷத்துக்கு முன்பு நீங்கள் திருச்சிக்கு- எங்கள் வீட்டுக்கு வந்தபோது, தங்க மூடி போட்ட எவர்-ஷார்ப் பேனா ஒன்றைக் கொண்டு வந்தீர்களே, ஞாபகம் இருக்கிறதா? அதைப் பார்த்ததும், 'எனக்கும் இதேபோல் ஒரு பேனா வேண்டும்' என்று நான் உங்களைக் கேட்டேன். அதற்கு நீங்கள், இது நம் நாட்டில் கிடைக்காது. கிடைத்தாலும், யானை விலை, குதிரை விலையாக இருக்கும். இது சிங்கப்பூரில் இருந்தல்லவா

வந்திருக்கிறது? பெரியப்பா பிள்ளை சேகர் வாங்கி எனக்கு அன்பளிப்பாக அனுப்பியிருக்கிறார்' என்று சொன்னீர்கள்.

சொன்னீர்கள். இதுவும் உங்களுக்கு நன்றாக நினைவில் இருக்கும். நீங்கள் திருச்சியை விட்டுப் போனது முதல், எனக்கும் அந்த மாதிரி ஒரு பேனா வேண்டுமென்று தினமும் என் அம்மாவை நச்சரிக்க ஆரம்பித்தேன்.

என் தொந்தரவு பொறுக்க முடியாமல், அம்மா உடனே சேகர் மாமாவுக்கு ஒரு கடிதம் போட்டாள். கடிதம் போட்ட ஒரு மாதத்தில், அங்கிருந்து கப்பலில் வந்த ஒருவர் மூலம் சேகர் மாமா பேனாவை அனுப்பி வைத்தார். அது நீங்கள் வைத்திருந்தது போலவே இருந்தது. உங்கள் பேனாவின் மேல் எழுதியிருந்தது போலவே அந்தப் பேனாவிலும் 'சேகர் அன்பளிப்பு' என்று எழுதியிருந்தது.''

ஆனந்தன் இதைக் கூறிக் கொண்டிருக்கும்போதே, முதலாளி மோகனரங்கம் குறுக்கிட்டு, "அப்படியானால் அந்தக் கடிகாரம் எப்படி வந்தது?'' என்று கேட்டார்.

உடனே ஆனந்தன், "அதையும் சொல்லிவிடுகிறேன். நான் எட்டாம் வகுப்புப் பரீட்சை எழுதியிருந்தேன். பரீட்சையில் தேறினால், ஒரு கைக்கடிகாரம் வாங்கித் தருவதாக என் அப்பா சொல்லியிருந்தார். கைக் கடிகாரத்தை எப்படியும் வாங்கிவிட வேண்டுமென்று ஆசைப்பட்டேன். அந்த ஆசையில் ஒரு குற்றம் செய்து விட்டேன். அன்று பரீட்சை முடிவை அறிவித்தார்கள். அந்த முடிவுப்படி நான் தேறவில்லை; தோல்வியே அடைந்தேன்! ஆனாலும் வீடு சென்றதும், அப்பாவிடம் உண்மையைக் கூறவில்லை. சிரித்துக் கொண்டே, அப்பா! நான் 'பாஸ்' ஆகிவிட்டேன்' என்று புளுகினேன். அப்பா அதை நம்பி விட்டார். உடனே என்னைக் கடைக்கு அழைத்துப் போய் எனக்குப் பிடித்த ஒரு கைக்கடிகாரத்தை வாங்கித் தந்தார். வீடு வந்ததும், என்னைப் பார்த்து, 'ஆனந்தா! நீ தேர்ச்சி பெற்றதை ஆனந்தமாகக் கொண்டாட வேண்டுமல்லவா? அதற்காக இன்று இரவு ஒரு

விருந்துக்கு ஏற்பாடு செய்யச் சொல்லியிருக்கிறேன். நீ இப்போதே போய் உனக்கு மிகவும் வேண்டிய நண்பர் களிடம் சொல்லி வைத்துவிடு. இரவு அவர்களுடன் குதூகலமாகச் சாப்பிடலாம்' என்றார். அதைக் கேட்டதும், எனக்குப் 'பகீர்!' என்றது. நண்பர்களை அழைத்து வந்தால், என் குட்டு வெளிப்பட்டுவிடுமே!' என்று பயந்தேன். அழைத்து வராவிட்டாலும், அப்பா விட மாட்டார். என்ன செய்வது? தர்ம சங்கடமான நிலையில் நான் சேர்த்து வைத்திருந்த ஐந்து ரூபாயை எடுத்துக் கொண்டு அன்று இரவே ரயில் ஏறி இங்கு வந்து சேர்ந்து விட்டேன்..

ஆனந்தன் அதற்குள், முதலாளி மோகனரங்கம், "அப்படியானால், நீ வைத்திருந்தது என் கடிகாரம் இல்லையா!" என்று மிகுந்த ஏமாற்றத்தோடு கேட்டார்.

முழுவதையும் கூறி முடிக்கவில்லை. உடனே சப்-இன்ஸ்பெக்டர் மேஜை அறைக்குள்ளிருந்த கடிகாரத்தை எடுத்து மேஜை மேல் வைத்தார். அதை எடுத்துப் பார்த்துவிட்டு, "ஊஹூம், இது இல்லை. இது சைமன் வாட்ச். என்னுடையது ஹோமர் வாட்ச். இதைவிட விலை அதிகம். அது அந்த ரமணியிடம் தான் இருக்கும்" என்று சொன்னார் மோகனரங்கம்.

"சரி ஆனந்தா, இங்கே வந்ததும், நீ என்ன செய்தாய்? ஏன் என் வீட்டுக்கு வரவில்லை? விலாசம் தெரியாதா?" என்று கேட்டார் மதுரநாயகம்.

"வீட்டு விலாசம் தெரியாத போனால் என்ன? நாடக சபா பெயர்தான் தெரியுமே! விசாரித்துக் கொண்டு வந்து விட மாட்டேனா, மாமா? ஆனாலும் ரயிலை விட்டு இறங்கியதும், உங்களிடம் வர தயக்கமாகவே இருந்தது.

நான் ஏன் வந்தேன் என்று நீங்கள் கேட்பீர்கள். நடந்ததைச் சொன்னால், நான் செய்தது உங்களுக்குப் பிடிக்காது. கோபித்துக்கொள்வீர்கள். ஏதேனும் ஒரு பொய்யைச் சொல்லி ஏமாற்றினாலும், ஒன்றிரண்டு நாட்களில் உண்மை தெரிந்து

போகும். என்னைக் காணோமென்று அப்பா உங்களுக்குத் தந்தி கொடுத்துவிட்டால், என் ஏமாற்று வேலை தெரிந்து போகும்! அப்போது நீங்கள் கோபித்துக் கொள்வதுடன் மறு ரயிலிலே என்னை ஊருக்குத் திருப்பி அனுப்பிவிடுவீர்கள். குஷியாக ஊரைச் சுற்றிப் பார்க்க முடியாது என்றுதான் வீட்டுக்கு வரவில்லை. ரயில் கட்டணம் போக மீதமிருந்த சில்லறையும் இரண்டு நாளில் கரைந்துவிட்டது. மூன்றாவது நாள்- அதுதான் இன்றைக்குக் காலையிலே 'பணத்துக்கு என்ன செய்வது?' என்று யோசித்தேன். உடனே, என் கையிலிருந்த கடிகாரமும், பையிலிருந்த பேனாவும் நினைவுக்கு வந்தன. கடிகாரத்தை விற்க என் மனம் இடம் கொடுக்கவில்லை. அது அப்பா காசு கொடுத்து வாங்கித் தந்தது. அதனாலே அதை விற்று விட்டால், அப்பாவுக்கு விஷயம் தெரியும்போது அதிகமாக ஆத்திரப்படுவார். ஆனால், பேனா இலவசமாக வந்ததுதானே! அதனாலேதான் அதைக் கொண்டு போய் ஒரு மார்வாரி கடையிலே விற்கப் போனேன். அந்தச் சமயம் பார்த்து ஒரு போலீஸ் காரர் வந்து என்னைத் திருடன் என்று நினைத்துப் பிடித்துக் கொண்டார். நான் எவ்வளவோ சொல்லிப் பார்த்தேன். அவர் கேட்கவில்லை. நல்ல வேளை; மாமா, நீங்களாவது இப்பொழுது வந்தீர்களே! இல்லாதபோனால், ஜெயிலிலே கிடந்து செத்தே போயிருப்பேன்" என்று கண்கலங்கக் கூறினான் ஆனந்தன்.

"ஆனந்தா, அழாதே! கண்ணைத் துடை. உன் அப்பா எவ்வளவு நல்லவர்! அவரையே நீ ஏமாற்றப் பார்த்தாய். அதனால் தான் இந்தத் துன்பமெல்லாம். இனிமேல் இப்படிச் செய்யாதே!'' என்று எச்சரித்தார் மதுரநாயகம்.

"மாமா, சத்தியமாய்ச் சொல்லுகிறேன். இனி இப்படிச் செய்யவே மாட்டேன்; செய்ய நினைக்கவும் மாட்டேன்'' என்று உணர்ச்சியுடன் கூறினான் ஆனந்தன்.

பிறகு மதுரநாயகம் சப்-இன்ஸ்பெக்டரைப் பார்த்து, ''சார், இவன் கூறியதெல்லாம் உண்மை தான். இவனைத் தயவு

செய்து விட்டுவிடுங்கள். எல்லாம் அந்த ரமணியால் வந்த தொல்லைதான்!'' என்று அலுத்துக்கொண்டார்

போலீஸார் பிடித்து வந்த பையன் ரமணி இல்லை என்று தெரிந்ததும், முதலாளி மோகனரங்கம், ''நல்ல வேடிக்கை! புலியைப் பிடிக்கப் புறப்பட்டுப் போனவன், எலியைப் பிடித்துக்கொண்டு இறுமாப்போடு வந்தானாம்! அந்தக் கதையாகத்தான் இருக்கிறது'' என்று கூறிவிட்டு, சப்-இன்ஸ்பெக்டரைப் பார்த்து, ''சார், அந்த ரமணிப் பயலை விடக்கூடாது. அவன் மகா அயோக்கியன்! சுலபமாய்க் கிடைக்க மாட்டான்'' என்றார்.

''உங்களுக்கு அந்தக் கவலையே வேண்டாம். அவன் எங்கிருந்தாலும் கூடிய சீக்கிரம் கொண்டுவந்து விடுவோம்'' என்று தைரியம் சொன்னார் சப்-இன்ஸ்பெக்டர்.

பிறகு மதுரநாயகம் சப்-இன்ஸ்பெக்டரிடம் இருந்த ஆனந்தனின் கைக்கடிகாரத்தையும், பேனாவையும் வாங்கிக் கொண்டு, ''நாங்கள் வருகிறோம், சார். கொஞ்சம் கவனம் இருக்கட்டும்'' என்று கூறிவிட்டுப் புறப்பட்டார். முதலாளி மோகனரங்கமும், ஆனந்தனும் பின்தொடர்ந் தனர்.

மூவரும் காரில் ஏறி நாடகக் கொட்டகைக்குச் சென்றார்கள்.

அங்கே சென்றதும் முதல் வேலையாகத் திருச்சியிலுள்ள அத்தானுக்கு மதுரநாயகம் ஒரு தந்தி கொடுத்தார். அதில், 'ஆனந்தன் சென்னைக்கு வந்திருக்கிறான். இன்று இரவே திருப்பி அனுப்புகிறேன்' என்று அறிவித்தார். அறிவித்தபடி, அன்று இரவு வண்டியிலேயே ஆனந்தனை ரயில் ஏற்றி அனுப்பிவைத்தார்.

8. கண்ணாடி அறை

இரண்டு நாட்கள் எப்படியோ ஓடிவிட்டன. இன்னும் ரமணியைப் பற்றிய தகவலே இல்லை. மூன்றாவது நாள் காலை மணி பன்னிரண்டு இருக்கும். மானேஜர் மதுர நாயகம் நாடகசபாவை விட்டுப் புறப்பட்டார். நேராக எழும்பூரிலுள்ள போலீஸ்-கமிஷனர் ஆபீஸிற்குச் சென்றார்.

என்ன விஷயம்? ரமணியைப் பற்றி ஏதாவது தகவல் வந்ததா? அதெல்லாம் இல்லை. சபா விஷயமாகத்தான் அங்கு சென்றார். நாடக சபாவுக்கு ஒரு வருஷத்துக்குத்தான் முதலிலே 'லைசென்ஸ்' கொடுத்திருந்தார்கள். அதை இன்னொரு வருஷத்துக்குப் புதுப்பிக்க வேண்டுமென்று பத்து நாட்களுக்கு முன்பு மனுக் கொடுத்திருந்தார் மதுர நாயகம். போலீஸ், கமிஷனர் அனுமதி கொடுத்து விட்டா ராம். ஆனாலும், லைசென்ஸ் கைக்கு வரவில்லை அதை வாங்கிக் கொண்டு வரவே நேராகப் புறப்பட்டார் மதுர நாயகம்.

போலீஸ்-கமிஷனர் ஆபீஸின் வெளிவாயிலைத் தாண்டி உள்ளே சென்றார். சிறிது தூரம் சென்றதும், இடது பக்கமாக இருந்த அறை அவரது கவனத்தைக் கவர்ந்தது அது ஒரு கண்ணாடி அறை. அதன் உள்ளே சைக்கிள், கடிகாரம், குல்லாய், பூட்டு, புத்தகம் இப்படிப் பல சாமான்கள் இருந்தன. அறையின் வெளிப்பக்கத்தில் ஒரு போர்டு தொங்கிக் கொண்டிருந்தது. அதில் 'காணாமல் போன சாமான்கள் அறை' என்று எழுதப்பட்டிருந்தது.

ஒருவர் வழியிலே ஒரு சாமானைத் தவறுதலாகப் போட்டுவிட்டுப் போய்விடுகிறார் என்று வைத்துக் கொள்வோம். அது வேறொருவர் கைக்குக் கிடைக்கிறது. அவர் யோக்கியமானவர் சாமானுக்குச் சொந்தக்காரரிடம் கொடுத்துவிட நினைக்கிறார். ஆனால், சொந்தக்காரர் யார் என்று தெரியவில்லை. உடனே பக்கத்திலுள்ள போலீஸ்

ஸ்டேஷனில் கொடுத்து அதன் சொந்தக்காரரிடம் சேர்க்கச் சொல்லுகிறார். அங்கிருந்து அந்தச் சாமான் போலீஸ் கமிஷனர் ஆபீஸிற்கு வருகிறது. அதைக் கண்ணாடி அறையில் வைக்கிறார்கள்; சாமானுக்குச் சொந்தக்காரர் கண்ணில் பட வேண்டுமென்றுதான் அப்படி வைக்கிறார்கள். இதே போல், திருடர்களிடமிருந்து பறி முதல் செய்த சாமான்களில் சில இங்கே வருவதும் உண்டு. திருடனுக்கு யாரிடமிருந்து எடுத்தோம் என்பது சரியாகத் தெரியாது. சாமானைப் பறிகொடுத்தவரும் போலீஸில் 'ரிப்போர்ட்' கொடுத்திருக்க மாட்டார். யாரிடம் சாமானைக் கொடுப்பது? கொடுப்பதற்கு வழி இல்லாததால், அதையும் கண்ணாடி அறையில் வைத்து விடுகிறார்கள்.

இப்படிப் பல சாமான்கள் வைக்கப்பட்டிருந்த அந்தக் கண்ணாடி அறையின் அருகே சென்று ஒவ்வொன்றாகப் பார்த்துக்கொண்டே வந்தார் மதுரநாயகம். இருந்தாற் போலிருந்து, "ஆ! அதோ இருக்கிறதே என் பேனா" என்று அவர் வாய் விட்டுக் கூறிக்கொண்டே ஆவலோடு உற்றுப்பார்த்தார்.

ஆம், அது அவருடைய பேனாவேதான்! தங்க மூடி போட்டிருக்கிறது. அடிப்பாகம் கறுப்பாயிருக்கிறது. மேலே 'சேகர் அன்பளிப்பு' என்றும் எழுதப்பட்டிருக்கிறது. சந்தேகமே இல்லை. அவருடையதேதான்! ஆனால், அது எப்படி அங்கே வந்தது? அதுதான் மதுரநாயகத்துக்குச் சிறிதும் புரியவே இல்லை.

கண்ணாடி அறைக்குள் பேனாவைக் கண்டதும் முதலாளியின் கைக்கடிகாரமும் அங்கே இருக்கிறதா என்று தேடிப் பார்த்தார் மதுரநாயகம். அது அங்கே இல்லை. "நமது பேனா எப்படி இங்கு வந்தது? ஒருவேளை ரமணியிடமிருந்து பிடுங்கியிருப்பார்களோ! அப்படியானால், அது ஏன் இங்கு வரவேண்டும்?" என்றெல்லாம் யோசனை செய்தார். சரியாக விளங்கவில்லை.

‘சரி, எதற்கும் உடனே போய் விசாரித்துப் பார்க்கலாம் என்று எண்ணித் திரும்பினார். அப்போது அங்கே ஒரு போலீஸ்காரர் வந்தார். ஒரு விஷயம் என்று தமது ஆள்காட்டி விரலை நீட்டிக் கொண்டே அந்தப் போலீஸ் காரரின் அருகே சென்றார்.

“என்ன விஷயம்?” என்று கேட்டார் போலீஸ்காரர். "காணாமற்போன என்னுடைய பேனா ஒன்று இந்தக் கண்ணாடி அறையில் இருக்கிறது. இது சம்பந்தமாக நான் யாரைப் பார்க்க வேண்டும்?” என்று கேட்டார் மதுரநாயகம்.

உடனே அந்தப் போலீஸ்காரர் மதுரநாயகத்தை அழைத்துக்கொண்டு ஓர் அறைக்குள்ளே சென்றார். அங்கிருந்த அதிகாரியைக் காட்டி, "இவரிடம்தான் கேட்க வேண்டும்” என்றார்.

மதுரநாயகம் அந்த அதிகாரியின் முன்னால் போய் “வணக்கம்” என்றார். உடனே அவர் எதிரிலே இருந்த நாற்காலியில் உட்காரச் சொன்னார். மதுரநாயகம் உட்கார்ந்ததும், “என்ன விஷயமாக வந்தீர்கள்?” என்று அதிகாரி கேட்டார்.

“போன செவ்வாய்க்கிழமை சாயங்காலம் என்னுடைய எவர்-ஷார்ப் பேனா காணாமல் போய்விட்டது. அது இப்போது இங்குள்ள கண்ணாடி அறையில், காணாமல் போன சாமான்களுடன் இருக்கிறது. அது எப்படி இங்கே வந்தது என்பது தெரியவில்லை. அதை நான் திரும்பப் பெற வேண்டுமானால் என்ன செய்ய வேண்டும்? தயவு செய்து சொல்ல முடியுமா?” என்று கேட்டார் மதுரநாயகம்.

“எப்போது காணாமல் போனது, எங்கிருந்து காணாமல் போனது, அது உங்களுடையதுதான் என்பதற்கு ஏதாவது ஆதாரம் காட்ட முடியுமா என்பதையெல்லாம் விவரமாக எழுதிக் கொடுங்கள். நான் உடனே எந்தப் போலீஸ் ஸ்டேஷனிலிருந்து அந்தப் பேனா வந்ததோ, அங்கு உங்கள் மனுவை அனுப்புகிறேன். அவர்கள் விசாரிக்க வேண்டியவர்களை விசாரித்துத் தகவல் அனுப்புவார்கள்.

பிறகு உங்களுக்குக் கடிதம் அனுப்புவோம். நீங்கள் வந்து பேனாவைப் பெற்றுக் கொள்ளலாம்'' என்றார் அதிகாரி.

''இப்போதே மனு எழுதித் தரலாமா?'' என்றார் மதுர நாயகம்.

''எழுதிக் கொடுங்களேன். வெள்ளைக் காகிதம் வேண்டுமா?''

"வேண்டாம் சார், என்னிடம் லெட்டர் பேப்பர் இருக்கிறது. அதில் எழுதித் தருகிறேன்'' என்று கூறி விட்டு, கையிலிருந்த தோல் பையைத் திறந்தார் மதுரநாயகம். உள்ளேயிருந்து அவருடைய பெயர், விலாசம் அச்சிட்ட கடிதக் காகிதத்தை எடுத்தார். அதில் பேனாவின் அடையாளம், அது எங்கிருந்து எப்போது காணாமல் போனது என்ற விவரம், திருடிப் போன ரமணியின் அங்க அடையாளங்கள் முதலியவற்றைக் குறிப்பிட்டார். அத்துடன் அந்தப் பேனா சிங்கப்பூரிலிருந்து பார்சலில் வந்தது என்றும், சேகர் என்பவர் பேனாவைப் பற்றி எழுதிய கடிதம் தம்மிடம் இருக்கிறது என்றும் எழுதிக் கொடுத்தார்.

மதுரநாயகம் கொடுத்த மனுவை அதிகாரி ஒரு முறை படித்துப் பார்த்தார். பிறகு அங்கிருந்த ஒரு புத்தகத்தை எடுத்துப் புரட்டிப் பார்த்தார். அதில் பேனா எந்தப் போலீஸ் ஸ்டேஷனிலிருந்து வந்தது என்ற விவரம் இருந்தது. உடனே அவர், ''சரி, இதை நான் இன்றைக்கே அந்தப் போலீஸ் ஸ்டேஷனுக்கு அனுப்பி வைக்கிறேன். நாளைக் காலையில் இது அங்கே போய்ச் சேரும். நாளை சாயங்காலம் நீங்கள் அங்கே போய்ப் பாருங்களேன். அந்தப் போலீஸ் ஸ்டேஷன் எங்கே இருக்கிறது என்று தெரியுமா? உங்கள் நாடகக் கொட்டகைக்குச் சிறிது தூரத்தில் ஒரு போஸ்ட் ஆபீஸ் இருக்கிறதே அதன் பக்கத்தில் தான் இருக்கிறது. நீங்கள் நேரில் போனால் இன்னும் ஏதாவது விவரம் கேட்டுத் தெரிந்து கொள்ளலாம்'' என்றார்.

''சரி, சரி! நான் வருகிறேன்'' என்று கூறி அவரிடம் விடைபெற்றுக்கொண்டு லைசென்ஸ் விஷயத்தையும்

முடித்துக்கொண்டு நேராக நாடக சபாவுக்கு வந்தார் மதுரநாயகம்.

சபாவுக்கு வந்ததும், கமிஷனர் ஆபீஸில் பேனாவைக் கண்டது, மனு எழுதிக் கொடுத்தது முதலிய விவரங்களை முதலாளியிடம் கூறினார். உடனே முதலாளி, "புரிந்து விட்டது, புரிந்துவிட்டது?" என்றார். 'என்ன புரிந்து விட்டது?" என்று வியப்புடன் கேட்டார் மதுரநாயகம்.

"நீங்கள் உங்கள் வீட்டிற்குப் பக்கத்திலிலுள்ள போலீஸ் ஸ்டேஷனில் ரிப்போர்ட் கொடுத்திருக்கிறீர்கள். ஆனால் ரமணிப் பயல் நம் நாடகக் கொட்டகைக்குப் பக்கத்தில் உள்ள போலீஸ் ஸ்டேஷனில் சிக்கிக் கொண்டிருக்க வேண்டும். இந்தப் பட்டணத்தில் தான் B, B-1, B-2, B-3, B-4, என்று ஆரம்பித்து K, K-1, K-2, K-3, K-4, வரை கிட்டத்தட்ட ஐம்பது போலீஸ் ஸ்டேஷன்கள் இருப்பதாகத் தெரிகிறதே! ரமணியை இந்தப் போலீஸ் ஸ்டேஷனுக்குப் பிடித்து வந்தபோது அவன் கையில் பேனா மட்டுமே இருந்திருக்க வேண்டும். கடிகாரத்தை அவன் எங்கோ ஒளித்து வைத்திருக்க வேண்டும் அல்லது விற்றிருக்க வேண்டும். 'இந்தப் பேனா யாருடையது?' என்று கேட்டிருப்பார்கள். அவன் உள்ளதைச் சொல்லியிருக்க மாட்டான். சொன்னால் தான் உடனே இங்கு கூட்டிக் கொண்டு வந்திருப்பார்களே! அப்போது அவனுக்கு எப்படி இருக்கும்? அவமானமா யிருக்குமல்லவா? அது மட்டுமா? நானும் என் கடிகாரத்தைப் பற்றிக் கேட்காமல் விடுவேனா? அதற்கும் பதில் சொல்லி ஆக வேண்டுமே? அதனால், பேனா எங்கோ வழியில் கிடந்ததாக அவன் சரடு விட்டிருப்பான்..."

முதலாளி மோகனரங்கம் இப்படிக் கூறிக்கொண்டிருக்கும் போதே, "அப்படியானால்... கீழே கிடந்ததாகக் கூறி என் பேனாவைப் போலீஸில் கொடுத்துவிட்டு ரமணி தப்பித்துக்கொண்டிருப்பானோ!" என்றார் மதுரநாயகம்.

“யார் கண்டது? ஒருவேளை அவன்மீது சந்தேகப் பட்டு அடைத்துவைத்திருந்தாலும் இருக்கலாம். எதற்கும் நாளை சாயங்காலம் கட்டாயம் போய்ப் பார்த்து விடுங்கள். அந்த ரமணிப் பயல் அங்கே இருந்தால் என் கடிகாரத்தைப் பற்றியும் கேளுங்கள். மறந்து விடாதீர்கள்!” என்றார் மோகனரங்கம்.

மறுநாள் மாலை மணி நாலு இருக்கும். மானேஜர் மதுரநாயகம் புறப்பட்டுத் தபாலாபீஸ் அருகேயுள்ள போலீஸ் ஸ்டேஷனுக்குச் சென்றார். அங்கே சென்றதும், சப்-இன்ஸ்பெக்டரிடம் விஷயத்தைக் கூறினார்.

"ஓஹோ! அது நீங்கள்தானா? ஆமாம், நீங்கள் சொல்வதற்கும், பேனாவைக் கொடுத்த ஆசாமி சொல்வதற்கும் சம்பந்தமே இல்லையே!” என்று கூறினார் சப்-இன்ஸ் பெக்டர்.

“அது எப்படி சார் இருக்கும்? திருடிக்கொண்டு வந்தவன் உண்மையையா சொல்லுவான்?”

“ஆத்திரப்படாதீர்கள்! இப்போது பேசாமல் வீட்டுக்குப் போங்கள். நாளைக் காலையில் நான் ஆள் அனுப்புகிறேன். அப்போது வந்தால் விவரமாகப் பேசி முடிவு செய்யலாம்” என்று கூறினார் சப்-இன்ஸ் பெக்டர்.

“சார், பேனாவைக் கொடுத்தது யார்? அவன் எங்கே இருக்கிறான்?”

“அதெல்லாம் இப்போது சொல்லக்கூடாது. சொன்னால், உடனே நீங்கள் போய் அந்த ஆசாமியைப் பார்த்து, உங்களுக்குச் சாதகமாகப் பேசச் சொல்லிவிட்டால் என்ன செய்வது?” என்று சற்றுக் கடுமையாகக் கூறினார் போலீஸ் சப்-இன்ஸ்பெக்டர்.

“சரி சார், உங்கள் ஆள் வந்ததும் நாளைக்கு வருகிறேன்” என்று கூறிவிட்டுப் புறப்பட்டு வந்தார் மதுரநாயகம்.

நாடக சபா முதலாளியும், கமலாதேவியும் விஷயத்தைக் கேட்டதும், "சரி, நாளை எப்படியும் அந்தப் பயல் அகப்பட்டுக்கொள்வான். சந்தேகமே இல்லை!" என்று முடிவு கட்டிவிட்டார்கள்.

9. நல்ல மறதி!

மறுநாள் காலை மானேஜர் மதுரநாயகம் போலீஸ் ஸ்டேஷனிலிருந்து தகவல் வருமா, வருமா என்று எதிர் பார்த்துக் கொண்டேயிருந்தார்.

பிற்பகல் மணி ஒன்று இருக்கும். அப்போது சைக்கிளில் ஒரு போலீஸ்காரர் வந்தார். அவரைக் கண்டதும், "யார் வேண்டும்?" என்று கேட்டார் மதுரநாயகம்.

'நாடக சபா மானேஜரை சப்-இன்ஸ்பெக்டர் கையோடு அழைத்துவரச் சொன்னார்' என்றார் போலீஸ்காரர்.

"நான் தான் மானேஜர். காலையிலிருந்து எதிர்பார்த்துக் கொண்டிருந்தேன். இதோ நேராக வருகிறேன்" என்றார் மதுரநாயகம்.

"சீக்கிரம் வாருங்கள். நான் முன்னால் போய்ச் சொல்லுகிறேன்" என்று கூறிவிட்டு சைக்கிளில் திரும்பிவிட்டார் போலீஸ்காரர்.

மதுரநாயகம் சப்-இன்ஸ்பெக்டர் அறைக்குள்ளே நுழைந்ததும் அங்கே ஒருவர் உட்கார்ந்திருப்பதைக் கண்டார். அவர் உயரமாக, நல்ல சிவப்பாக இருந்தார். கதர் ஜிப்பா அணிந்திருந்தார். அவர் ஏதேனும் வேறு வேலையாக வந்திருப்பார் என்று நினைத்தார் மதுர நாயகம். ஆனால், சப்-இன்ஸ்பெக்டர் அவரைச் சுட்டிக் காட்டி, "என்ன மிஸ்டர் மதுரநாயகம், இவரை உங்களுக்குத் தெரியுமா?" என்று கேட்டார்.

மதுரநாயகம் அவரை ஏற இறங்க ஒரு முறை பார்த்தார். பார்த்துவிட்டு, "அடிக்கடி பார்த்ததில்லை. சமீபத்தில் எங்கோ பார்த்த மாதிரி இருக்கிறது..." என்று இழுத்தார்.

உடனே சப்-இன்ஸ்பெக்டர் அந்த மனிதரிடம், மதுர நாயகத்தைக் காட்டி, “இவரை உங்களுக்குத் தெரிகிறதா?” என்று கேட்டார்.

“சந்தேகமில்லை சார்! அந்த மனிதர் இவரேதான்! கண்ணாடி அணிந்திருக்கிறார். சுருட்டை மயிர், அரை மீசை. சிவப்பு நிறம், வலது கையில் கிருஷ்ணன் பொம்மை போட்ட மோதிரம்- எல்லாம் அப்படி அப்படியே இருக்கின்றன. நான் அன்றைக்கு எழுதிக் கொடுத்ததில் கூட இதையெல்லாம் குறிப்பிட்டிருக் கிறேனே!” என்றார் கதர் ஜிப்பாக்காரர்.

உடனே சப்-இன்ஸ்பெக்டர் ஜிப்பாக்காரரைப் பார்த்து, “ஏனய்யா! நீர் எழுதிக்கொடுத்திருப்பதெல்லாம் பொய்யாம்! உம்மைத் திருடன் என்றும், திருடன் சொல்லுவது உண்மையாக இருக்க முடியாதென்றும் இவர் சொல்லுகிறாரே!” என்றார் சிரித்துக்கொண்டே.

உடனே அவர், "நானாவது, திருடவாவது! யார் திருடன்? இது நல்லதுக்கே காலமில்லை” என்று ஆத்திரத்தோடு கூறினார்.

"ஐயையோ! நான் உங்களைத் திருடன் என்று சொல்லவே இல்லையே!” என்று கதறினார் மதுரநாயகம்.

அதைக் கேட்டதும், சப்-இன்ஸ்பெக்டர், "சரி, அதெல்லாம் இருக்கட்டும். இப்போது நான் கேட்பதற்குப் பதில் சொல்லுங்கள். நீங்கள் போஸ்டாபீஸிற்கு அடிக்கடி போவதுண்டா?” என்று கேட்டார்.

"இல்லை. அவசரமான வேலை இருந்தால் தான் போவேன் “என்று பதிலளித்தார் மதுரநாயகம்.

“சமீபத்தில் எப்போதாவது நீங்கள் போனது உண்டா?”

“சென்ற செவ்வாய்க்கிழமை பிற்பகல் என் அம்மாவுக்கு மணியார்டர் செய்யப் போனேன்.

“உடனே மணியார்டர் செய்துவிட்டுத் திரும்பி விட்டீர்களா? அல்லது காத்திருந்தீர்களா?”

“க்யூ வரிசையில் சுமார் அரை மணி நேரம் காத்திருந்தேன்."

"காத்திருந்து உங்கள் முறை வந்ததும் மணியார்டர் செய்தீர்கள். அப்படித்தானே?”

“இல்லை. மணியார்டர் செய்யப்போன சமயம் எங்கள் சபா முதலாளி அவசரமாக என்னை அழைத்து வரச் சொன்னதாக ஒரு பையன் ஓடிவந்து சொன்னான். உடனே நான் மணியார்டர் செய்யாமலே திரும்பி விட்டேன்.”

“க்யூவில் நிற்கும்போது யாராவது உங்களிடம் பேனாக் கேட்டதுண்டா?"

இதைக்கேட்டதும், மதுரநாயகம் உடனே பதில் சொல்லவில்லை. சிறிது நேரம் யோசனையில் ஆழ்ந்தார். பிறகு, "அடே! இப்போதுதான் ஞாபகத்துக்கு வருகிறது, சார்! அப்போது ஒருவர் மணியார்டர் பாரம் பூர்த்தி செய்ய வேண்டுமென்று பேனாக் கேட்டார். கொடுத்தேன். திரும்பி வாங்குவதற்குள் அந்தப் பையன் வந்து கூப்பிட்டு விட்டான்...!” என்று சொல்லிவிட்டு, மேலும் ஏதோ சொல்லப் போனார்.

அதற்குள் அந்த சப்-இன்ஸ்பெக்டர், "யாரிடம் பேனாவைக் கொடுத்தீர்கள்? அந்த ஆள் பத்துப் பேருக்கு நடுவிலே வந்து நின்றால், அவரைக் கண்டுபிடிக்க முடியுமா?” என்று கேட்டார்.

உடனே மதுரநாயகம். “அவர் இவர் தானோ...” என்று சந்தேகத்துடன் பக்கத்திலிருந்த ஜிப்பாக்காரரை உற்றுப் பார்த்தார். பார்த்துவிட்டு, “சார் சார், இவராகத்தான் சார் இருக்க வேண்டும்!” என்றார் உறுதியான குரலில்.

"இவராகத்தான் இருக்க வேண்டுமா! நல்ல மனிதரய்யா நீங்கள்! பேனாவை இவரிடம் கொடுத்துவிட்டு எவனோ ஒரு சிறுவன் மீது பழி போட்டுவிட்டீர்களே! பாவம்!' என்று அனுதாபப்பட்டார் சப்-இன்ஸ்பெக்டர்.

"பாவம், சார்! அந்த ரமணி மிகமிக நல்லவன் என்று தெரிகிறது. எல்லாம் இந்த மறதியால் வந்த வினைதான்!" என்று வருத்தப்பட்டார், மதுரநாயகம்.

"ஆமாம். நான் பாரத்தைப் பூர்த்தி செய்துவிட்டு நிமிர்ந்து பார்த்தேன். உங்களைக் காணோம்! தபாலாபீஸ் முழுவதும் தேடுதேடு என்று தேடினேன். பேனாவோ விலை உயர்ந்தது. சாதாரணப் பேனாவைக்கூடச் சிலர் தரமாட்டார்கள். நீங்கள் முன்பின் அறியாத என்னை நம்பி அந்த உயர்ந்த பேனாவைத் தந்தீர்கள். நம்பிக்கைத் துரோகம் செய்யலாமா? பேனாவின் மேலே பெயர் இருக்கிறதா என்று பார்த்தேன். 'சேகர் அன்பளிப்பு' என்று மட்டுமே இருந்தது "யார் அந்த சேகர்?" என்பது எனக்குத் தெரியுமா? யோசித்துப் பார்த்தேன். கடைசியில், இந்தப் போலீஸ் ஸ்டேஷனில் கொண்டுவந்து கொடுத்து சொந்தக்காரரிடம் சேர்த்துவிடச் சொன்னேன். அப்போது, பேனா என் கைக்கு எப்படி வந்தது என்பதை விவரமாக எழுதிக் கொடுத்திருக்கிறேன்" என்றார் ஜிப்பாக்காரர்.

இதைக் கேட்டதும், "நீங்கள் மிகவும் தங்கமானவர், சார். இல்லாத போனால், தங்கமூடி போட்ட என் பேனாவை இப்படிக் கொண்டு வந்து கொடுப்பீர்களா? வேறொருவராயிருந்தால், பேனா திரும்பியே வராது! ரமணிதான் திருடிவிட்டான் என்று சொல்லிக் கொண்டே இருப்போம். நல்ல காலம். உங்கள் பெயர் என்ன சார்?" என்று கேட்டார் மதுரநாயகம்.

அந்தக் கேள்விக்கு சப்-இன்ஸ்பெக்டரே பதில் சொன்னார்.

"இவர் பெயரா? தங்க மூடி போட்ட உங்கள் பேனாவைக் கொண்டுவந்து தந்த இவர் பெயரே தங்கவேலு தான்! சரி, இப்போது உங்கள் சந்தேகமெல்லாம் தெளிவாகி விட்டதல்லவா? அது மதுரநாயகத்தின் பேனாதான். போஸ்டாபீஸில் தங்கவேலுவிடம் கொடுத் ததைத் திருப்பி வாங்காமல் அவசர வேலையாகப் போய்விட்டார். யாரிடம் கொடுப்பது என்று தெரியாததால், தங்கவேலு இங்கு கொண்டுவந்து கொடுத்துவிட்டார். மதுரநாயகம், மறதியால் தமது வீட்டில் இருந்த ரமணிதான் திருடி விட்டான் என்று நினைத்துப் போலீஸில் தகவல் கொடுத்தார். இப்போது, அவர் தவறை உணருகிறார். 'பேனா அவருடையதுதான். அவரிடமே திருப்பிக் கொடுத்துவிடலாம்' இதே போல் போலீஸ் கமிஷனர் ஆபீஸிற்கு எழுதி அனுப்பிவிடுகிறேன். மிஸ்டர் மதுரநாயகம், இன்னும் இரண்டு, மூன்று நாட்களில் உங்களுக்குக் கமிஷனர் ஆபீஸிலிருந்து கடிதம் வரும். அதை நேராக எடுத்துக் கொண்டு போய்க் காட்டினால் பேனாவைத் தருவார்கள். என்ன, சரிதானா?'' என்று கேட்டார்.

''சரி சார். உங்களுக்கு அதிக சிரமம், மிஸ்டர் தங்கவேலுவுக்கும் அதிக சிரமம் கொடுத்துவிட்டேன். மன்னிக்க வேண்டும்'' என்று கூறிவிட்டு, அவர்களிடம் விடை பெற்றுக்கொண்டு புறப்பட்டார் மதுரநாயகம். அப்போது சரியாக மணி இரண்டரை. மதுரநாயகத்துக்கு நல்ல பசி. ஆனாலும், அவர் பசியைத் தீர்த்துக்கொள்ள நேராக வீடு செல்லவில்லை. வீட்டுக்குச் சிறிது தூரத்தில் உள்ள போலீஸ் ஸ்டேஷனை நோக்கியே வேகமாகச் சென்றார். ரமணி பேனாவைத் திருடிக்கொண்டு ஓடிப்போய்விட்டதாக பாஸ்கரனும் மதுரநாயகமும் அங்குதான் ரிப்போர்ட் கொடுத்திருந்தார்கள்.

அந்தப் போலீஸ் ஸ்டேஷனை அடைந்ததும், நேராக சப்-இன்ஸ்பெக்டரின் அறைக்குள்ளே வேகமாகச் சென்றார். செல்லும்போதே, ''சார், சார்! பேனா சம்பந்தமாக ஒரு

ரிப்போர்ட் கொடுத்திருந்தோமே...'' என்று தமது பேச்சை ஆரம்பித்தார்.

உடனே அந்த சப்-இன்ஸ்பெக்டர் குறுக்கிட்டு, ''ஆமாம், கவலையே வேண்டாம். சீக்கிரத்திலே அவன் சிண்டைப் பிடித்துக் கொண்டுவந்துவிடுவார்கள். நாலா பக்கமும் ஆட்களை அனுப்பியிருக்கிறேன்'' என்றார்.

''இல்லை சார், அந்த ரிப்போர்ட்டை வாபஸ் வாங்கத் தான் நான் ஓடோடி வருகிறேன்'' என்றார், மதுரநாயகம். ''ஏன்? அந்தப் பையனே நேராக உங்களிடம் பேனாவைக் கொண்டுவந்து கொடுத்து சரணாகதி அடைந்து விட்டானோ!'' என்று வியப்புடன் கேட்டார், சப்- இன்ஸ்பெக்டர்.

"இல்லை சார்'' என்று ஆரம்பித்து நடந்ததைக் கூறினார், மதுரநாயகம். அதைக் கேட்ட சப்-இன்ஸ்பெக்டர், ''நல்ல வேடிக்கைதான்! உங்கள் பேச்சை நம்பி நாலு பக்கமும் ஆட்களை அனுப்பியிருக்கிறேன். இப்போது நீங்கள் இப்படிச் சொல்லுகிறீர்களே! ஒருவருக்கு மறதி இருக்கலாம். ஆனாலும் இப்படிப்பட்ட விஷயங்களில் எல்லாமா மறதி!'' என்று கொஞ்சம் கடிந்து கொண்டார். பிறகு "நல்லகாலம். உடனேயே நீங்கள் வந்து சொன்னீர்களே! இல்லாதபோனால் என் ஆட்கள் தேடுதேடன்று தேடிக்கொண்டேயிருப்பார்கள். வீண் அலைச்சலாகப் போயிருக்கும். சரி, இது சம்பந்தமாக இனி எந்தவித முயற்சியும் எடுக்க வேண்டாமென்று சொல்லிவிடுகிறேன்'' என்றார்.

மதுரநாயகம் அங்கிருந்து புறப்படும் போது மணி மூன்று. வழக்கமாக இரண்டு மணிக்குச் சபாவுக்கு அவர் வந்துவிடுவார். அதனால், ''சரி, இனிமேல் வீட்டுக்குப் போனால் நேரமாகிவிடும். பேசாமல் இப்படியே சபாவுக்குத் திரும்பிவிட வேண்டியதுதான்'' என்று அங்கிருந்தபடியே நாடக சபாவுக்கு வந்துவிட்டார்.

முதலாளியிடம் நடந்ததைச் சொன்னதும் அவர்... ''மனுஷனுக்கு மறதி இருக்கிறதுதான். ஆனாலும், இந்த

மாதிரியா? நாலைந்து நாட்களாக உங்கள் வேலையைக் கெடுத்து, என் வேலையையும் கெடுத்து, போலீஸ்காரர் வேலையையும் நீங்கள் கெடுத்துவிட்டீர்களே!" என்று சிறிது கோபமாகப் பேசினார்.

“பாவம், ரமணியைத் திருடன் என்று சந்தேகப்பட்டு விட்டோமே!" என்று வருத்தத்தோடு கூறினார் மதுர நாயகம்.

"உங்கள் பேனாவைத் திருடாததால், அவன் பரம யோக்கியனாக்கும்! அன்றைக்குப் பட்டுத் துணியை எடுத்து ஒளித்து வைத்தானே. அது என்னவாம்?”

மதுரநாயகம் பதில் எதுவும் கூற விரும்பவில்லை. பேசாமல் தமது அறைக்குச் சென்றுவிட்டார்.

10. ரகசியம்

இரவு வீடு சென்றதும், "நாலு மணி வரை காத்திருந்தேன். ஏன் மத்தியானம் சாப்பிட வரவில்லை?" என்று கேட்டாள் கமலாதேவி. நடந்ததை விவரமாகக் கூறினார் மதுரநாயகம்.

"என்ன, இது நிஜமா! ஒரு வேளை - நாம் போலீஸில் தகவல் கொடுத்தது ரமணிக்குத் தெரிந்து, அவனே அந்தத் தங்கவேலு என்கிறவரிடம் பேனாவைக் கொடுத்து இதுமாதிரி செய்யச் சொல்லி இருப்பானோ..." என்றாள், கமலாதேவி.

"கமலா, ஏன் இப்படி அர்த்தமில்லாமல் பேசுகிறாய்? நானே போஸ்டாபீஸில் தங்கவேலுவிடம் பேனாவைக் கொடுத்திருக்கும் போது, ரமணி எப்படி அதை எடுத்துக் கொண்டிருப்பான்?"

'நீங்கள் இல்லாதபோது ரமணி இங்கே வந்ததால் தான் நான் சந்தேகப்பட்டேன். இங்கே வந்தவன் உங்களையும் பார்க்கவில்லை; என்னையும் பார்த்து ஒன்றும் சொல்ல வில்லை; உடனே திரும்பிவிட்டான். ஏன் திரும்பினான் என்று யோசித்துப் பார்த்தேன். பேனாவைக் காணோம் என்றதும், அவன் தான் எடுத்திருப்பான் என்று நினைத்தேன். இந்த மாதிரி சந்தர்ப்பத்தில் யாருக்கும் அப்படித்தானே நினைக்கத் தோன்றும்? கிணற்றிலே போட்ட சாமானைக் குளத்திலே தேடுவது போல் போஸ்டாபீஸில் இரவல் கொடுத்த பேனாவை அறையிலிருந்து தொலைந்து போய்விட்டதாகச் சொன்னீர்களே! அதுமட்டும் குற்றமில்லையா? சரி, இதுதான் இப்படியாகி விட்டது. அந்தப் பட்டுத் துணி விஷயம் என்னவாம்? எனக்கு என்னவோ அவன் நல்லவனாகத் தெரியவே இல்லை" என்று கூறினாள்.

"ஆமாம்! உனக்கு எப்பொழுதும் சந்தேகம்தான். உன்னைப் பார்த்துப் பார்த்து எனக்கும் சந்தேகப் பேய் பிடித்துவிட்டது.

அதனால் வீண் அலைச்சலும், மனக் கஷ்டமும்தான் ஏற்பட்டுவிட்டன" என்றார் அவர்.

"ஆமாம்! இப்பொழுது அப்படித்தான் சொல்லுவீர்கள்! முதலில் நீங்களும் சேர்ந்துதானே திருட்டுப் பட்டம் அவனுக்குக் கட்டினீர்கள்? அப்பொழுதே உங்களுக்கு இந்த விவேகம் இருந்திருக்க வேண்டும்." என்று கோபத்துடன் கூறிவிட்டு அந்த இடத்தைவிட்டுப் போய் விட்டாள் கமலாதேவி. அவளுக்கு அதற்கு மேல் பேச விருப்பமில்லை.

இரவு மணி பத்து இருக்கும். சாப்பிட்டு விட்டுப் படுத்த மதுரநாயகத்துக்குத் தூக்கமே வரவில்லை. ரமணியைப் பற்றியே யோசித்துக் கொண்டிருந்தார். "ரமணி எவ்வளவு நல்லவன்! அவன் என்னிடத்தில் எவ்வளவு அன்பாக, பிரியமாக இருந்தான்! எப்படிக் கண்ணியமாகப் பழகினான்! சொந்தத் தம்பி கூட அவ்வளவு மதிப்பும் மரியாதையும், பாசமும் வைத்திருக்க மாட்டானே! வீணாக அவனைத் திருடன் என்று கூறி முதலாளி விரட்டி விட்டாரே! இப்பொழுது அவன் எங்கே இருக்கிறானோ! வழக்கம் போல் இந்த மாதமும் சம்பளம் வாங்கியதும் என்னிடம் தந்து விட்டானே! இப்போது அவன் கையிலே தம்படி கூட இருக்காதே! என்ன பண்ணுவான்? எப்படிக் காலம் தள்ளுவான்?" என்று எண்ணி எண்ணி ஏங்கிக் கொண்டிருந்தார்.

அவர் படும் அவதியைக் கண்டு கமலாதேவி, "மணி பத்துக்கு மேலாகிறது. இன்னும் தூங்காமல் இருக்கிறீர்களே; சொந்த மகனைப் பிரிந்தவர்கள் கூட இப்படி வேதனைப் படமாட்டார்களே!" என்று அங்கலாய்த்தாள், ஆனால், அவள் வார்த்தைகள் மதுரநாயகத்தின் காதில் ஏறினால்தானே?

சிறிது நேரம் சென்றது. படுத்திருந்த அவர் திடீரென்று எழுந்து உட்கார்ந்தார். "ஐயோ! ரமணி மிகவும் ரோஷக் காரனாயிற்றே! இப்படி வீண் பழி சுமத்தியதை நினைத்து விபரீதமாக அவன் ஏதாவது செய்து கொண்டால்...?" என்று நினைத்துக்

கலங்கினார். உடனே அவருடைய இரண்டு கைகளும் ஒன்று சேர்ந்தன. கூப்பிய கைகளுடன், "கடவுளே, ரமணி உயிரோடு இருக்க வேண்டும். விபரீதமாக எதுவும் நடந்துவிடக்கூடாது" என்று கண்களை மூடிப் பிரார்த்தித்தார்.

அதே சமயம், யாரோ கதவு தட்டும் சத்தம் கேட்டது. "சார்! சார்!" என்ற குரலும் அதைத் தொடர்ந்து வந்தது.

உடனே மதுரநாயகம் படுக்கையை விட்டு எழுந்தார். வேகமாகச் சென்று வெளிக் கதவைத் திறந்தார். அங்கே ஒரு சிறுவன் நின்று கொண்டிருப்பது அவருக்குத் தெரிந்தது.

அவன் யார் என்பது இருட்டிலே சரியாகத் தெரியவில்லை..

உடனே, "யாரது? ரமணியா!" என்று ஆவலாகக் கேட்டார், மதுரநாயகம்.

உடனே. "இல்லை, சார்! நான் கோவிந்தன். நாடகக் கொட்டகையில் வெற்றிலை பாக்குக்கடை வைத்திருக் கிறாரே பரமசிவம், அவருடைய பிள்ளை" என்றான் அந்தச் சிறுவன்.

இந்தப் பதிலைக் கேட்டதும், மதுரநாயகத்துக்கு ஏமாற்றமாகப் போய்விட்டது. ஆனாலும், சமாளித்துக் கொண்டு, "அடடே, கோவிந்தனா! என்னப்பா விஷயம்? இந்த நேரத்தில் எங்கு வந்தாய்?" என்று கேட்டார்

"உங்களிடம்தான் சார் ரமணியைப் பற்றி ஒன்று சொல்ல வேண்டும்..."

"என்ன! ரமணியைப் பற்றியா? என்ன சொல்ல வேண்டும்? சீக்கிரம் சொல்லு, தம்பி!"

"ரகசியமான விஷயம், சார்! யாருக்கும் தெரியக் கூடாது!"

‘‘அப்படியானால், உள்ளே வா. அறைக்குள்ளிருந்து பேசுவோம்’’ என்று கூறி, கோவிந்தனைத் தம்முடைய அறைக்குள்ளே அழைத்துச் சென்றார், மதுரநாயகம்.

உள்ளே சென்றதும், ‘‘அந்த ரகசியம் என்ன? உடனே சொல்; கேட்கலாம்" என்று மதுரநாயகம் மிகவும் ஆவலோடு கேட்டார்.

‘‘சொல்கிறேன். ஆனால், நான் சொன்னதாக மட்டும் வெளியிலே சொல்லி விடாதீர்கள்’’ என்று பீடிகை போட்டுக்கொண்டு கோவிந்தன் சொல்ல ஆரம்பித்தான்:

"இன்று நாடகம் முடிந்த பிறகு 'மேக்-அப் மேன்' ஸ்ரீகண்டன் இருக்கிறாரே அவரும், திரை இழுக்கிற துரைசாமியும் எங்கள் கடைக்கு வந்தார்கள். ஸ்ரீகண்டன் ஒரு சீப்பு வாழைப் பழத்தை வாங்கித் துரைசாமியிடம் கொடுத்து, 'துரைசாமி, இப்போது இதை வைத்துக் கொள். வேறொரு சந்தர்ப்பத்திலே நிறையத் தருகிறேன்’ என்றார். உடனே துரைசாமி ‘எனக்கு இது எதற்கு? ஐந்து ரூபாய் தருவதாகச் சொல்லி, ஒரு சீப்பு வாழைப் பழத்தோடே சரிக்கட்டப் பார்க்கிறாயே!' என்று சிறிது கோபமாகக் கூறிவிட்டு ஸ்ரீகண்டனிடமே வாழைப் பழச் சீப்பைத் திருப்பிக் கொடுத்தார். ஸ்ரீகண்டன் விடவில்லை. ஏதேதோ சமாதானம் சொன்னார். அவர்கள் பேச்சு சுவராஸ்யத்தில் நான் இருந்ததைக் கூடக்கவனிக்கவில்லை. ஆனால். நான் மட்டும் அவர்கள் என்ன பேசுகிறார்கள் என்று அவர்களுக்குத் தெரியாதபடி கவனித்துக்கொண்டு தான் இருந்தேன். அவர்கள் பேசியதிலிருந்து நான் என்ன தெரிந்து கொண்டேன் என்பதைச் சொல்லி விட்டாலே, உங்களுக்கு எல்லாம் புரிந்துவிடும்!

மேக் அப் மேன் ஸ்ரீகண்டனுக்கு ஒரு மைத்துனன் இருக்கிறானாம். அவன் பத்தாவது வரை படித்திருக்கி றானாம். ரமணி வேலைக்கு வருவதற்கு முதல்நாள் ஸ்ரீகண்டன் முதலாளியைப் பார்த்து மைத்துனனுக்கு ஒரு வேலை வேண்டுமென்று சொன்னாராம். முதலாளி,

‘ஆபீஸ் பையன் ஞானமுத்து ஒரு வார லீவில் ஊருக்குப் போனவன் இரண்டு வாரமாகியும் இன்னும் வரவில்லை. இன்னும் இரண்டு நாட்கள் பொறுத்துப் பார்க்கிறேன். அவன் வராமல் போனால், உன் மைத்துனனுக்கு அந்த வேலையைக் கொடுத்து விடலாம்' என்று சொன்னாராம். அவர் அப்படிச் சொன்ன மறுநாளே நீங்கள் ரமணியைக் கொண்டு வந்து வேலையில் சேர்த்து விட்டீர்களாம். இது ஸ்ரீகண்டனுக்கு மிகுந்த ஏமாற்றத்தைக் கொடுத்து விட்ட தாம். இப்போது, பத்துப் பதினைந்து நாட்களுக்கு முன்பு, திரும்பவும் மைத்துனனுக்கு வேலை வேண்டுமென்று ஸ்ரீகண்டன் கேட்டாராம். 'இப்போது வேலை காலி இல்லை. காலி ஏற்பட்டால் கட்டாயம் வேலை தருகிறேன்' என்று முதலாளி சொன்னாராம். 'காலி ஏற்பட என்ன வழி?' என்று ஸ்ரீகண்டன் யோசித்திருக்கிறார். ஒரு குருட்டு வழி தோன்றியிருக்கிறது. அதைத் துரைசாமியிடம் சொல்லி, ‘உனக்கு ஐந்து ரூபாய் தருகிறேன். வேலையை ரகசியமாக முடித்துவிடு' என்று ஆசை காட்டியிருக்கிறார். துரைசாமி அவர் சொன்னபடி அறைக்குள்ளிருந்த பட்டுத் துணியைச் சாப்பாட்டு நேரம் பார்த்து ஜன்னல் வழியாக எடுத்திருக்கிறார்; அதை டிக்கெட் அறைக்குள் ஒளித்து வைத்துவிட்டு, நீங்கள் தபாலாபீஸ் போன சமயம் பார்த்து, ‘ரமணிதான் எடுத்து ஒளித்து வைத்திருக்கிறான்!' என்று கதை கட்டி விட்டிருக்கிறார். உடனே முதலாளி அவர் பேச்சை நம்பிவிடுவார்; ரமணியைப் பிடித்து வெளியே அனுப்பிவிடுவார் என்று நினைத்தே அப்படிச் செய்தார்கள். அவர்கள் நினைத்தபடிதான் நடந்தது. ஆனாலும், முக்கியமானது எதுவோ அது மட்டும் நடக்க வில்லை!” -இப்படிக் கூறிச் சிறிது நேரம் நிறுத்தினான் கோவிந்தன். இதுவரை மூச்சுவிடாமல் பேசினானே, கொஞ்சம் ஓய்வு வேண்டாமா அவனுக்கு?

உடனே மதுரநாயகம், “அடடே, விஷயம் இப்படியா! இதிலும் ரமணிக்கு அநியாயம் செய்துவிட்டோமே!" என்று வருத்தத்துடன் கூறிவிட்டு, “ஆமாம், முக்கியமான ஒரு

காரியம் மட்டும் நடக்கவில்லை என்றாயே, அது என்ன?'' என்று கேட்டார்.

''அதையும் சொல்லாமல் விடுவேனா? ரமணியை- எந்த நேரத்தில் முதலாளி வெளியே பிடித்துத் தள்ளினாரோ, அதே நேரத்தில் ஸ்ரீகண்டனின் மைத்துனன் மாமரத்திலிருந்து கீழே விழுந்து வலது கை முறிந்துவிட்டதாம். அதனால் அவனுக்கு வேலை கொடுக்க முடியவில்லை!'' என்றான் கோவிந்தன்.

"கோவிந்தா, நீ சிறு பையனாக இருந்தாலும், பலே கெட்டிக்காரனாக இருக்கிறாயே! நீ இதை உடனே வந்து சொன்னது மிகவும் நல்லதாகப் போய்விட்டது'' என்றார் மதுரநாயகம்.

"சொல்லாமல் படுத்திருந்தால் எனக்குத் தூக்கமே வந்திருக்காது சார்! ரமணி தங்கமானவன் சார்! அவன் இல்லாதது என்னவோபோல் இருக்கிறது.''

"சரி கோவிந்தா, உனக்கு நேரமாகிறது. வீட்டுக்குப் போ."

"இதோ போகிறேன் சார்! நான் சொன்னதாக மட்டும் ஸ்ரீகண்டனுக்கும் துரைசாமிக்கும் தெரிய வேண்டாம்!'' என்று கூறிவிட்டுக் கிளம்பிச் சென்றான் கோவிந்தன்.

மறுநாள் பொழுது விடிந்தது. மதுரநாயகம் விரைந்து எழுந்தார். முகத்தைக் கழுவிக்கொண்டு நேராக முதலாளி மோகனரங்கத்தின் வீட்டுக்குச் சென்றார். அவரைப் பார்த்துக் கோவிந்தன் சொன்னதை அப்படியே சொன்னார். சொன்னவுடனே முதலாளியோசனையில் இறங்கிவிட்டார்.

''என்ன, யோசிக்கிறீர்களே! ரமணியைச் சேர்ப்பதற்கு முன்னால் ஸ்ரீகண்டன் தன் மைத்துனனைப் பற்றிச் சொன்னது உண்மைதானா?" என்று மதுரநாயகம் கேட்டார்.

''உண்மைதான்.''

“திரும்பவும் பத்துப் பதினைந்து தினங்களுக்கு முன்பு, மைத்துனன் வேலை விஷயமாக அவன் உங்களைக் கேட்டானா?” என்று வினவினார்.

“ஆமாம். அதுவும் உண்மைதான்.”

“அப்படியானால் கோவிந்தன் சொன்னது எல்லாமே உண்மையாகத்தான் இருக்கும்” என்றார்.

"மதுரநாயகம்! இப்போது நீங்கள் வீட்டுக்குப் போங்கள். சபாவுக்கு வந்ததும் இதை விசாரிக்கிறேன்” என்றார் முதலாளி.

“சரி சார்! ஆனால் பக்குவமாக விசாரிக்க வேண்டும். கோவிந்தன் பெயரை மட்டும் நீங்கள் வெளிப்படுத்தி விடக் கூடாது” என்று கூறிவிட்டு மதுரநாயகம் வீடு திரும்பினார்.

சபாவுக்கு வந்ததும், முதல் வேலையாக ஸ்ரீகண்டனை அழைத்து வரச் சொன்னார் முதலாளி. ஸ்ரீகண்டனுக்கு உள்ளூர நடுக்கம்! ஆனாலும், அதை வெளியில் காட்டிக் கொள்ளாமல் முதலாளியின் எதிரே வந்து நின்றான். முதலாளி சிரித்துக் கொண்டே கேட்டார்: 'என்ன ஸ்ரீகண்டன், உன் வீட்டில் யாரோ ஒரு பையன் இருப்ப தாகச் சொன்னாயே...

“ஆமாம், சார்! அவன் என் மைத்துனன் தான்!”

"ஓஹோ! அந்தப்புரத்துச் சொந்தம்! அப்படித் தானே?”

“ஆமாம், சார்!”

“ரமணிக்குப் பதில் இப்போது ஒரு பையன் தேவை. உடனே போய் அவனை அழைத்து வருகிறாயா?”

“இன்றைக்கே அழைத்து வரவேண்டுமா? அல்லது...."

“ஏன், அவன் ஊரில் இல்லையா?”

"இருக்கிறான்; ஆனாலும், அவன் வலது கை முறிந்து போயிருக்கிறது. மாமரத்திலிருந்து கீழே விழுந்துவிட்டான். குணமாகக் குறைந்தது இரண்டு மாதங்கள் ஆகுமாம்!''

“அடடே! எப்போது அவன் கை முறிந்தது?''

“போன செவ்வாய்க்கிழமை சார்!''

“பாவம், அவனுக்கு வேலை கொடுக்கலாமென்று நினைத்தேன். இப்படி ஆகிவிட்டதே.

“எல்லாம் என் துர் அதிர்ஷ்டம் சார்! இப்போது அவன் கை முறியாதிருந்தால், அவனுக்கு வேலை கிடைத்திருக்கும்!''

"ஆமாம். அவனுக்கும் வேலை கிடைத்திருக்கும். துரைசாமிக்கும் சுளையாக ஐந்து ரூபாய் கிடைத்திருக்கும். ஒரு சீப்பு வாழைப் பழத்தோடு போயிருக்காது!''

"இதைக் கேட்டதும், ஸ்ரீகண்டனுக்குத் தூக்கி வாரிப் போட்டது. என்ன சார் இது! ஏதோ ஐந்து ரூபாய் என்கிறீர்கள்; வாழைப்பழம் என்கிறீர்கள். எனக்கு ஒன்றும் புரியவே இல்லையே!''

"புரியவே இல்லையா! டேய், யாரிடம் கதை அளக்கிறாய்? எல்லாம் எனக்குத் தெரியும். ரமணியைத் துரத்தி விட்டு, அவனுக்குப் பதில் உன் மைத்துனனைச் சேர்த்து விட நீயும் துரைசாமியும் சேர்ந்து செய்த சூழ்ச்சி எனக்கா தெரியாது? ஸ்ரீகண்டா, உண்மையை ஒளிக்காதே நடந்தது முழுவதையும் அப்படி அப்படியே துரைசாமி கூறி விட்டான்!''

“என்ன! துரைசாமி கூறிவிட்டானா! அட பாவிப் பயலே, சொன்னபடி ஐந்து ரூபாய் தரவில்லையே என்ற ஆத்திரமா உனக்கு?'' என்று அலறினான் ஸ்ரீகண்டன்.

துரைசாமி உண்மையைச் சொல்லிவிட்டதாக முதலாளி சொன்னாரே, அது உண்மையல்ல! அப்படிச் சொன்னால் தான் ஸ்ரீகண்டன் வழிக்கு வருவான் என்று நினைத்தே அவ்விதம்

சொன்னார். அவர் நினைத்தபடியே நடந்தது. ஸ்ரீகண்டன் சொல்லி முடித்ததும் துரைசாமியை அழைத்து வரச் சொன்னார் முதலாளி. அவன் வந்ததும், "என்ன துரைசாமி, நீயும் ஸ்ரீகண்டனும் போட்ட திட்டம் எப்படி இருக்கிறது?" என்று கேட்டார்.

"என்ன முதலாளி சொல்லுகிறீர்கள்?" என்று ஒன்றுமே தெரியாதவன் போல் கேட்டான் துரைசாமி.

"ஏன், நான் சொன்னது புரியவில்லையா? ஜெர்மன் பாஷையிலோ, லத்தீன் பாஷையிலோ நான் சொல்ல வில்லையே! தமிழில் தானே சொன்னேன்?.... ஓஹோ! சும்மா கேட்டால் நீ சொல்வாயா? ஒரு சீப்பு வாழைப் பழம் வாங்கிக் கொடுத்தால் கூடச் சொல்ல மாட்டாயே! ஐந்து ரூபாய் தந்தால், உடனே சொல்லிவிடுவாய், இல்லையா?" என்று கோபத்துடன் கேட்டார் முதலாளி.

துரைசாமி விழித்தான்.

"பட்டுத் துணியை எடுத்து ஒளித்து வைக்க ஐந்து ரூபாய் லஞ்சம்! அப்படித்தானேடா அயோக்கியப் பயலே! நீயும் இந்த ஸ்ரீகண்டனும் சேர்ந்து ரமணிக்குத் திருட்டுப் பட்டம் வாங்கிக் கொடுத்துவிட்டீர்களே! நீங்கள் உருப்படுவீர்களா? ஐயோ! ரமணியின் மனம் என்ன பாடுபடும்? உங்கள் சூழ்ச்சியை அறியாமல் நான் அவன் கழுத்தைப் பிடித்துத் தள்ளி விட்டேனே!" என்று கண் கலங்கக் கூறினார் முதலாளி. அருகிலே நின்று. நடந்ததைக் கவனித்துக் கொண்டிருந்த மதுரநாயகத்தின் கண்களிலிருந்து நீர் சொட்டுச் சொட்டாக வழிந்தது. 'இப்போதாவது ரமணி திருடனல்ல என்பதை முதலாளி உணர்ந்தாரே' என்று நினைத்து அவர் ஆறுதல் அடைந்தார்.

"மதுரநாயகம், உடனே இவர்கள் இருவருக்கும் சம்பளத்தைக் கணக்குப் பார்த்துக் கொடுத்து வீட்டுக்கு அனுப்புங்கள். இனி ஒரு நிமிஷங்கூட இவர்கள் இங்கே இருக்கக்கூடாது. இருந்தால், நம் சபாவுக்கே அவமானம்" என்று கண்டிப்பாகக்

கூறிவிட்டார் முதலாளி. அன்றே ஸ்ரீகண்டனும், துரைசாமியும் வீட்டுக்கு அனுப்பப் பட்டார்கள்.

11. கடிதம் வந்தது!

அவர்கள் போன பிறகு மதுரநாயகம் தன்னுடைய அறையில் உட்கார்ந்தபடியே, "ரமணி குற்றமற்றவன்; மிகவும் யோக்கியமானவன் என்பது தெளிவாகி விட்டது. ஆனாலும், இப்போது அவன் எங்கே இருக்கிறானோ! கடவுளே! அவன் உயிரோடு இருக்க வேண்டும் சுகமாக இருக்க வேண்டும்'' என்று கூறிக் கொண்டே வலது பக்கத்துச் சுவரில் மாட்டப்பட்டிருந்த கிருஷ்ணன் படத்தைப் பார்த்துக் கும்பிட்டார்.

அப்போது, "சார், இதெல்லாம் உங்களுக்கு'' என்று சொல்லி மேஜைமேல் மூன்று கடிதங்களை வைத்துச் சென்றான் ஒரு வேலைக்காரன்.

மதுரநாயகம் ஒவ்வொரு கடிதமாகப் பார்த்துக் கொண்டே வந்தார். ஒரு கடிதம் அவரது நண்பர் ஒருவர் குற்றாலத்திலிருந்து எழுதியது. மற்றொன்று திருச்சியிலிருந்து அவருடைய அக்கா எழுதியது. மூன்றாவது கடிதத்தை எடுத்ததும் மேலேயிருந்த விலாசத்தைப் பார்த்தார். 'உயர்திரு. டி.வி.மதுரநாயகம் அவர்கள்' என்று மிகவும் மரியாதையாக எழுதப்பட்டிருந்தது. "யாரது இவ்வளவு மரியாதையாக எழுதியிருப்பது!'' என்று கேட்டுக்கொண்டே உறையைக் கிழித்தார்; உள்ளேயிருந்த கடிதத்தை எடுத்தார். படித்துப் பார்த்தார். படிக்கும் போதே அவருடைய முகத்தில் பிரகாசம் தோன்றியது. படித்து முடித்ததும், உள்ளத்தில் ஆனந்தம் பொங்கியது. உடனே அவர் விருட்டென்று இடத்தைவிட்டு எழுந் தார். முதலாளி அறையை நோக்கி அந்தக் கடிதத்துடன் வேகமாகச் சென்றார்.

"சார், சார்! இந்தக் கடிதத்தைப் பாருங்கள் சார்; படித்துப் பாருங்கள் சார்!'' என்று குதூகலமாகக் கூறிக் கொண்டே முதலாளியிடம் அந்தக் கடிதத்தைக் கொடுத்தார். முதலாளியும்

பரபரப்புடன் அக்கடிதத்தை வாங்கிப் படிக்கத் தொடங்கினார்!

முதல் இரண்டு வரிகளைப் படித்ததும், "அடடே, ரமணி எழுதியிருக்கிறானே! என்ன எழுதியிருக்கிறான்?" என்று கூறிக்கொண்டே மேலும் ஆவலோடு படிக்க ஆரம்பித்தார்:

"அன்பே உருவான மானேஜர் ஸார் அவர்களுக்குப் பணிவான வணக்கம்.

அனாதையாகத் திரிந்த என்னை ஆபத்திலிருந்து காப்பாற்றினீர்கள். நாடக சபாவில் வேலைக்கு அமர்த்தினீர்கள். ஆறு மாதமாக வேளா வேளைக்குச் சாப்பாடு போட்டு அன்பாக, அருமையாக வளர்த்தீர்கள். இப்படிப்பட்ட உயர்ந்த குணம் படைத்த உங்களிடம் கடைசியாக நான் ஒரு வார்த்தையைக் கூடச் சொல்லாமல் வந்து விட்டேன். இதை நினைக்க நினைக்க என் நெஞ்சம் மிகவும் வேதனைப்படுகிறது.

நான் பட்டுத் துணியைத் திருடி ஒளித்து வைத்ததை நேரில் பார்த்ததாகத் திரை இழுக்கும் துரைசாமி கூறினார். அவருக்கும் எனக்கும் எவ்வித விரோதமும் இல்லை. அவர் ஏன் அப்படிக் கூறினார் என்பதே எனக்குப் புரியவில்லை! என் குணத்தை நீங்கள் நன்றாக அறிந்தவர்கள்; அதனால், நான் திருடவில்லை என்பது உங்களுக்குத் தெரியும். ஆனால், மற்றவர்களுக்கு எப்படி நிரூபித்துக் காட்டுவது? அதற்கு வழியில்லாததால் நான் திருட்டுப் பட்டம் பெற வேண்டியதாயிற்று!

முதலாளி அவர்கள் என்னை வெளியே பிடித்துத் தள்ளினார்கள். அதற்காக நான் அவர்கள் மீது கோபப்பட வில்லை; ஆத்திரப்படவும் இல்லை. நாடக சபாவில் பல விலை உயர்ந்த சாமான்கள் இருக்கின்றன. அதனால் ஒருவன் மேல் சந்தேகம் ஏற்பட்ட பிறகு, அவனை வைத்துக்கொள்ள மனம் இடம் தராது. அதனால் தான் முதலாளியவர்கள் என்னை வெளியேற்றியிருக்கிறார்கள். அவர்கள் மீது

தவறில்லை சந்தர்ப்பம் என்னைத் திருடனாக்கி விட்டது. ஆனாலும், உண்மையிலே நான் திருடன் அல்ல என்பதை எல்லாரும் அறிய வேண்டும். அறியக்கூடிய காலம் சீக்கிரம் வரவேண்டும் என்ற ஒரே ஒரு ஆசைதான் இப்போது எனக்கு இருக்கிறது.

நான் வேலையில் இருக்கும் போதாவது எனக்குக் கிடைத்த சிறு தொகையாகிய பத்து ரூபாயைத் தங்களிடம் கொடுத்துவிட்டு, வயிறாரச் சாப்பிட்டுக் கொண்டிருந்தேன். இனி அந்தப் பத்து ரூபாய்க்கும் வழியில்லை! உங்களுக்குப் பாரமாகவே இருக்க வேண்டும். அதை நான் விரும்பவில்லை. அன்று இரவு நான் உங்களைப் பார்த்திருந்தால் நீங்கள் நிச்சயமாக என்னைப் போக விடமாட்டீர்கள் என்பது எனக்குத் தெரியும். அதனால் தான் தங்களிடம் சொல்லிக் கொள்ளாமலே வந்து விட்டேன். நான் திருடன் அல்ல என்பது தெளிவாகும் வரை பட்டணத்தில் இருக்கக்கூடாது என்று தீர்மானித்தேன். கால் போனபடி நடந்தேன். சிறிது தூரம் சென்றதும், 'இவ்வளவு நாட்களாக நமக்கு உணவு தந்த அம்மாளிடம் சொல்லாமல் வந்துவிட்டோமே!' என்று நினைத்து வீட்டுக்குச் சென்றேன். ஆனால், அவர்களிடம் எதுவும் சொல்லவில்லை. சொல்ல ஆரம்பித்தால் நேரமாகும்; நீங்களும் வந்து விடுவீர்கள். அப்புறம், என்னைப் போக விடமாட்டீர்கள் என்று நான் நினைத்தேன். நீங்கள் தீபாவளிக்கு வாங்கித் தந்த புதுச் சட்டையை அன்று நான் அணிந்திருந்தேன். அதை அறையில் கழற்றிப் போட்டுவிட்டு, நான் முதன்முதலில் உங்களிடம் வந்த போது அணிந்திருந்த பழைய சட்டையை எடுத்து மாட்டிக்கொண்டு உடனே திரும்பிவிட்டேன்.

அனாதைக்குப் புதுச் சட்டை எதற்கு?

இவ்வளவு நாட்களாக நான் நாணயமாகவே நடந்து வந்திருக்கிறேன். கடவுள் கிருபையால் இனியும் நாணய மாகவே நடக்க விரும்புகிறேன். என்னை இவ்வளவு காலமாக ஆதரித்து வந்த நாடக சபா முதலாளி அவர் களுக்கும்,

உங்களுக்கும், அம்மாளுக்கும் என் பணிவான வணக்கங்கள். மனமார்ந்த நன்றி.

தங்கள் அன்புள்ள,
ரமணி.

கடிதத்தைப் படிக்கும் போதே மோகனரங்கத்தின் முகத்தில் பலவித உணர்ச்சிகள் மாறி மாறித் தோன்றின. படித்து முடித்ததும், கடிதத்தை இப்படியும் அப்படியுமாகத் திருப்பித் திருப்பிப் பார்த்தார். எதையோ அதில் தேடினார். பிறகு “என்ன இது! இக்கடிதத்தி லிருந்து ரமணி எங்கே இருக்கிறான் என்று கண்டு பிடிக்க முடியாது போலிருக் கிறதே! இதில் விலாசத்தையே காணோமே!” என்றார்.

‘அடே! விலாசமே இல்லையா! எனக்கிருந்த ஆனந்தத்தில் அதைக்கூடக் கவனிக்கவில்லை” என்று கூறிவிட்டுக் கடிதத்தை வாங்கி மதுரநாயகமும் பார்த்தார். விலாசம் இல்லை. உடனே அவர் தம்முடைய அறைக்கு ஓடினார், கிழித்துப் போட்ட உறையைத் தரையிலிருந்து எடுத்தார். அதில் ரமணியின் விலாசம் இருக்கிறதா என்று இருபுறமும் பார்த்தார். காணோம்! உடனே, 'எந்த ஊரிலிருந்து எழுதியிருக்கிறான்! அதையாவது தெரிந்து கொள்ளலாம்' என்று நினைத்துக் கொண்டே தபால் முத்திரையைப் பார்த்தார். தெப்பக்குளம் என்றிருந்தது. உடனே அதை எடுத்துக் கொண்டு முதலாளியிடம் ஓடினார்.

“திருச்சியிலிருந்துதான் அவன் இதை எழுதியிருக்கிறான். இதோ தெப்பக்குளம் தபால் முத்திரை இருக்கிறது” என்று கூறினார்.

“என்ன! அவன் திருச்சியிலா இருக்கிறான்! அங்கே அவனுக்கு யார் இருக்கிறார்கள்?” என்று வியப்புடன் கேட்டார் மோகனரங்கம்.

"யாருமே இருப்பதாகத் தெரிவில்லை. உற்றார் உறவினர் ஒருவருமே இல்லை என்று அவன் அடிக்கடி

சொல்லுவானே!'' என்று கூறினார் நாடக சபா மானேஜர் மதுரநாயகம்.

''பின்னே எதற்காக அங்கே போனான்? எப்படிப் போயிருப்பான்? ரயிலில் காசு கொடுக்காமலே அவன் போயிருப்பானோ....?"

"சேச்சே. அப்படி ரமணி ஒரு நாளும் செய்யமாட்டான். நடந்தே போனாலும் போவானே தவிர, பிறரை ஏமாற்ற நினைக்கமாட்டான்'' என்று உறுதியாகச் சொன்னார் மதுரநாயகம்.

''சரி, சாப்பாட்டுக்கு இத்தனை நாள் வரை என்ன செய்திருப்பான்? அவனோ சிறு பையன். பட்டினி கிடக்க முடியுமா? ஒரு மணி நேரம் தாமதமானால் கூட என்னால் பசியை அடக்க முடியவில்லையே!''

"பாவம், அவன் போய் ஒரு வாரம் ஆகிறதே. என்ன பாடு படுகிறானோ எப்படித் துடிதுடிக்கிறானோ!''

''ரமணி தங்கமான பையன். அப்போதே இரண்டு மூன்று நாட்கள் பொறுத்துப் பார்க்கலாம் என்று சொன்னீர்கள். மிகவும் அவசரப்பட்டு விட்டேன். அவன் இப்போது பட்டினி கிடந்தால் அந்தப் பாவம் என்னைத் தானே சேரும்?... மதுரநாயகம், அவன் இப்போது திருச்சியில் தான் இருப்பான். இல்லையா?'' என்று கேட்டார்.

"அங்கேதான் இருக்க வேண்டும். அதுவும் ஒரு பெரிய நகரம். அங்கு ஏதேனும் வேலை கிடைக்குமா என்று தேடிப் பார்த்துக் கொண்டிருப்பான். ஆனாலும் சுலபத்திலே வேலை கிடைத்துவிடுமா? அவனுடைய தங்கமான குணத்தைப் பற்றிப் பிறருக்கு எங்கே தெரியப் போகிறது?"

'இவ்வளவு நாள் பழகிய நமக்கே தெரியாமல் போய் விட்டதே!... அவனைப் போல் ஒரு பையன் கிடைக்கவே மாட்டான். அவனை எப்படியாவது திரும்பவும் இங்கே

கொண்டு வந்துவிடவேண்டும். ஆனால் ஆபீஸ் பையனாக வேண்டாம்; உங்களுக்கு உதவியாக இருக்கட்டும். சம்பளமும் அதிகமாகக் கொடுக்கலாம்.''

"அது சரி, இப்போது அவனை எப்படிக் கண்டுபிடிப்பது?, ம்... எனக்கு ஒரு யோசனை தோன்று கிறது. அதன்படி செய்தால்...?''

"அது என்ன யோசனை? சொல்லுங்கள், சொல்லுங்கள். சீக்கிரம் சொல்லுங்கள்'' என்று மிகுந்த ஆவலுடன் கேட்டார் முதலாளி.

''இன்று இரவு நாடகம் முடிந்தவுடனே நான் திருச்சிக்குப் புறப்பட்டுப் போகிறேன். எப்படியும்- ரமணியை நாளைக்குள் கண்டுபிடித்துக் கையோடு அழைத்து வந்து விடுகிறேன்" என்ற ஆர்வத்தோடு சொன்னார் மானேஜர் மதுரநாயகம்.

''நீங்களே நேரில் போனால் நல்லதுதான். இருந்தாலும்...'' என்று இழுத்தார் மோகனரங்கம்.

''ஏன்? நான் தான் நாளை இரவே திரும்பிவிடப் போகிறேனே!"

''திருச்சியிலே அவன் எந்த இடத்தில் இருக்கிறான் என்பது நிச்சயமாகத் தெரிந்தால், அவனை அழைத்துக் கொண்டு மறு ரயிலிலே திரும்பி வந்துவிடலாம். ஆனால், தேடியல்லவா கண்டுபிடிக்க வேண்டும்? நாளையே திரும்பி வந்துவிட முடியுமா? சந்தேகம்தான். கூட இரண்டு நாட்கள் ஆனாலும் ஆகும். ஒரு வேளை, ஒரு வாரம் தங்க வேண்டியது வந்தாலும் வரலாம். நீங்கள் போய்விட்டால், நாடகம் எப்படி நடக்கும் என்பதுதான் எனக்குக் கவலையாயிருக்கிறது. மேலும், சீனாவிலிருந்து வருகிறார்களே ஒரு தூது கோஷ்டியார், அவர்கள் நமது குழந்தைகளின் நடிப்பைப் பார்ப்பதற்கு ஏற்பாடு செய்ய வேண்டும். இது என் ஆசை. நீங்கள் இல்லாத போனால், இந்த ஆசை நிறைவேறுமா? அதுதான் யோசிக்கிறேன்!''

இதைக்கேட்டதும் மதுரநாயகம் சிறிது நேரம் யோசனை செய்தார். பிறகு, "சரி, அப்படியானால் எனக்கு இன்னொரு யோசனை தோன்றுகிறது. அதன்படி செய்தால்...?" என்றார்.

'அது என்ன யோசனை?'

"என் அத்தான் தான் திருச்சியில் இருக்கிறாரே! அவருக்கு ரமணியின் அடையாளங்களையெல்லாம் விவரமாக எழுதித் திருச்சி முழுவதும் அவனைத் தேடிப் பார்க்கச் சொன்னால்...?"

"...கிடைத்துவிடுவான் என்கிறீர்கள். சபாஷ்! இப்போதே அவருக்கு ஒரு கடிதம் போடுங்கள். கையோடு எழுதி விடுங்கள். இதனால், அவருக்குக் கொஞ்சம் செலவு வரலாம்; பரவாயில்லை. அதையும் நாம் கொடுத்து விடலாம்."

அன்று மத்தியானம் மதுரநாயகம் சாப்பிடுவதற்காக வீட்டுக்குச் சென்றார். வீட்டிற்குள் நுழையும் போதே, "கமலா! கமலா!" என்று ஆனந்தமாகக் கூப்பிட்டுக் கொண்டே சென்றார்.

"என்ன விஷயம்! நேற்றைக்கு ஒருவர் உங்கள் நாடகத்தைப் பார்க்க வந்தார். அவர் இன்றைக்கு நேரிலே வந்து உங்களை வானளாவப் புகழ ஆரம்பித்து விட்டார். அப்படித்தானே!'

"அது கிடக்கட்டும். அதைவிட இது மிகவும் முக்கியமான விஷயம். ரமணியைப் பற்றி இல்லாததையும், பொல்லாததையும் இவ்வளவு நாளாகச் சொல்லிக் கொண்டிருந்தாயே, அதெல்லாம் எவ்வளவு அநியாயம்! அவன் பட்டுத் துணியை எடுக்கவில்லை என்பது இப்போது நூற்றுக்கு நூறு உண்மையாகி விட்டது

"என்ன ! இதெல்லாம் உண்மைதானா?" என்று சந்தேகத்துடன் கேட்டாள் கமலாதேவி.

''சத்தியம்கூடப் பண்ணச் சொல்லுவாய் போலிருக் கிறதே! இதனால் தான் நேற்று ராத்திரியே இதைப்பற்றி உன்னிடத்திலே சொல்லவில்லை. இல்லாது போனால், அந்தக் கோவிந்தன் சொன்னதையெல்லாம் அப்படியே உன்னிடத்திலே சொல்லியிருக்க மாட்டேனா?'

''கோவிந்தனா! அவன் யார்? என்ன சொன்னான்?''

''நாடகக் கொட்டகையிலே வெற்றிலை பாக்குக் கடை வைத்திருக்கிறாரே, அவருடைய மகன் தான் கோவிந்தன் அவன் நேற்று ராத்திரி நீ சாப்பிடுகிற போது வந்து கதவைத் தட்டினான். கதவைத் திறந்து ''என்ன விஷயம்?'' என்று கேட்டேன். அவன், ரமணியை விரட்ட ஸ்ரீகண்டனும் துரைசாமியும் செய்த சூழ்ச்சியை என்னிடம் ரகசியமாகச் சொன்னான்.'

'அவன் வந்ததாக என்னிடத்திலே நீங்கள் சொல்லவே இல்லையே!'

''சொல்லி என்ன பிரயோசனம்? நீதான் பெரிய சந்தேகப் பிராணியாயிற்றே!'' என்றார் மதுரநாயகம்.

''அவன் என்ன சொன்னான்? விவரமாய்ச் சொல்லுங்களேன்."

மதுரநாயகம் நடந்தது முழுவதையும் ஒன்றுவிடாமல் கமலாதேவியிடம் விரிவாக எடுத்துச் சொன்னார். அதோடு, "இப்போது ரமணியைப் பற்றி முதலாளி என்ன தெரியுமா சொல்லுகிறார்? அவன் எங்கிருந்தாலும் உடனே வரவழைக்க வேண்டுமாம். அவனுக்கு நிறையச் சம்பளம் கொடுத்து, உயர்ந்த உத்தியோகமும் கொடுக்க வேண்டுமாம். அப்போதுதான் அவருடைய மனம் ஆறுதல் அடையுமாம்'' என்றார்.

முழுவதையும் கேட்ட கமலாதேவி, ''அடடே, அப்படியா விஷயம்? நானும் அவசரப்பட்டுவிட்டேன். யோசித்துப் பார்க்கும் போது ரமணி மேல் எந்தவிதமான குற்றமும்

இல்லை என்றே தெரிகிறது. அன்று நீங்கள் எவ்வளவோ சொன்னீர்கள். கேட்காமல் போனேன். ஆமாம், இப்போது ரமணி எங்கே இருக்கிறான்? அவனைப்பற்றி ஏதாவது தகவல் தெரியுமா?'' என்றாள்.

''கடவுள் அருளால் ரமணி உயிரோடுதான் இருக்கிறான். இதோ பார். அவன் தன் கைப்படக் கடிதம் எழுதி யிருக்கிறான். இது திருச்சியிலிருந்து வந்திருக்கிறது என்பது மட்டும் தெரிகிறது. ஆனால், விலாசம்தான் தெரியவில்லை!'' என்று கூறிக் கடிதத்தைக் கமலாதேவி யிடம் கொடுத்தார் மதுரநாயகம்.

கமலாதேவி அதை வாங்கி அவசரம் அவசரமாகப் பிரித்துப் படித்தாள். படித்து முடித்ததும், 'அடே தீபாவளிக்கு நாம் தைத்துக் கொடுத்த சட்டையைக் கழற்றிப் போட்டுவிட்டு, அவனுடைய பழைய சட்டையைப் போட்டுக்கொள்ளத்தான், அவன் அன்றைக்குச் சாயங்காலம் வந்திருக்கிறான். இது தெரியாமல் நான் வீணாகச் சந்தேகப்பட்டு விட்டேன். நான் இவ்வளவு கெடுதல் செய்தும் ரமணி என்னை மறக்கவில்லை. என்னைப் பற்றியும் கடிதத்தில் எழுதியிருக்கிறான். அவனுக்குத்தான் எவ்வளவு பரந்த எண்ணம்?'' என்று கண் கலங்கக் கூறினாள் கமலாதேவி. ''சரி கமலா, நடந்ததை நினைத்து வருந்துவதில் என்ன பயன்! இப்போது அவனைத் தேடிக் கண்டுபிடித்தால் தான் எனக்கு நிம்மதி''

''திருச்சியில் தானே இருப்பதாகச் சொல்லுகிறீர்கள்! நாமும் திருச்சிக்குப் போய் வெகு நாளாகிறது. உங்கள் அக்காளும்தான் அடிக்கடி வரச் சொல்லிக் கடிதம் போடுகிறார்களே! இன்றைக்கே புறப்பட்டுப் போவோம். ரமணியைக் கண்டுபிடித்து அழைத்து வருவோம்... என்ன, யோசிக்கிறீர்கள்?''

''எனக்கும் அந்த மாதிரி ஒரு எண்ணம் முதலிலே இருந்தது. ஆனாலும், இப்போது போக முடியாது போலிருக்கிறது. சீனாவிலிருந்து ஒரு தூதுகோஷ்டி டில்லிக்கு வந்திருக்கிறது.

அடுத்த வாரம் இந்தப் பட்டணத்துக்கும் வருகிறது. அந்தக் கோஷ்டியில் நடிகர்கள், நாட்டியக்காரர்கள் எல்லோரும் இருக்கிறார்களாம். அவர்களை அழைத்துக் குழந்தைகளின் நடிப்பைக் காட்ட வேண்டும் என்பது முதலாளியின் ஆசை. எனக்கும் ஆசைதான். நாடகத்தைப்பார்க்க அவர்களுக்கு எப்போது சௌகரியப்படும் என்பதை இன்னும் ஒன்றிரண்டு நாட்களுக்குள் தெரிந்துகொள்ள வேண்டும். பிறகு அவர்களை வரவேற்க மிகப் பிர மாதமான ஏற்பாடுகளெல்லாம் செய்யவேண்டும். இந்தச் சமயம் நான் இல்லாது போனால் நன்றாயிருக்குமா? இது என் கடமையல்லவா?"

"அப்படியானால், அந்தத் தூது கோஷ்டி நாடகத்தைப் பார்த்துவிட்டுப் போன பிறகுதான், நாம் திருச்சிக்குப் போக வேண்டுமா?"

"அதுவரை ரமணி திருச்சியிலே இருக்கிறானோ என்னவோ! இதை உத்தேசித்துத்தான் என் அத்தானுக்கு விவரமாக ஒரு கடிதம் எழுதி ரமணியைக் கண்டுபிடிக்கச் சொல்லியிருக்கிறேன். அவர் நிச்சயம் கண்டுபிடித்து விடுவார். கடவுள் கிருபையால் அவன் கிடைத்து விடுவான்."

"ஓஹோ! உங்கள் அத்தானுக்கு எழுதிவிட்டீர்களா! சரி, ஒரு வாரம் பொறுத்துப் பார்ப்போம்" என்று கூறினாள் கமலாதேவி.

12. துப்பறியும் சிங்கம்!

மதுரநாயகத்தின் அத்தான் வேதநாயகம் திருச்சியிலே ஒரு பெரிய மருந்துக் கடை வைத்திருக்கிறார். காவேரிக் கரையிலே அவருக்குக் கொஞ்சம் நிலபுலன்களும் இருக் கின்றன. அவரும், அவர் மனைவி கல்யாணி அம்மாளும், மகன் ஆனந்தனும் வசதியாக வாழ்ந்து வருகிறார்கள்.

அன்று வேதநாயகம் வீட்டுக்கு வந்ததும், "இதோ, உங்களுக்கு ஒரு கடிதம் வந்திருக்கிறது. கனமாக இருக்கிறதே!'' என்று கூறி அவர் மனைவி கொடுத்தாள்

"கடிதமா? வீட்டு விலாசத்துக்கு யார் எழுதுகிறார்கள்?'' என்று கேட்டுக் கொண்டே அவர் கடிதத்தைக் கையிலே வாங்கினார். அவருக்கு வரும் எல்லாக் கடிதங்களுமே மருந்துக்கடை விலாசத்துக்குத்தான் வரும். வீட்டு விலாசத்துக்கு மிகவும் அபூர்வமாகவே யாரும் எழுதுவார்கள். மருந்துக் கடையில் வேதநாயகம் மும்முரமாக வியாபாரம் செய்து கொண்டிருப்பார். தினசரி கடிதங்களும் ஏராளமாக வரும். அதனால் கடிதம் முழுவதையும் பொறுமையாகப் படிப்பாரோ, படிக்கமாட்டாரோ என்ற சந்தேகத்தில் தான் வீட்டு விலாசத்துக்கே மதுரநாயகம் எழுதினார். அத்துடன் வீட்டு விலாசத்துக்குக் கடிதம் எழுதினால் அக்காளுக்கும் ஒருவாறு விஷயம் தெரியும்; அவளுடைய தூண்டுதலும் இருக்குமல்லவா?

வேதநாயகம் உறைக்குள் இருந்த எட்டுப் பக்கங் களையும் மிகவும் பொறுமையுடன் படித்தார். படித்து முடித்ததும், "இந்த மதுரநாயகத்துக்கு வேறு வேலை இல்லை'' என்று அலட்சியமாகக் கூறிக்கொண்டே கடிதத்தைத் தொப்பென்று கீழே போட்டார்.

‘‘அப்போது அங்கிருந்த கல்யாணி அம்மாள், என்ன சொல்லுகிறீர்கள்? என் தம்பி அந்தக் கடிதத்தில் என்னதான் எழுதியிருக்கிறான்?’’ என்று கேட்டாள்.

எவனோ ஓர் அனாதைப் பையனாம். அவன் நாடக சபாவிலே வேலை செய்து கொண்டிருந்தானாம். அவனைத் திருடன் என்று நினைத்து வேலையிலிருந்து விலக்கி விட்டார்களாம். ஆனால், அவன் திருடன் இல்லை என்பது இப்போது நிச்சயமாகிவிட்டதாம். அவன் மிகவும் நல்லவனாம். அவன் இப்போது இந்த ஊரில் தான் இருக்கிறானாம். இங்கிருந்து உன் தம்பிக்குக் கடிதம் போட்டிருக்கிறானாம். ஆனால், கடிதத்திலே விலாசம் இல்லையாம்! எங்கேனும் வேலையில் சேர்ந்திருப்பதாகவும் தெரியவில்லையாம். கடைத் தெரு, மலைக்கோட்டை, ரயில்வே ஜங்ஷன், ஸ்ரீரங்கம், திருவானைக்கா, சந்து பொந்து எல்லா இடங்களிலும் தேடிப்பார்த்து, அவனை நான் கண்டு பிடிக்க வேண்டுமாம்.

"இந்த வேலைக்கு ஆகும் செலவைத் தருவதாக நாடகசபா முதலாளியே சொல்லியிருக்கிறாராம். உன் தம்பிக்கும், அவன் முதலாளிக்கும் தான் வேறு வேலை இல்லை. எனக்குமா வேலை இல்லை? அந்த அனாதையைத் தேடிக் கண்டுபிடிக்க நான் தான் அவனுக்கு அகப்பட் டேனாக்கும்!’’ என்று அலுப்புடன் கூறினார் வேதநாயகம்.

‘‘ஏன் உங்களுக்கு இவ்வளவு கோபம்? இந்த ஊரில் தானே நாம் இருக்கிறோம் என்று நினைத்து அவன் உங்களுக்கு எழுதியிருக்கிறான்’’ என்றாள் கல்யாணி அம்மாள்.

"இந்த ஊரில் இருக்கிறதனாலே, அவன் சொல்லு கிறபடியெல்லாம் கேட்கவேண்டுமா? நாளைக்கு, ‘என் சிநேகிதன் வீட்டு எருமைக் கன்றுக்குட்டி காணாமல் போய்விட்டது. உடனே தேடிக் கண்டுபிடியுங்கள்’ என்று எழுதுவான். உடனே நான் கயிறும் தடியுமாகப் புறப்பட்டு இந்த ஊரையெல்லாம் சுற்றிப் பார்க்க வேண்டும். அப்படித்தானே?’’

“ஏன் இப்படித் தவறாக எடுத்துக்கொள்ளுகிறீர்கள்? மதுரநாயகத்துக்கு இளகிய மனசு. ஒரு நல்ல பையனுக்கு உதவி செய்த புண்ணியமாவது நமக்குக் கிடைக்குமே!” என்றாள் கல்யாணி அம்மாள்.

அப்போது அங்கே நடந்தையெல்லாம் கவனித்துக் கொண்டிருந்த ஆனந்தன், "அப்பா, நீங்கள் ஒன்றும் சிரமப்பட வேண்டாம். அந்தக் கடிதத்தை என்னிடம் கொடுங்கள். இன்னும் ஒரு வாரத்திலே அந்தப் பையன் எங்கிருந்தாலும் கண்டுபிடித்து விடுகிறேன். இது என் பொறுப்பு... அப்பா! மாமா மிக மிக நல்லவர். அவர் நல்ல சமயத்திலே வந்திருக்காத போனால், இந்நேரம் நான் இங்கேயா இருப்பேன்? பட்டணத்து ஜெயிலிலே பத்திரமாகவல்லவா இருப்பேன்! அவர் செய்த உதவிக்கு நான் இதுகூடச் செய்யாமல் இருக்கலாமா?” என்று கூறி அந்தக் கடிதத்தை எடுத்து ஒரு தடவைக்கு இரண்டு தடவையாகப் படித்துப் பார்த்தான். பிறகு சட்டைப்பையில் இருந்த ஒரு சிறு நோட்டுப் புத்தகத்தை எடுத்து அதில் சில அடையா ளங்களைக் குறித்துக் கொண்டான். பிறகு, “அம்மா, கவலை வேண்டாம். அந்த ரமணி எங்கேயிருந்தாலும் நான் விடப்போவதில்லை. அவனைத் தேடிக் கண்டுபிடித்து விடுவேன்” என்று தன்னுடைய மார்பிலே அடித்துக் கூறினான்.

"அடேயப்பா! இவர் பெரிய துப்பறியும் சிங்கம்...! படிப்பைத் தவிர வேறு எது சொன்னாலும், தயார்! இப்படிப்பட்ட பிள்ளையாண்டன் இருக்கும் போது நமக்கு என்ன கவலை!” என்று கேலியாகக் கூறினார் வேதநாயகம்.

ஆனந்தன், அவனுடைய அப்பா அம்மாவுக்கு ஒரே பிள்ளை. ஆகையால், அவனை எப்படியாவது நன்றாகப் படிக்கவைத்து ஒரு டாக்டராக்கி விடவேண்டும் என்று அவன் அப்பா ஆசைப்பட்டார். ஆனால், ஆனந்தனுக்கு அந்த ஆசையெல்லாம் இல்லை. வேளா வேளைக்கு வீட்டிலே சாப்பிட வேண்டியது; ஒரு சினிமா தவறாமல் பார்க்க

வேண்டியது; நண்பர்களுடன் ஊர் சுற்ற வேண்டியது; ஓய்ந்த நேரத்தில் பள்ளிக்கூடத்துக்கும் போய்வர வேண்டியது! இப்படிப்பட்ட அழகான பிள்ளைக்கு எப்படிப் படிப்பு வரும்?

ஆனந்தனைப் பள்ளிக்கூடத்தில் சேர்த்துவிட்டவுடனே அவனுக்கு வீட்டுப் பாடம் சொல்லிக்கொடுக்க ஒரு வாத்தியாரை அவன் அப்பா ஏற்பாடு செய்து விட்டார்!

ஆனால், அந்த வாத்தியார் எப்படிச் சொல்லிக் கொடுத்தாலும் அவன் மூளையில் ஏறுவதே இல்லை! அவனுக்குப் படிப்பில் கவனம் இருந்தால்தானே! அலமாரியில் இருக்கும் பட்சணத்தையும் பழத்தையும் நினைத்துக் கொண்டேயிருப்பான்.

சிறு பையனாக இருந்தபோது அவன் பாடம் படித்த அழகே ஒரு தனி அழகுதான். "ஆனந்தா, கிழமைகள் எத்தனை? வரிசையாகச் சொல்!" என்பார் வீட்டு வாத்தியார்.

ஆனந்தன் வாயைத் திறக்க மாட்டான். ஆனால், கண்களை மட்டும் அகலத் திறந்து விழித்துப் பார்ப்பான்! "என்ன ஆனந்தா, இது தெரியாதா! ஞாயிறு, திங்கள்..." என்று அடி எடுத்துக் கொடுப்பார் வாத்தியார். அப்போது தான் ஆனந்தனுக்குக் கிழமைகள் என்றால் என்ன என்பது புரியும். உடனே, "ஐ! அதுவாசார். இதோ சொல்லுகிறேன்" என்று கூறிவிட்டு, "ஞாயிறு, திங்கள், செவ்வாய் "என்பான். உடனே செவ்வாயிலிருந்து ஒரே தாவாக வெள்ளிக்குத் தாவி விடுவான்! "வெள்ளி, சனி" என்று கூறி அத்துடன் நிறுத்தமாட்டான். 'ஆக ஒரு வாரத்துக்குக் கிழமைகள் ஏழு" என்று அழுத்தந் திருத்தமாகக் கூறியே முடிப்பான். அவன் சொன்ன கிழமைகளோ ஐந்துதான்!

ஆனந்தன் இரண்டாவது வகுப்பில் படிக்கும் போது, "எட்டும் நான்கும் எத்தனை?" என்று கேட்டால், "ஒன்பது, பத்து..." என்று ஆரம்பித்து இருபது வரை கூடப் போய்விடுவான். சில சமயம் முப்பதையும் தாண்டி விடுவான்.

வீட்டு வாத்தியார் எப்படி எப்படியெல்லாமோ கூட்டல் கணக்கைச் சொல்லிக்கொடுத்துப் பார்த்தார். ஆனந்தன் மூளையில் ஏறினால் தானே! ஆனாலும் பையன் மண்டு என்பதை அவன் அப்பா ஒப்புக்கொள்வாரா? வாத்தி யாருக்குச் சொல்லிக்கொடுக்கத் தெரியவில்லை என்று தானே சொல்லுவார்? ஆகையால், அந்த வாத்தியார் ஒரு தந்திரம் செய்தார்.

ஆனந்தனுடைய அப்பா அல்லது அம்மா அருகிலே இருக்கும்போது, "ஆனந்தா, எட்டும் நான்கும் எத்தனை?" என்று உரத்த குரலில் கேட்பார் வாத்தியார்.

உடனே ஆனந்தன், "எட்டுக்கு அப்புறம்... ஒன்பது...." என்று இழுப்பான்.

"ம்..." என்பார் வாத்தியார்.

"பத்து..."

"ம்..."

"பதினொன்று..."

"ம்..."

"பன்னிரண்டு..."

"ம், ம், ம்!"

சேர்ந்தாற்போல் வாத்தியார் மூன்று தடவை ம் போட்டதும், ஆனந்தன் நிறுத்திவிடுவான்! மேலே போக மாட்டான். உடனே, "அடடே, நம் பிள்ளை சரியாகச் சொல்லுகிறானே!' என்று நினைத்து, அவன் அப்பா அம்மா ஆனந்தப்படுவார்கள். ஆனால், வாத்தியார் 'பன்னி ரண்டு' என்றதும், 'ம், ம், ம்' என்று சொல்லாமல், 'ம்' என்று ஒரு தடவை மட்டும் சொல்லியிருந்தால் ஆபத்துத் தான்! அவன் நிறுத்தியிருக்கவே

மாட்டான். 13, 14, 15 என்று சொல்லிக் கொண்டே போயிருப்பான். எங்கு போய் நிறுத்துவானோ தெரியாது!

இவ்வாறு மண்டுவாக இருந்தும், அவன் ஐந்து வகுப்புவரை ஒரு வகுப்பில் கூடத் தோல்வியடைந்ததில்லை. இதற்குக் காரணம் வேறொன்றுமில்லை. அவன் படித்துவந்த ஆரம்பப் பள்ளியின் தலைமை ஆசிரியரே அவனுக்கு ஐந்து வருஷமும் வீட்டுப் பாடம் சொல்லிக் கொடுத்து வந்தார். அப்படியிருக்கும் போது, பையன் தோல்வி அடையலாமா? தோல்வியடைந்தால் தலைமை ஆசிரியருக்கு அல்லவா கேவலம்?

ஆனால், ஆறாவதுக்குச் சென்றதும், ஆனந்தனின் சாயம் வெளுத்து விட்டது! அஸ்திவாரம் பலமில்லாத போனால் கட்டடம் நிலைத்து நிற்குமா? வகுப்பிலே கடைசி அவன் தான்! ஆறாவதில் இரண்டு வருஷங்கள் இருந்தான். அதற்கு மேலும் பல வருஷங்கள் அவன் அதே வகுப்பில் இருந்திருப்பான். ஆனாலும், அந்தப் பள்ளியிலே ஒரு வழக்கம் உண்டு. இரண்டு வருஷங்களுக்கு மேல் ஒரு பையனை ஒரு வகுப்பில் நிறுத்துவதில்லை என்பதுதான் அந்த வழக்கம். அதனால் தான், மூன்றாவது வருஷமும் ஆனந்தன் அதே வகுப்பில் இருக்கவில்லை. ஏழாவதுக்குத் தூக்கிப் போடப்பட் டான். ஏழாவதில் ஆண்டுப் பரீட்சை நடந்தது. முடிவு வெளிவந்தது. ஆறாவதிலிருந்து ஏழாவதுக்குப் புதிதாக வருகிறவர்களை வரவேற்க வேண்டுமே, அதற்காக ஆனந்தனை ஏழாவது வகுப்பிலேயே நிறுத்தி வைத்து விட்டார், அந்த உயர்நிலைப் பள்ளித் தலைமை ஆசிரியர்! ஆனாலும், தான் தேறிவிட்டதாகப் பொய் சொல்லி, அப்பாவிடம் கடிகாரப் பரிசு வாங்கிவிட்டான் ஆனந்தன். அன்று விருந்துக்கு அப்பா ஏற்பாடு செய்வதாகக் கூறியதைக் கேட்டதும், பயந்து சென்னைக்கு ரயிலேறி விட்டான். சென்னையில் பேனாவை விற்கப் போய், போலீஸில் அகப்பட்டுக் கொண்டதும், மாமா மதுர நாயகம் அவனை விடுவித்ததும் தெரிந்த கதை.

மதுரநாயகத்தின் கடிதத்தைப் பார்த்ததிலிருந்து, ரமணியை எப்படியாவது தேடிக் கண்டுபிடித்து விட வேண்டும் என்று ஆனந்தன் ஆசைப்பட்டான். அன்றே மதுரநாயகத்துக்குப் பதில் கடிதமும் எழுதி விட்டான். "நீங்கள் கொஞ்சங்கூடக் கவலைப்பட வேண்டாம். எனக்குப் பள்ளிக்கூடம் திறக்க இன்னும் சரியாக ஒரு வாரம் இருக்கிறது. அதற்குள் ரமணி எங்கிருந்தாலும் தேடிக் கண்டுபிடித்து அவனை உங்களிடம் அனுப்பி வைப்பேன்" என்று உறுதியாக எழுதினான்.

அந்தக் கடிதத்தை உடனேயே தபால் பெட்டியில் சேர்த்துவிட்டு வீட்டுக்கு வந்தான். கையிலே ஓர் அரிவாளை எடுத்துக் கொண்டான். நேராகத் தோட்டத் திலுள்ள வேப்பமரத்தின் அருகே சென்றான். 'விறு விறு' என்று அதன் மேல் ஏறினான். வளையாமல் இருந்த ஒரு நீண்ட கிளையை அரிவாளால் வெட்டிச் சாய்த்தான். பிறகு, கீழே இறங்கிவந்து அதை எடுத்து நன்றாகச் செதுக்கினான். அது ஒரு தடி போல் ஆகிவிட்டது. உடனே, அவன் தன் அறைக்குள்ளே சென்றான். அங்கே இருந்த அரை அடி 'ஸ்கேல்' ஒன்றை எடுத்துக்கொண்டு வந்தான். ஸ்கேலால் ஒன்பது தடவை அளந்தான். $9 \times 1/2 = 4\ 1/2$ அடி ஆகி விட்டதல்லவா? நாலரை அடியோடு அந்தத் தடியை வெட்டினான் வெட்டி முடியும் சமயம் அவன் அம்மா அங்கே வந்து சேர்ந்தாள்.

"என்னடா செய்கிறாய், ஆனந்தா?" என்று கேட்டாள்.

"அளவுகோல் செய்கிறேன் அம்மா. அந்த ரமணி நாலரைஅடிஉயரம் இருப்பதாக மாமா எழுதியிருக்கிறாரே, ஞாபகம் இல்லையா? அவனைத் தேடிக் கண்டுபிடிக்க அளவுகோல் வேண்டாமா?' என்று கேட்டான் ஆனந்தன்.

அம்மாவுக்கு இதைக் கேட்டதும் சிரிப்புத்தான் வந்தது. ஆனாலும், அவள் சிரிக்கவில்லை. 'மாமா எழுதியது உண்மைதான். ஆனாலும், 'நமது ஆனந்தனும், ரமணியும் ஒரே உயரம் தான் இருப்பார்கள்' என்று கூட அந்தக் கடிதத்தில் இருந்ததே, அதை நீ படிக்கவில்லையா? அவன் உன் உயரம்

தான் இருப்பான் என்றால். இந்த அளவுகோலெல்லாம் எதற்கு?'' என்று கேட்டாள் அம்மா.

"அடடே, ஆமாம், அம்மா! அவனுடைய உயரம், நிறம், வயது எல்லாமே என்னைப் போலத்தானாம்! அதனாலேதான் பட்டணத்துப் போலீஸ்காரர்கள் அவனுக்குப் பதிலாக என்னைப் பிடித்து ஜெயிலுக்குள்ளே தள்ளிவிட்டார்கள்! சரி, அப்படியானால், இந்த அளவுகோல் வேண்டாம். எவன் மேலேயாவது சந்தேகம் வந்தால், உடனே நான் என்ன தெரியுமா செய்வேன்? அவன் பக்கத்திலே போய் நின்று பார்ப்பேன். என் உயரமும், அவன் உயரமும் சரியாக இருந்தால், அவன் ரமணிதானா என்று விசாரிப்பேன். ரமணியாகவே இருந்தால் உடனேயே மாமாவுக்குத் தந்தி அடித்து விடமாட்டேனா!'' என்று குதூகலமாகக் கூறினான் ஆனந்தன்.

''என்னவோ நாம் கண்டுபிடித்தால் நமக்கும் நல்லது; மாமாவுக்கும் நல்லது'' என்றாள் அம்மா.

''கண்டுபிடிக்காமல் விடுவேனா?'' என்று வீறாப்புப்புடன் பேசினான் ஆனந்தன்.

சினிமாவில் துப்பறியும் சிங்கங்களையும், புலிகளையும் பார்த்துப் பார்த்து ஆனந்தனுக்கும், அவர்களைப்போல் துப்பறியும் ஒரு சிங்கமாகவோ அல்லது புலியாகவோ மாறவேண்டும் என்ற ஆசை வெகு நாட்களாகவே உண்டு. அதற்கு இப்போது ஒரு சந்தர்ப்பம் கிடைத் திருக்கிறதே, அவன் விடுவானா?

13. குண்டுமணி

அன்று சாயங்காலமே ஆனந்தன் ஒரு பைனாகுலர் வாங்கிவிட்டான். வெகு தூரத்தில் ரமணி போனால் கண்டுபிடிக்க வேண்டாமா? அதற்குத்தான் அந்த பைனாகுலர்! மறுநாள் காலையில் பலகாரம் சாப்பிட்டதும், புஷ்கோட், முழுக்கால் சட்டை, பூட்ஸ், தலையில் மடக்குத் தொப்பி முதலியவற்றை அணிந்து கொண்டான். கழுத்திலே பைனாகுலரைத் தொங்க விட்டுக் கொண்டான். சட்டைப் பையில் ரமணியின் அடையாளங்கள் அடங்கிய சிறிய நோட்டுப் புத்தகத்தை வைத்துக்கொண்டான். உடனே வீட்டை விட்டுக் கிளம்பி நேராக அவனுடைய அருமை நண்பன் குண்டுமணி வீட்டுக்குச் சென்றான்.

குண்டு + மணி இரண்டும் சேர்ந்துதான் குண்டு மணியாகிவிட்டது. ஆமாம், 'மணி' என்பது அவனுடைய இயற் பெயர். அதாவது, அப்பா, அம்மா வைத்த பெயர். 'குண்டு' என்பது பள்ளிக்கூடப் பிள்ளைகள் அன்போடு கொடுத்த காரணப் பெயர் நாலைந்து வருஷங்களுக்கு முன்பு புடலங்காய் போல் இருந்த மணிதான், இப்போது பறங்கிக்காய் போலப் பருத்துவிட்டான். இன்னும் பருத்துக் கொண்டேயிருக்கிறான். ஒவ்வொரு வாரமும் அவனுடைய சுற்றளவு அதிகமாகிக் கொண்டேயிருக்கிறது.

விளையாட்டுப் போட்டி, பேச்சுப் போட்டி, சித்திரப் போட்டி- இப்படிப் பள்ளிக்கூடங்களில் என்ன என்னவோ போட்டிகள் வைக்கிறார்களே, சாப்பாட்டுப் போட்டி என்று ஒரு போட்டி வைக்கக் கூடாதோ? அப்படி ஒரு போட்டி வைப்பதாயிருந்தால், அதில் முதல் பரிசு யாருக்குத் தெரியுமா கிடைக்கும்? குண்டு மணிக்குத்தான்!

ஆனந்தன், குண்டுமணி வீட்டுக்குச் சென்றபோது அவன் நன்றாகக் குறட்டை விட்டுத் தூங்கிக் கொண்டிருந்தான்.

ஆனந்தன், "குண்டுமணி! குண்டுமணி!" என்று பலமாகக் கூவிப் பார்த்தான். குண்டுமணி எழுந்திருக்கவில்லை. முதுகிலே பலமாகத் தட்டிப் பார்த்தான்; குத்திப் பார்த்தான். ஊஹூம்! பலனில்லை கடைசியில் 'நறுக்'கென்று நன்றாக ஒரு கிள்ளுக் கிள்ளினான். உடனே குண்டுமணி, "சேச்சே. வரவர எறும்பு உபத்திரவம் அதிகமாய்விட்டது. விட்டேனா பார் இந்த எறும்பை!'' என்று கூறிக்கொண்டே எழுந்தான்.

குண்டுமணி எழுந்ததும், ''என்னடா குண்டு சிகாமணி, கும்பகர்ணன் சாகிறபோது அவன் தூக்கத்தையெல்லாம் உன்னிடத்திலேதான் ஒப்படைத்துவிட்டுச் செத்தானோ!" என்று கேட்டான் ஆனந்தன்.

''யாரது?'' என்று கண்களைத் திறக்காமலே கேட்டான் குண்டுமணி.

"கொஞ்சம் கண்களைத் திறந்து பாரப்பா. நீ இருக்கிறது பூலோகம் தான் என்பதும், உன் எதிரே இருப்பது எறும்பல்ல; உன் ஆத்ம நண்பன் ஆனந்தன் தான் என்பதும் நன்றாகத் தெரிந்துவிடும்" என்றான் ஆனந்தன்.

உடனே குண்டுமணி கண்களைத் திறந்து நிமிர்ந்து பார்த்தான். பார்த்ததும் அவனுக்குச் சரியாகத் தெரியவில்லை. கண்களைக் கசக்கிவிட்டுக் கொண்டு திரும்பவும் பார்த்தான். உடனே அவன் முகம் மலர்ந்தது.

''அடடே, ஆனந்தனா! இது என்னடா சூட்டும், ஹேட்டும்! பெரிய துரைமாதிரி இருக்கிறாயே! எந்தக் கப்பலிலே வந்து இறங்கி இருக்கிறார் இந்தத் துரை? கத்திக் கப்பலிலா, சண்டைக் கப்பலிலா, நீர் மூழ்கிக் கப்பலிலா? அல்லது...''

''...அல்லது காகிதக் கப்பலிலா என்றுதானே கேட்கிறாய்? உனக்கு எல்லாமே வேடிக்கையாகத்தான் இருக்கும்.'

"ஆமாம், இதெல்லாம் என்னடா வேஷம்?''

“எல்லாம் விவரமாகச் சொல்லுகிறேன். முதலில் நீ இப்போதே என்னோடு கிளம்பி வர வேண்டும். மிகவும் அவசரமான ஒரு வேலை!” என்று கூறினான் ஆனந்தன்.

“அப்படியென்றால், இதோ பல்லைத் துலக்கிவிட்டு வந்துவிடுகிறேன். முதல் வேலையாகச் சாப்பிட வேண்டும்.” என்றான் குண்டுமணி.

சற்று நேரத்தில் இருவரும் கிளம்பினார்கள் நேராக அருகிலே இருந்த ஒரு பெரிய ஹோட்டலுக்குச் சென்றார்கள். அங்கே குண்டுமணி, வயிறு முட்ட பாதாம் அல்வா, மைசூர்பாகு, ஜாங்கிரி, லட்டு. இட்டலி, வடை, தோசை, போண்டா, பஜ்ஜி இன்னும் என்னென்னவோ சாப்பிட்டான்.

குண்டுமணி சாப்பிட்டுக் கொண்டிருக்கும் போதே ஆனந்தன் ரமணியைப் பற்றிக் கூறிவிட்டு, அவனை எப்படியாவது தேடிக் கண்டுபிடிக்க வேண்டுமென்றான். சாப்பிட்டானதும், “குண்டுமணி, இனி நாம் கிளம்பலாமா? இப்போது எந்தப் பக்கம் போய்த் தேடினால், அகப்படுவான்?” என்று கேட்டான் ஆனந்தன்.

"தேடுவதா! யாரை! உங்கள் வீட்டில் வேலைக்கு இருந்தானே சுப்புக்குட்டி, அவனைத்தானே? மேலப் புலிவார் ரோட்டுப் பக்கம் போனால்...." என்று பதில் சொல்ல ஆரம்பித்தான் குண்டுமணி.

“அட ராமா! ஹோட்டலிலே எவ்வளவு விவரமாகச் சொன்னேன்! சாப்பாட்டிலே குறியாயிருந்து விட்டுச் சுப்புக்குட்டியா, அப்புக்குட்டியா என்று கேட்கிறாயே! சரி, போகட்டும். இப்போதாவது கவனமாகக் கேள். நாம் இருவரும் ரமணி என்ற பையனைத் தேடிக் கண்டுபிடிக்க வேண்டும். அவன் என்னுடைய உயரம்தான் இருப்பான். நிறமும் என் நிறம்தான். இந்த ஊருக்குப் புதிதாக வந்திருக்கிறான். எப்படியாவது அவனைத் தேடிக் கண்டுபிடித்துவிட்டால், பட்டணத்திலே இருக்கிற என் மாமா

மிகமிக சந்தோஷப்படுவார். நமக்கும் நிறையப் பரிசுகள் கொடுப்பார்" என்றான் ஆனந்தன்.

“அடடே! அப்படியானால் எனக்கும் நிறையப் பரிசு கிடைக்கும். சரி, உடனே கிளம்பு. அவனைக் கண்டு பிடிக்கும் வரை நான் உண்ணமாட்டேன்; உறங்கமாட்டேன். இது சத்...”

"டேய்! டேய்! என்னடா உளறுகிறாய்? உன்னால் ஒரு வேளை பட்டினி கிடக்க முடியுமா? ஒருநாள் உன்னால் தூங்காமல் இருக்க முடியுமா?”

"ஓஹோ! அந்த சினிமாவில் கேட்ட வசனத்தை அப்படியே சொல்லிவிட்டேன் போலிருக்கிறது! சரி, இனிமேல் சினிமா வசனம் வேண்டாம். இதோ என் சொந்த வசனத்திலே கூறுகிறேன். ஆனந்தா, எப்படியும் திருச்சியில் நாம் அவனைத் தேடிக் கண்டுபிடித்துவிட வேண்டும்.” என்று ஆனந்தனிடம் உற்சாகமாகக் கூறினான் குண்டுமணி.

ஆனந்தனும், குண்டுமணியும் எப்போதுமே ஊர் சுற்றிகள் தான். அதனால், அவர்களுக்குத் திருச்சியும் சுற்றுப் புறங்களும் நன்றாகத் தெரியும். அது மட்டுமா? திருச்சியிலுள்ள பையன்களையும் அநேகமாகத் தெரிந்து வைத்திருந்தார்கள். இதனால் புதுப் பையனான ரமணி யைக் கண்டு பிடிப்பது வெகு சுலபம்தான் என்று அவர்கள் நினைத்தார்கள்.

திருச்சியில் அவர்கள் சுற்றாத இடமில்லை; தேடாத தெருவில்லை; நுழையாத கோயில் இல்லை. தெருவிலே போவோர் வருவோரை யெல்லாம் பைனாகுலர் வைத்துப் பார்க்க ஆரம்பித்துவிட்டார்கள்! எதிரிலே அருகில் நிற்பவர்களைப் பார்ப்பதற்குக் கூட பைனாகுலரை உபயோகித்தார்கள்! மாற்றி மாற்றி இருவரும் இப்படிச் செய்வதைச் சிலர் வேடிக்கையாகப் பார்த்தார்கள். சிலர் ‘பையன்கள் இப்போதுதான் பைனாகுலர் வாங்கியிருக் கின்றார்கள் போலிருக்கிறது" என்று கேலி செய்தார்கள். இன்னும் சிலர், ‘சுத்தப் பைத்தியங்கள்’ என்று கிண்டல் செய்தார்கள்.

இரண்டு நாட்களாகக் கால் வலிக்கத் தேடியும் ரமணியைக் கண்டுபிடிக்க முடியவில்லை! இதற்குள் ஆனந்தன் சேர்த்து வைத்திருந்த பணத்தில் பாதியைக் காலி செய்து விட்டான் குண்டுமணி! அடிக்கடி பல காரமும், காப்பியும், ஷர்பத்தும், பழமும் வாங்கி வாங்கிச் சாப்பிட்டால்- அதுவும் குண்டுமணி சாப்பிட்டுக் கொண்டேயிருந்தால், பணம் காலியாகாமல் பெருகிக் கொண்டு இருக்குமா, என்ன?

14. கன்னத்தில் அறை!

மூன்றாவது நாள் காலை நேரம். ஆனந்தனும் குண்டுமணியும் திருச்சியிலுள்ள சைனாபஜார் வழியாகச் சென்று கொண்டிருந்தார்கள். மலைக்கோட்டை வாசலின் அருகே வந்ததும், "டேய் குண்டுமணி, எனக்கு ஒரு யோசனை தோன்றுகிறது. அதன்படி செய்தால் என்ன?" என்று ஆரம்பித்தான் ஆனந்தன்.

"யோசனையா? உம், என்றான் குண்டுமணி.

"உம். சொல்லு, சொல்லு"

"இந்த மலைக்கோட்டை வாசலில் இருக்கிறாரே பிள்ளையார், அவருக்கு ஒரு தேங்காய் வாங்கி உடைத்தால், நிச்சயம் ரமணி கிடைத்து விடுவான். வா, அந்தக் கடையிலே தேங்காய் வாங்கலாம்" என்று கூறிக் கொண்டே மலைக்கோட்டை வாசலில் இருந்த ஒரு கடையை நோக்கிச் சென்றான் ஆனந்தன். குண்டுமணியும் அவனைப் பின்தொடர்ந்தான்.

"இந்தத் தேங்காய் என்ன விலை?" என்று ஒரு தேங்காயை எடுத்துக் கடைக்காரனிடம் காட்டிக் கேட்டான் ஆனந்தன்.

அதே சமயம் குண்டுமணி, "ஆனந்தா, ஆனந்தா! அதோ பார்! ஒரு பையன் பிள்ளையாரைக் கும்பிட்டுக் கொண்டி ருக்கிறான். ஒருவேளை அவன் தான்..." என்று இழுத்தான். உடனே ஆனந்தன் திரும்பினான். மலைக் கோட்டைக்கு ஏறிச் செல்லும் வழியிலுள்ள மாணிக்க விநாயகர் கோயில் பக்கம் பார்த்தான். சும்மா பார்க்கவில்லை; பைனா குலரைக் கண்களில் வைத்துப் பார்த்தான். உடனே, "குண்டுமணி! உயரம், நிறம் எல்லாம் என்னைப் போலவேதான் ஊருக்கும் புதிதாயிருக்கிறான். அவன் ரமணியாகத்தான்

இருக்கவேண்டும். வா, உடனே போவோம். அவனைக் கேட்டுப் பார்ப்போம்" என்று பரபரப்போடு சொன்னான் ஆனந்தன்.

குண்டுமணியும் பைனாகுலரை வாங்கி அதன் உதவியால் அந்தப் பையனைக் கூர்ந்து பார்த்தான். பார்த்துவிட்டு, "இருக்கும், இருக்கும். ரமணியாகத்தான் இருக்கும். ஆனாலும், நாம் உடனே அவனிடம் போய்க் கேட்கக்கூடாது. அவன் எங்கே

"எங்கே போகிறான், என்ன செய்கிறான் என்று மெதுவாய்க் கவனிக்க வேண்டும்" என்றான்.

இப்படி அவர்கள் பேசிக் கொண்டிருக்கும் போதே அந்தப் பையன் படிகளில் ஏறி மேலே போக ஆரம்பித்து விட்டான்.

அந்தப் பையன் படிகளில் ஏறிச் செல்வதைப் பார்த் ததும், "டேய், டேய்! அவன் மேலே போகிறானேடா! சீக்கிரம் வாடா. நாமும் அவன் பின்னாலேயே போவோம்" என்று கூறினான் ஆனந்தன். இருவரும் அவனைப் பின் தொடர்ந்து சென்றார்கள். படிகளில் ஏறிச் செல்லும் போது, பாவம், குண்டுமணி வெகு சிரமப் பட்டான். மேல் மூச்சு கீழ் மூச்சு வாங்கியது. யானை கட்டும் மண்டபத்துக்குப் பக்கத்தில் வந்ததும், 'அப்பாடா!' என்று தொந்திக் கணபதி போல் தொப் பென்று உட்கார்ந்து விட்டான் குண்டுமணி!

ஆனந்தனுக்கு ஒரே ஆத்திரமாக இருந்தது. "என்னடா குண்டுமணி, சமயம் தெரியாமல் இப்படி உட்கார்ந்து விட்டாயே! அவனைப் பின்தொடர்ந்து போக வேண்டாமா?" என்றான்.

"ஆனந்தா, அவசரப்படாதே! அவன் எங்கே போய் விடுவான்? உச்சிப் பிள்ளையார் கோயில் வரைதானே போவான்? அப்புறம் அப்படியே பறந்து போய் விடுவானா? அல்லது, உச்சிக்குப் போய் அங்கிருந்தபடியே உருண்டு வேறு பக்கமாக விழுந்து விடுவானா? எப்படியும் நம் கண்ணில் படாமல்

அவனால் போக முடியாது என்று குண்டுமணி கூறிக்கொண்டிருக்கும் போதே, மண்டபத்தில் கட்டப்பட்டிருந்த யானை பயங்கரமாகப் பிளிற ஆரம்பித்தது. அந்தச் சத்தத்தைக் கேட்டதும், குண்டுமணிக்குத் தூக்கி வாரிப் போட்டது. பயத்தில் தானாக எழுந்து விட்டான். எழுந்து என்ன செய்தான்? அங்கேயே நின்றானா? இல்லை; இரண்டு இரண்டு படிகளாகத் தாவித் தாவி மேலே சென்றான். நூற்றுக்கால் மண்டபத்தை அடைந்த பிறகுதான் திரும்பிப் பார்த்தான். பின்னால் வந்த ஆனந்தன் சிரித்துக் கொண்டே, ‘‘குண்டுமணி, கட்டிக்கிடக்கும் யானைக்கே இந்தப் பயம் பயப்படுகிறாயே! நீ பெரிய தைரியசாலிதான்! யானை சத்தம் போட்டிருக்காதா போனால், நீ எங்கே எழுந்து வந்திருக்கப் போகிறாய்? சரி, வா. சீக்கிரம் போவோம்" என்று கூறி அவனை அழைத்துக் கொண்டு போனான்.

மேலே சென்ற அந்தப் பையன் தாயுமான சாமியைத் தரிசித்துவிட்டு, மட்டுவார் குழலம்மையார் சந்நிதிக்கு வந்தான். அம்மனையும் தரிசித்த பிறகு பக்கத்திலே இருக்கும் வெளிமண்டபத்துக்குச் சென்றான். அங்கு சுவர்களில் தீட்டப்பட்டிருந்த அழகான ஓவியங்களைப் பார்த்துப் பார்த்து ஆனந்தப்பட்டான்.

நடராஜப் பெருமானின் பலவிதத் தோற்றங்களையும், வேடிக்கையான பல சித்திரங்களையும் அவன் பார்த்தான். ஒரு யானைப் பாகன் யானையை ஓட்டிக் கொண்டு வருகிறான். எதிரே ஒரு காளை மீது ஒருவன் ஏறி முரசு அடித்துக்கொண்டு வருகிறான். யானையும் காளையும் 'டங்' என்று முட்டிக் கொள்கின்றன. என்ன ஆச்சரியம்! யானையின் தலையும், காளையின் தலையும் ஒன்றாகி விடுகின்றன! இரு வெவ்வேறு மிருகங்களுக்கு ஒரே தலை! யானையை மட்டும் பார்த்தால், யானையின் தலை தெரியும்! காளையை மட்டும் பார்த்தால் காளையின் தலை தெரியும்! இப்படி ஓர் அதிசய சித்திரம்!

அவன் ஆச்சரியத்துடன் இன்னொரு சித்திரத்தைப் பார்த்தான். அதில் எட்டுக் குரங்குகள் இருக்கின்றன. ஆனால், அந்த

எட்டுக் குரங்குகளுக்கும் ஒரே தலைதான்! உடல்தான் எட்டு! இப்படிப் பல அற்புத ஓவியங்களை அந்தப் பையன் பார்த்துக் கொண்டேயிருந்தான்.

"அடேயப்பா! பார்ப்பதற்கே கழுத்து வலிக்கிறதே! எழுதும்போது அந்த ஓவியன் எவ்வளவு சிரமப்பட்டிருப்பான்!'' என்று கூறியபடி ரசித்து நின்றான். அப்போது ஆனந்தனும் குண்டுமணியும் அங்கே வந்து சேர்ந்து விட்டார்கள். உடனே ஆனந்தன், "டேய் குண்டுமணி, நான் மெதுவாக அவன் பக்கத்திலே போய் நிற்கிறேன். என் உயரமும் அவன் உயரமும் சரியாக இருக்கிறதா என்று பார்த்துச் சொல். பிறகு நான் பார்த்துக் கொள்கிறேன்'' என்று கூறிவிட்டு, மெல்ல நடந்தான். அந்தப் பையனின் அருகிலே போய் நின்றான். உடனே குண்டு மணி, "வித்தியாசமே இல்லை! ஒரே உயரம் "என்று கத்தினான்.

சத்தத்தைக் கேட்டதும் அந்தப் பையன் திரும்பிக் குண்டுமணியைப் பார்த்தான். குண்டுமணியின் உருவத்தைப் பார்த்ததும், அவனுக்குச் சிரிப்பு வந்து விட்டது. உடனே ஆனந்தன் அந்தப் பையனைப் பார்த்து. "ஏனப்பா, உன் பெயர் என்ன?'' என்று கேட்டான்.

"என் பெயர் எதுவாயிருந்தால் உனக்கு என்ன?'' என்றான் அந்தப் பையன்.

"இல்லை... என் மாமா கடிதம் எழுதியிருக்கிறார் உன் பெயர் ரமணிதானே!" என்று கேட்டான் ஆனந்தன்.

அதற்குள் குண்டுமணி அருகில் வந்து, "தம்பி, உள்ளதை மட்டும் ஒளிக்கவே ஒளிக்காதே. உன் நன்மைக்காகத்தான் கேட்கிறோம். நீ மட்டும் ரமணியாயிருந்தால் எவ்வளவு குஷியாக இருக்கலாம், தெரியுமா? இப்போதே உன்னை அழைத்துப் போய், பெரிய கடை வீதியில் இருக்கிறதே ஒரு பெரிய ஹோட்டல், அதிலே பாதாம் அல்வா, பாசந்தி, லட்டு, ஜிலேபி, மசால் தோசை, பாதாம்கீர், புளியோதரை எல்லாம் வாங்கித் தருவோம். என்ன சொல்கிறாய்?'' என்று கேட்டான்.

உடனே அந்தப் பையன், ஒரு நிமிஷம் யோசித்தான். பிறகு சிரித்துக்கொண்டே, “அடடே, என்னைக் கண்டுபிடித்து விட்டீர்களே! ஆமாம், நான் தான் ரமணி என்று உங்களுக்கு யார் சொன்னது?” என்று கேட்டான்.

“யார் சொல்ல வேண்டும்? அடையாளங்களை வைத்துக் கண்டுபிடிக்க எங்களுக்குத் தெரியாதா, என்ன?” என்றான் குண்டுமணி பெருமையோடு.

“ஆமாம் ரமணி, உன்னை நாங்கள் மூன்று நாட்களாக எங்கேயெல்லாம் தேடி அலைந்தோம் தெரியுமா? நல்ல காலம், பிள்ளையார் கருணை வைத்தார்; நீயும் கிடைத்தாய். இப்போதே நீ கிடைத்துவிட்டதாக மாமாவுக்குத் தந்தி அடிக்கப் போகிறேன்” என்றான் ஆனந்தன்.

"தந்தி அடிக்கிறதெல்லாம் பிறகு பார்த்துக் கொள்ளலாம். முதலிலே போய், வயிறு நிறையச் சாப்பிடுவோம், வா” என்றான் குண்டுமணி.

அப்போது அந்தப் பையன், “நீங்கள் பலே பையன்களாக இருக்கிறீர்களே! அடையாளத்தை வைத்தே கண்டுபிடித்து விட்டீர்களே! உன் மாமா கடிதம் எழுதியிருந்தாரா? எழுதியிருப்பார்; எழுதியிருப்பார்” என்றான்.

“தம்பி, எங்களை சாமானியமாக நினைத்துவிடாதே! அந்த ஆனந்தன் ஒரு துப்பறியும் புலி. இந்தக் குண்டு மணி ஒரு துப்பறியும் சிங்கம். நமது சினிமாக்களிலே வருகிறார்களே, துப்பறியும் சிங்கங்களும் புலிகளும், அவர்களெல்லாம் எங்களிடத்திலே பிச்சை வாங்க வேண்டும்!” என்று கூறினான் குண்டுமணி.

அப்போது, ஆனந்தன் குண்டுமணியைப் பார்த்து, “டேய், இந்த ரமணியைப் பார்த்தாயா? என்னைப் போலவே உயரம்! நிறமும் என் நிறம் தான்! அதனால் தான் எனக்கும் இவனுக்கும் வித்தியாசம் தெரியாமல், பேனாவை நான் திருடியதாக என்னைப் பிடித்து ஜெயிலுக்குள்ளே

தள்ளிவிட்டார்கள் அந்தப் பட்டணத் துப் போலீஸ்காரர்கள்! சரி, அதைப் பற்றி இப்போது என்ன பேச்சு "என்றான். பிறகு அந்தப் பையனிடம், "ரமணி! நல்லவேளையாக நீ அகப்பட்டுவிட்டாய். மூன்று நாட்களாக உன்னைத் தேடித் தேடி அலுத்துப் போனோம். பத்து நாட்களுக்கு முன்பு நாடகக் கொட்ட கையிலே நீ பட்டுத் துணியைத் திருடிவிட்டாய் என்று தானே முதலாளி உன்னைப் பிடித்து வெளியே தள்ளினார்? அதற்குப் பிறகு..."

ஆனந்தன் முழுவதையும் கூறி முடிக்கவில்லை. அதற்குள் பட்டென்று பலமாக ஓர் அறை விழுந்தது அவன் கன்னத்திலே! ஆனந்தனுக்கு அறை கொடுத்தது வேறு யாருமல்ல; அந்தப் புதுப் பையனேதான்!

ஆனந்தனுக்கு அறை விழுந்ததும், குண்டுமணி தனது கன்னங்கள் இரண்டையும் கைகளால் மறைத்துக்கொண்டு எடுத்தான் ஓட்டம்! 'குடு குடு' என்று கீழே ஓடி வந்து விட்டான். திரும்பியே பார்க்கவில்லை! மலைக்கோட்டை வாசலில் உள்ள பூக்கடைகளுக்குப் பக்கத்திலே வந்து நின்ற பிறகுதான் அவன் திரும்பிப் பார்த்தான்!

ஆனந்தனுக்கு அறை கொடுத்துவிட்டு, "டேய் அயோக்கியப் பயலே! என்னைத் திருடனென்றா சொல்கிறாய்? பட்டுத் துணியாம்; பேனாவாம். நான் திருடினேனாம்! என்னடா உளறுகிறாய்" என்று சீறினான் அந்தப் பையன்.

"ஐயையோ! முழுவதையும் கேளேன். அதற்குள் அவசரப்படுகிறாயே!" என்று கன்னத்தைத் தடவி விட்டுக் கொண்டே கூறினான் ஆனந்தன்.

"உன் பேச்சைக் கேட்கத் தேவை இல்லை. பாதாம் அல்வா, பாசந்தி எல்லாம் வாங்கித் தருவதாகச் சொன்னதைக் கேட்டதும், 'நான் தான் ரமணி' என்று கூறி உங்களை நான் ஏமாற்ற நினைத்தேன். ஆனால், என்னையே நீங்கள் ஏமாற்றிப் போலீஸில் பிடித்துக் கொடுக்கவல்லவா பார்க்கிறீர்கள்! நான் ரமணியுமில்லை; மண்ணாங்கட்டியும் இல்லை" என்றான்

அந்தப் பையன். “நீ ரமணி இல்லையா!” என்று ஏமாற்றத்துடன் கேட்டான் ஆனந்தன்.

“இல்லை. என் பெயர் பழனியாண்டி. உறையூரில் என் மாமா சுருட்டு வியாபாரம் செய்கிறார். அவர் வீட்டுக்கு வந்தேன். மலைக்கோட்டையையும் பார்த்து விட்டுப்போக வந்தால், என்னைப் பிடித்துப் போலீஸில் கொடுக்கவா திட்டம் போடுகிறீர்கள், மடப் பயல்களா! டேய், இப்போதே இந்த இடத்தை விட்டு ஓடுகிறாயா, மண்டையைப் பிளக்கட்டுமா?” என்று வலது கையை ஓங்கிக்கொண்டே ஆனந்தனின் அருகிலே வந்தான் அந்தப் புதுப் பையன் பழனியாண்டி.

பாவம், ஆனந்தன் பதில் எதுவும் கூறாமல், மெதுவாக அந்த இடத்தைவிட்டு நழுவிவிட்டான். தன்னுடைய அருமை நண்பன் குண்டுமணி எங்கே என்று சுற்றுமுற்றும் பார்த்தான். அவன் அங்கே இருந்தால் தானே! அடிவாரத்தில் அல்லவா இருக்கிறான்?

சோர்ந்து போய்க் கீழே இறங்கி வந்தான் ஆனந்தன். அவனைக் கண்டதும் குண்டுமணி அருகிலே ஓடிப் போய்த் துக்கம் விசாரித்தான்.

“போடா பயங்கொள்ளிப் பயலே! அவன் என்னை ஓர் அறை அறைந்ததற்கு, அவனுக்கு நீ ஒன்பது அறை திருப்பிக் கொடுத்திருக்க வேண்டாமோ? ஆள் தான் யானைக்குட்டி மாதிரி இருக்கிறாய்” என்று கோபமாகக் கூறினான் ஆனந்தன்.

"பாவம், இந்த அறையை வாங்கவா இவ்வளவு தூரம் ஏறிப் போனோம்? சரி, வருத்தப்பட்டு என்ன செய்வது? பெரிய காரியங்களிலே ஈடுபட்டால், இப்படித்தான் பல கஷ்டங்கள் ஏற்படும். கவலைப்படாதே! எப்படியும் இன்னும் இரண்டு நாட்களில் ரமணியைக் கண்டுபிடித்து விடலாம்” என்று ஆறுதல் கூறினான் குண்டுமணி.

உடனே ஆனந்தன், "குண்டுமணி, இனிமேல் என்னாலே இப்படி அறை வாங்கமுடியாது. இன்றைக்குத் தபாலிலே மாமாவுக்கு ஒரு கடிதம் போடப் போகிறேன்" என்றான்.

"கடிதத்திலே என்ன எழுதப் போகிறாய்? அறை வாங்குவதற்குப் பட்டணத்திலேயிருந்து ஸ்பெஷலாக ஓர் ஆள் அனுப்பச் சொல்லி எழுதப் போகிறாயா?"

'உனக்கு எல்லாம் வேடிக்கைதான். அடையாளத்தை வைத்து ரமணியைக் கண்டுபிடிக்கப் போனதால்தானே இந்தக் கஷ்டமெல்லாம்? மாமாவுக்கு எழுதி ரமணியினுடைய 'போட்டோ' இருந்தால், உடனே அனுப்பச் சொல்லப்போகிறேன். போட்டோ இருந்தால் சுலபமாக அவனைக் கண்டுபிடித்து விடலாம் அல்லவா?"

"ஆமாம்! இப்படி அலையவும் வேண்டாம், அறை வாங்கவும் வேண்டாம்' என்று சிரித்துக்கொண்டே கூறினான் குண்டுமணி.

15. தந்தி வந்தது!

மானேஜர் மதுரநாயகம் கன்னத்தில் கைவைத்த படி தமது அறையில் உட்கார்ந்திருந்தார். அவர் முகம் மிகவும் வாட்டமாக இருந்தது.

அப்போது, "சார், நீங்கள் சொன்னபடி போர்டு எழுதி முடித்துவிட்டோம். வந்து பார்க்கிறீர்களா?" என்று கேட்டுக்கொண்டே அந்த அறைக்குள் வந்தார் சுதர்சன்.

ஸ்ரீமுருகன் பால நாடக சபாவிலே சுதர்சன் தலைமை ஓவியராக இருக்கிறார். மிகவும் அழகாகப் படங்கள் வரைவார். படங்களைப் பார்ப்பவர்கள், பார்த்தவுடன் அந்த இடத்தைவிட்டுப் போய்விட மாட்டார்கள்; சிறிது நேரம் அங்கேயே நின்று படம் முழுவதையும் ஆசை தீரப் பார்த்துவிட்டுப் பிறகுதான் போவார்கள்.

அன்று காலையில் விசேஷமாக ஒரு 'போர்டு' எழுத வேண்டுமென்று மதுரநாயகம் சுதர்சனிடம் கூறியிருந்தார்.

அதன்படி, 'சீனத் தூது கோஷ்டியினரே, வருக வருக!' என்று ஆங்கிலத்தில் ஒரு போர்டு எழுதினார் சுதர்சன். போர்டின் வலது பக்கம் சீனா தேசத்தின் படத்தை வரைந்திருந்தார், இடது பக்கம் ஒரு சீனரும், ஓர் இந்தியரும் தோள் மேல் கை போட்டு நிற்பது போல் வரைந்திருந்தார். அதை எழுதி முடிக்கும் போது மாலை நாலு மணி. எழுதி முடித்தவுடன் தான், சுதர்சன் மானேஜரிடம் வந்தார். 'எழுதி முடித்தாய்விட்டது' என்று கூறினார். ஆனால், அவர் கூறியது மதுரநாயகத்தின் காதில் விழுந்த தாகத் தெரியவில்லை. அவர் ஏதோ யோசனையில் ஆழ்ந் திருந்தார்.

"என்ன சார். கவலையாக ிருக்கிறீர்களே!" என்று கேட்டார் சுதர்சன்.

“ஒன்றும் இல்லை. ரமணியைப் பற்றித்தான் கவலை...'

“ஏன் சார், திருச்சியிலிருந்து ஒருவிதமான தகவலும் வரவில்லையா?”

"காலையிலே ஒரு கடிதம் வந்தது. 'மூன்று நாட்களாக என் அக்காள் மகன் ஆனந்தனும் அவன் சிநேகிதனும் திருச்சியிலும், சுற்றுப்புறத்திலும் தேடுதேடென்று தேடிப் பார்த்துவிட்டார்களாம். கிடைக்கவில்லையாம். ரமணியின் போட்டோ இருந்தால் உடனே அனுப்பி வையுங்கள். சுலபமாகக் கண்டுபிடித்துவிடலாம்' என்று எழுதியிருந்தான். ரமணியின் போட்டோ இங்கே இருந்தால்தானே அனுப்புவதற்கு?

'ரமணியின் போட்டோ எதுவும் இல்லை எப்படியாவது அடையாளத்தை வைத்துக் கண்டு பிடியுங்கள். ஒரு வாரத்தில் கிடைத்து விட்டால் நல்லது. இல்லாத போனால், நானே நேரில் வருகிறேன் என்று சற்று முன்புதான் பதில் எழுதிப் போட்டேன்... ம். ஒரு போட்டோ இருந்தால் எவ்வளவு உதவியாயிருக்கும்?” என்று கூறிப் பெருமூச்சுவிட்டார் மதுரநாயகம்.

இதைக் கேட்டதும் சுதர்சன் சிறிது நேரம் யோசனை செய்தார். பிறகு, "சார் சார்! எனக்கு ஒரு நல்ல யோசனை தோன்றுகிறது!” என்றார்.

இதைக் கேட்டதும், "யோசனையா! அது என்ன? சீக்கிரம் சொல்” என்று மிகுந்த ஆவலுடன் கேட்டார் நாடக சபா மானேஜர் மதுரநாயகம்.

உடனே சுதர்சன், “எனக்குத்தான் ரமணியை நன்றாகத் தெரியுமே! ஆகையால்...” என்று இழுத்தார்.

"ஆகையால், நீயே திருச்சிக்குப் புறப்பட்டுப் போகிறேன் என்கிறாயா?"

"இல்லை சார்! ரமணியின் உருவத்தை அப்படியே அச்சாக எழுதிக் கொண்டு வந்துவிடுகிறேன். இன்று இரவு எந்நேரம் ஆனாலும் சரிதான்; எழுதி முடித்து. விட்டுத்தான் படுப்பேன்" என்றார் சுதர்சன்.

இதைக்கேட்டதும் மதுரநாயகம் இருந்த இடத்தை விட்டுக் குதித்துக்கொண்டு எழுந்தார்.

"அடடே, நல்ல யோசனையாயிருக்கிறதே! அப்படியே செய், சுதர்சன். நாளைக்குக் காலையிலே நீ படம் எழுதிக் கொண்டு வந்தவுடனே நான் என்ன தெரியுமா செய்யப் போகிறேன்? நேராக "நவநீதம் ஸ்டுடியோ'வுக்குப் போய் அந்தப் படத்தை போட்டோ எடுக்கச் சொல்லப் போகிறேன்."

"போட்டோவா! அது எதுக்கு சார்? நான் எழுதிக் கொண்டு வரப்போகும் படத்தையே நீங்கள் திருச்சிக்கு அனுப்பி விடலாமே!"

"சேச்சே, அப்படிச் செய்யக் கூடாது சுதர்சன்- தபாலில் அனுப்பும்போது வழியிலே தொலைந்து போனால் இன்னொரு தடவையல்லவா எழுதவேண்டும்? போட்டோ எடுத்து அனுப்புவது தான் நல்லது. நான் இன்னொரு யோசனையும் வைத்திருக்கிறேன். அந்தப் போட்டோவிலே பத்துப் பிரதிகள் எடுக்கச் சொல்லப் போகிறேன். 'அவசரம்' என்று சொன்னால் நாளைச் சாயங்காலமே தந்து விடுவார்கள். ஒரு பிரதியைத் திருச்சிக்கு. அனுப்பிவிட்டு, மற்ற பிரதிகளை முக்கியமான பத்திரிகைகளுக்கு அனுப்பி விளம்பரம் செய்யப் போகிறேன். ரமணி திருச்சியில் இல்லாது போனால் கூட வெகு சுலபத்தில் அகப்பட்டுவிடுவான் எப்படி என் யோசனை?'"

"சரியான யோசனை சார். நான் இன்றைக்கு இரவே ரமணியின் படத்தை எழுதி முடித்துவிடுகிறேன். அதிகாலையில் உங்கள்

வீட்டுக்குப் படத்துடன் வந்து சேரு கிறேன். என்ன சார், சரிதானா?"

"அப்படியே செய் சுதர்சன். நீ செய்யப் போகும் உதவியால், ரமணி சீக்கிரம் கிடைத்து விடுவான் என்றே நினைக்கிறேன்" என்று ஆனந்தம் பொங்கக் கூறினார் மதுரநாயகம்.

அன்று இரவு சாப்பிடும் போதெல்லாம் மதுரநாயகமும், கமலாதேவியும் ரமணியைப் பற்றியே பேசிக் கொண்டிருந்தார்கள். சாப்பாட்டை முடித்துக்கொண்டு அறைக்குள்ளே சென்று மதுரநாயகம் ஒரு காகிதத்தை எடுத்தார். அதில் யோசித்து யோசித்து ஏதோ எழுதினார். எழுதிவிட்டுப் படித்துப் பார்த்தார்.

பையனைக் காணோம்!

"மேலேயுள்ள பையனின் பெயர் ரமணி. வயது 13. மாநிறம். சுமார் நாலரை அடி உயரம். பத்து நாட்களாகக் காணவில்லை. அவன் மீது தவறு எதுவும் இல்லை. திரும்பி எப்போது வருவான் என்று ஆவலாக அவனை எதிர்பார்த்துக் கொண்டிருக்கிறோம். அவனைக் கண்டு பிடித்துக் கீழ்க்கண்ட விலாசத்துக்குத் தகவல் கொடுப்ப வர்களுக்குத் தக்க சன்மானம் கொடுக்கப்படும்! மதுரநாயகம், மானேஜர், ஸ்ரீ முருகன் பால நாடக சபா, சென்னை-1.

இதை இரண்டு தடவை படித்துப் பார்த்தார். பிறகு, "சரி இதே போல் ரமணியின் படத்துடன் விளம்பரப்படுத்தி விடலாம். சீக்கிரம் ரமணி கிடைத்துவிடுவான். சந்தேகமே இல்லை" என்று மனத்திற்குள்ளே சொல்லிக் கொண்டார்.

பிறகு, படுக்கையில் போய்ப் படுத்தார். கண்களை மூடிக்கொண்டார். ஆனால், தூக்கம் வரவில்லை! 'சுதர்சன் இப்போது ரமணியின் படத்தை எழுதிக் கொண்டிருப்பான். அங்கு நாமும் போனால் அவனுக்கு உதவியாயிருக்கும்' என்று நினைத்தார் மதுரநாயகம். உடனே படுக்கையை விட்டு எழுந்தார். சட்டையை மாட்டிக்கொண்டார்.

விறுவிறு என்று நடந்தார்.

இரண்டு மைல் தூரத்திலிருந்த ஒரு மாடி வீட்டை நோக்கிச் சென்றார். அந்த வீட்டை அடைந்ததும், மாடிப் படிகளில் ஏறி மெதுவாக மேலே சென்றார். அங்கிருந்த ஏழாம் எண்ணுள்ள அறையை நெருங்கினார். அறையில் விளக்கு எரிந்து கொண்டிருக்கும் என்று அவர் எதிர்பார்த்தார். வெளிச்சம் இல்லாமல் படம் எழுத முடியாதல்லவா? ஆனால், அந்த அறையில் விளக்கு எரியவில்லை. அறைக் கதவு திறந்திருக்கிறதா என்று பார்த்தார். இல்லை; அது சாத்தப்பட்டிருந்தது. 'என்ன இது! சுதர்சன் தூங்கிவிட்டானோ!' என்று நினைத்துக் கதவை மெதுவாகத் தட்டினார்; பதில் இல்லை! கொஞ்சம் பலமாகவே தட்டினார்; அதற்கும் பதில் இல்லை!

கதவைத் தட்டும் போது அவர் கையில் ஏதோ தட்டுப்பட்டது. அதைத் தொட்டுப் பார்த்தார். உடனே திடுக்கிட்டார். "ஆ! பூட்டு! என்ன இது! கதவு பூட்டப் பட்டிருக்கிறதே! சுதர்சன் எங்கே போய்விட்டான்? அவன் பொய் சொல்லமாட்டானே! அவன் அறையில் இன்னொரு சிநேகிதனும் இருப்பதாகச் சொன்னானே! அவனையும் காணோமே! இருவரும் சினிமா பார்க்கப் போயிருப்பார் களோ!" என்று எண்ணினார்.

யாரையாவது கேட்கலாமென்று சுற்றுமுற்றும் பார்த்தார். பக்கத்து அறையில் உள்ளவர்கள் எல்லாரும் தூங்கிவிட்டார்கள். கதவைத் தட்டி அவர்களை எழுப்பிக் கேட்க நினைத்தார். ஆனாலும், அவர்கள் என்ன சொல்லு வார்களோ என்று பயந்து பேசாமல் கீழே இறங்கி வந்து விட்டார். அப்போது வாசலில் காவல்காரன் நின்று கொண்டிருப்பதை அவர் கண்டார். அவன் பக்கத்திலே சென்று, "ஏனப்பா, மாடியிலே ஏழாம் நம்பர் அறை பூட்டியிருக்கிறதே! அதில் சுதர்சன் என்று ஒருவர் இருப்பாரே, அவர் எங்கே? எப்போது வருவார்?" என்று கேட்டார்.

“ஊரிலிருந்து எப்போது வருவார் என்றுதானே கேட்கிறீர்கள்? அதைப் பற்றி அவர் எதுவுமே சொல்லவில்லையே! பாவம், அவருக்கு இருந்த துக்கத்திலே எப்படி சார் அதைச் சொல்லுவார்?” என்றான் காவல்காரன்.

“என்ன! துக்கமா! ஊருக்குப் போயிருக்கிறாரா?” என்று திகைப்புடன் கேட்டார் மதுரநாயகம்.

“ஆமாம் சார். ராத்திரி எட்டு மணி இருக்கும். ஊரிலேயிருந்து ஒரு அவசரத் தந்தி வந்தது. உடனே ரயிலுக்குப் புறப்பட்டுப் போய்விட்டார். கூடவே அவர் அறையிலிருக்கும் பரமசிவமும் போயிருக்கிறார். இன்னும் திரும்பிவரவில்லை. வெகுநேரமாகி விட்டது."

"தந்தி வந்ததா? என்ன விஷயமாம்? உனக்குத் தெரியுமா?” என்று பரபரப்போடு கேட்டார் மதுரநாயகம்.

“சுதர்சன் இருக்கிறாரே, அவருக்கு ஒரே ஒரு ஆண் குழந்தையாம். அது இறந்து போய்விட்டதாம். தந்தியிலே அதுக்கு மேலே விவரம் இல்லை” என்று காவல்காரன் பதில் சொன்னான்.

இதைக் கேட்டதும், மதுரநாயகம் திடுக்கிட்டார். "ஐயோ பாவம், சுதர்சன் மிகவும் நல்லவன். அவனுக்கா இப்படிப்பட்ட துக்கச் செய்தி வர வேண்டும்?” என்று அநுதாபப்பட்டார். அத்துடன், “ரமணியின் படம் எழுதித் தருகிறேன் என்றான். அதற்குள் இப்படி ஆகிவிட்டதே! எல்லாம் நம்முடைய கெட்ட காலம் “என்று நொந்து கொண்டே அங்கேயே சிறிது நேரம் நின்று கொண்டிருந்தார். வழியனுப்பப் போன சுதர்சனின் சிநேகிதன் பரமசிவம் திரும்பி வந்தால் முழு விவரமும் தெரிந்து கொள்ளலாம் என்று தான் காத்திருந்தார். ஆனால், பரமசிவம் பன்னிரண்டு மணி வரை வரவில்லை இனியும் காத்திருப்ப தில் பயனில்லை. ஒரு வேளை ஸ்டேஷன் அருகிலே எங்கேனும் தெரிந்த இடத்தில் பரமசிவம் படுத்திருக்கலாம். எப்படியும் காலையில் விஷயம் தெரிந்து விடும்’ என்று

நினைத்துக்கொண்டே மதுர நாயகம் வீடு திரும்பினார். திரும்பி வரும்போது, 'சுதர்சனின் குழந்தை இப்படித் திடீரென்று இறந்துவிட்டதே!' என்று வருந்தினார். அத்துடன், “ம் ரமணியைக் கண்டுபிடிக்க நல்ல ஏற்பாடு செய்யப்போகும் சமயம் இப்படித் தடங்கல் வந்து விட்டதே” என்று எண்ணிப் பெருமூச்சுவிட்டார்.

வழியனுப்பச் சென்ற பரமசிவம் இரவுதான் வர வில்லை. மறுநாள் காலையிலாவது வந்தாரா? ஊஹூம், காலையிலும் வரவில்லை; மாலையிலும் வரவில்லை.

மூன்றாம் நாள் காலை மணி ஏழு இருக்கும். சாய்வு நாற்காலியில் சாய்ந்தபடி யோசனை செய்துகொண்டிருந்தார் மதுரநாயகம்.

அப்போது, “சார், மானேஜர் சார்!” என்று ஒரு குரல் கேட்டது.

“யாரது?” என்று கேட்டுக் கொண்டே எழுந்து வந்தார் மதுரநாயகம்.

“நான் தான் சார், சுதர்சனின் சிநேகிதன் பரமசிவம்” என்று சொல்லிக்கொண்டே உள்ளே வந்தார் பரமசிவம்.

பரமசிவத்தைப் பார்த்ததும், “என்ன பரமசிவம், சுதர்சனுக்கு ஏதோ அவசரத் தந்தி வந்ததாமே!” என்று மிகுந்த கவலையோடு பேச்சை ஆரம்பித்தார் மதுரநாயகம்.

"ஆமாம் சார்; சுதர்சனின் ஒரே குழந்தை- ஆண் குழந்தை திடீரென்று இறந்துவிட்டது. இரண்டு நாளாக ஜுரம் இருந்ததாம், அவ்வளவுதான்”

"ஐயா, போவம். சுதர்சன் மிகவும் வருத்தப்படுவான்” என்று அநுதாபப்பட்டார் மதுரநாயகம்.

“வருத்தப்படுவதோடு இருந்தாலும் பரவாயில்லையே! மூளையே கலங்கிப் பைத்தியம் பிடித்துவிடும் போலி ருக்கிறதே! அதுதான் பயமாயிருக்கிறது!”

“என்ன! பைத்தியம் பிடித்துவிடும் போலிருக்கிறதா?”

'ஆமாம். அந்தக் குழந்தை மீது சுதர்சன் உயிரையே வைத்திருந்தான். அன்றைக்குத் தந்தி வந்தவுடனேயே அவன் மூளை குழம்பிவிட்டது! அவனை வழியனுப்பப் போயிருந்தபோது, அவன் நிலைமையைப் பார்த்தேன். தனியாக அனுப்ப மனமில்லை. கூடவே சென்றேன். இப்போதுதான் திரும்பி வருகிறேன். சரி, நான் வரட்டுமா? ஸ்டேஷனிலிருந்து நேராக இங்குதான் வருகிறேன். ரமணி என்கிற பையனுடைய படத்தைப் போடப் போவதாகச் சுதர்சன் சொல்லிக் கொண்டிருந்தான். அப்போதுதான் தந்தி வந்தது. உங்களுக்குத் தகவல் தெரியாதே என்றுதான் சொல்ல வந்தேன்.”

“எல்லாம் என் துர்அதிர்ஷ்டம்” என்று வருத்தப்பட்டார் மதுரநாயகம்.

"நான் போய் வருகிறேன்” என்று கூறிவிட்டுப் பரமசிவம் போனதும், சுதர்சன் இனி எப்போது திரும்பி வருவானோ! ரமணியின் படம் எப்போது தயாராகுமோ!' என்று எண்ணிப் பெருமூச்சு விட்டார்.

ஐந்து நிமிஷம் அப்படியே யோசனையில் இருந்தார். ஆறாவது நிமிஷம் நாடகக் கொட்டகையிலிருந்து ஓர் ஆள் அவசர அவசரமாக அங்கே ஓடி வந்தான். “சார் சார், தந்தி வந்திருக்கிறது சார்” என்று கூறிக் கொண்டே அவரிடம் தந்தியை நீட்டினான். அவர் தந்தியை வாங்கிப் பரபரப்புடன் பிரித்துப் படித்தார். உடனே, இருந்த இடத்தை விட்டு ஒரு குதி குதித்தார். பிறகு, “கமலா! கமலா!” என்று கத்திக்கொண்டே அடுக்களைக்கு ஓடினார்.

16. கிடைத்துவிட்டான்!

ஆனந்தம் ஆனந்தம் ஆனந்தமே-இன்று ஆனந்தம் ஆனந்தம் ஆனந்தமே-இந்த ஆனந்த னுக்கு நல் ஆனந்தமே!

அப்பாவோ இல்லை; அம்மாவோ நம்கட்சி ஆனந்தம் ஆனந்தம் ஆனந்தமே!

இப்படிப் பாடிக்கொண்டே குண்டுமணியின் வீட்டுக்கு வந்தான் ஆனந்தன். “என்னடா ஆனந்தா! ஒரே குஷியா யிருக்கிறாயே!” என்று கேட்டான் குண்டுமணி.

"குஷியாயில்லாமல், மூலையிலே குந்திக்கொண்டு அழவா சொல்லுகிறாய்? கேளுடா, இன்றைக்கு அதி காலையிலே என் அப்பா தஞ்சாவூருக்குப் புறப்பட்டுப் போய்விட்டார். ஏதோ வியாபார விஷயமாம். நாளை இரவுதான் திரும்பி வருவார். இது நமக்கு ஒரு நல்ல சந்தர்ப்பம். இந்த சந்தர்ப்பத்திலே ரமணியைக் கண்டு பிடிக்க நான் திட்டம் போட்டிருக்கிறேன்...'

என்னடா இது! 'திட்டம் போட்டிருக்கிறேன்' என்றா சொல்லுவது? 'திட்டம் தீட்டியிருக்கிறேன்' என்று சொல்லுடா. அது சரி, உன் அப்பா ஊரில் இல்லாததற்கும், ரமணியைக் கண்டுபிடிப்பதற்கும் என்னடா சம்பந்தம்? உன்னை சி.ஐ.டி. வேலை பார்க்க வேண்டாமென்று உன் அப்பா சொன்னாரா? அல்லது குறுக்கே விழுந்து படுத்துக்கொண்டாரா?”

‘அட, அவசரப்படாமல் கேளுடா. என் அப்பா ஊரில் இருந்தால் இரவிலே வெகு நேரம் ஊர் சுற்ற முடியுமா? இன்று இரவு நாம் எப்படியாவது ரமணியைத் தேடிக் கண்டுபிடித்துவிட வேண்டும். அவன் எங்கேயாவது வேலையிலே சேர்ந்திருப்பான் போலத் தோன்றுகிறது.

அதனால்தான் பகலிலே அவனைக் கண்டுபிடிக்க முடிய வில்லை. இரவிலே தான் தேடிப் பார்க்க வேண்டும்.''

“அப்படியானால் இரவு முழுவதும் அவனைத் தேட வேண்டும் என்கிறாயா?''

"இரவு முழுவதும் தேட வேண்டாம். அவனுடைய வேலை முடிய ஒன்பது மணியாகலாம். பத்து மணி ஆகலாம். பன்னிரண்டும் ஆகலாம். அதனாலே, பன்னிரண்டு மணிக்கு மேலே தேடினால் கட்டாயம் அகப்பட்டு விடுவான். எங்கேயாவது ஒரு கடை வாசலில் படுத்திருப்பான் அல்லது, ஒரு வீட்டுத் திண்ணையில் தூங்குவான்."

“அப்படியானால், பன்னிரண்டு மணிக்கு மேலே தான் புறப்பட வேண்டுமென்கிறாய். அதுவரையில் தூங்காமல் கொட்டக் கொட்ட விழித்துக்கொண்டிருக்க வேண்டுமா?"

“சும்மா விழித்துக் கொண்டிருக்க வேண்டாம். சுகமாக மெத்தை போட்ட நாற்காலியில் உட்கார்ந்து, எதிரேயிருக்கும் வெள்ளித் திரையைப் பார்த்துக் கொண்டிருக்க லாம்."

"ஆ! அப்படிச் சொல்! நீயும் நானும் சினிமாவுக்குப் போய் எத்தனை நாட்கள் ஓடிவிட்டன!'' என்றான் குண்டுமணி.

திட்டம் போட்டபடி, குண்டுமணியும் ஆனந்தனும் அன்று இரவு சினிமா பார்த்துவிட்டு பன்னிரண்டு மணிக்கு வெளியே வந்தார்கள். வெளியே வந்ததும், வராததுமாகத் துப்பறியும் வேலையில் இறங்கிவிட்டார்கள்.

ஆனந்தன் கையிலே ஒரு டார்ச் விளக்கு இருந்தது. குண்டுமணி கையிலும் ஒரு டார்ச் விளக்கு இருந்தது. இருவரும் ஆளுக்கொரு பக்கமாக விளக்கை அடித்துப் பார்த்துக் கொண்டே போனார்கள். யாராவது படுத்திருப்பது தெரிந்தால், உடனே உற்றுப் பார்ப்பார்கள். சந்தேகம் ஏற்பட்டால், எழுப்பி விசாரிக்கலாம் என்று நினைத்தார்கள். ஆனால், படுத்துக் கிடந்தவர்கள் எல்லோ ருமே

பெரியவர்கள்தான்! ஒரு பையனாவது தென்பட வேண்டுமே! ஊஹூம்.

சுமார் நான்கு மணி நேரம் சுற்றிவிட்டார்கள். 'டாண், டாண், டாண், டாண்' என்று நான்கு முறை மணியடிக்கும் சத்தம் கேட்டது. உடனே குண்டு மணி, "அப்பா ஆனந்தா! நம்மாலே இனிமேல் நடக்கவே முடியாது. கொஞ்ச நேரமாவது உட்கார்ந்து களைப்பாற வேண்டும். இல்லாத போனால், மயக்கம் போட்டு விழுந்துவிடுவேன்" என்று எச்சரித்தான்.

உடனே ஆனந்தன், "டேய், டேய், அப்படியெல்லாம் செய்துவிடாதே! நீ தூங்க ஆரம்பித்தாலே என்னால் எழுப்ப முடியாது. நீ மயக்கம் போட்டு விட்டாலோ அப்புறம் கேட்கவே வேண்டாம். சரி, அதோ பார். அந்த வீட்டுத் திண்ணையிலே போய்க் கொஞ்ச நேரம் உட்கார்ந்து இளைப்பாறலாம். ஆனால் ஒரு நிபந்தனை. அங்கே நீ படுத்துவிடக் கூடாது!"

"இல்லை. படுக்கமாட்டேன். வா, போய் உட்காருவோம்" என்றான் குண்டுமணி.

ஒரு வீட்டின் முன்னால், எதிர் எதிராக இரண்டு நீளமான திண்ணைகள் இருந்தன. சாய்ந்து கொள்ளவும் அவை வசதியாக இருந்தன. குண்டுமணி ஒரு திண்ணையில் உட்கார்ந்தான். ஆனந்தன் எதிர்த் திண்ணையில் உட்கார்ந்தான்.

சிறிது நேரம் சென்றது. ஆனந்தன், "குண்டுமணி, ஒரேயடியாக உட்கார்ந்து விடாதே! புறப்படு. சீக்கிரம் ரமணியைக் கண்டுபிடிக்க வேண்டும் மாமா தந்தியை எதிர்பார்த்துக் கொண்டேயிருப்பார்" என்றான்.

உடனே குண்டுமணி, "ஏண்டா ஆனந்தா, உன் மாமாவுக்கு இந்த ரமணி ஒரே ஒரு பிள்ளை தானா? வேறு பிள்ளையே கிடையாதா?" என்று கேட்டான்.

இதைக் கேட்டதும் ஆனந்தனுக்குச் சிரிப்பு வந்து விட்டது. ஆனாலும் அடக்கிக்கொண்டு, அட மண்டு சிகாமணி, 'விடிய விடியக் கதை கேட்டு சீதைக்கு ராமர் சித்தப்பாவா?' என்று கேட்ட கதையாகத்தான் இருக்கிறது. அன்றைக்கு ஹோட்டலில் சாப்பிடும் போதே எல்லாம் விவரமாகச் சொன்னேன். நீ சாப்பிடும்போது சொன்னேனே, அது என் தப்புத்தான்... சரி, கொஞ்சம் காதைத் தீட்டிக்கொண்டு கேள். என் மாமா மதுரநாயகம் பட்டணத்திலே ஸ்ரீ முருகன் பால நாடக சபாவிலே மானேஜராயிருக்கிறார். அந்த சபாவிலே ரமணி என்று ஒரு பையன் வேலைக்கு இருந்தானாம். அவன் மிகவும் நல்லவனாம். ஆனாலும், அவன் சபாவில் பட்டுத் துணியைத் திருடிவிட்டதாக அவன் மேல் சில வேலைக்காரர்கள் பழி போட்டுவிட்டார்களாம். அவர்கள் பேச்சைக் கேட்டு நாடக சபா முதலாளி பத்துப் பன்னிரண்டு நாட்களுக்கு முன்பு ரமணியை விரட்டி விட்டாராம். ஆனால், இப்போது அவன் மீது குற்றம் எதுவும் இல்லை என்பது ருசுவாகிவிட்டதாம். அவன் திருச்சியிலிருந்து மாமாவுக்கு ஒரு கடிதம் எழுதியிருக்கிறானாம். அதனால் அவனை இந்த ஊரில் தேடிக் கண்டுபிடிக்கும்படி மாமா எழுதி யிருக்கிறார். மாமா விருப்பப்படி நான் அவனைத் தேடிக் கொண்டிருக்கிறேன். எனக்குத் துணையாக என் அருமை நண்பன் அசகாய சூரன் குண்டுமணியாகிய நீயும் வந்திருக்கிறாய். அவ்வளவு தான்! விவரம் போதுமா? இன்னும் வேணுமா?" என்று கேட்டான் ஆனந்தன்.

"அடடே! புரியுது, புரியுது... ஆமாம், அப்போது நீ சொன்னதெல்லாம் இப்போதுதான் ஞாபகத்துக்கு வரு கிறது. சரி, இன்னும் எங்கெல்லாம் தேட வேண்டும்.

"பின் தெரு ஒன்றுதான் பாக்கி. அங்கேயும் தேடிப் பார்த்துவிடலாம்"

"சரி, இப்போது எனக்கு ஒரே தாகமாயிருக்கிறது. தண்ணீர் வேண்டும்.!"

''அதோ நாம் வந்த வழியிலே, இதே தெரு முனையிலே ஒரு குழாயிருக்கிறது. வா, போய்த் தண்ணீர் குடித்துவிட்டு வேலையைப் பார்ப்போம்.''

இருவரும் குழாயடிக்குச் சென்று தண்ணீர் குடித்து விட்டுப் பின் தெருவுக்குப் போய்த் தேட ஆரம்பித்தார்கள். அப்போது ஒரு வீட்டின் எதிரேயிருந்த ஒரு அகலமான கல்லின் மேல் யாரோ படுத்திருப்பது தெரிந்தது. உடனே ஆனந்தன் விளக்கை முகத்திலே அடித்துப் பார்த்தான். பார்த்ததும், "டேய், டேய், குண்டுமணி! இதோ பார். ஒரு பையன் ''என்றான்.

குண்டுமணியும் அருகே வந்து பார்த்தான். ''ஆமாண்டா, முகத்திலே மீசையில்லை. பையனாகத் தான் இருக்கும்'' என்று கூறினான்.

''போடா, மடையா! மீசை இருந்தாலும், இல்லாத போனாலும் முகத்தைப் பார்த்தாலே தெரியாதா? இவ னுக்கும் என் வயதுதான் இருக்கும். நிறம் கூட என் நிறம் தான்! எழுப்பிக் கேட்கலாமா?'' என்றான்.

''டேய், கன்னம் பத்திரம்! மலைக்கோட்டையில் விழுந்த மாதிரி அறை விழுந்துவிடப் போகிறது!"

''சரி, இவன் உயரமும் என் உயரம் தான் இருக்கிறதா என்று பார்த்துவிடலாம். குண்டுமணி, நான் இவன் பக்கத்திலே படுத்துக்கொள்கிறேன். என் உயரமும் இவன் உயரமும் சரியாக இருக்கிறதா என்று நீ பார்த்துச் சொல். சரிதானா?'' என்று கூறிவிட்டு அந்தப் பையனின் அருகே தரையில் படுத்தான் ஆனந்தன்.

குண்டுமணி தலைப் பக்கமும் கால் பக்கமும் பார்த்து விட்டு, ''அச்சா! வித்தியாசமே இல்லை. உன் உயரமே தான்! சரி, இவனைச் சீக்கிரம் எழுப்பு. உம்!'' என்று அவசரப்படுத்தினான். உடனே ஆனந்தன் அந்தப் பையனை

எழுப்பினான். அவன் பலமுறை தட்டி எழுப்பிய பிறகே எழுந்தான்.

அவன் எழுந்து உட்கார்ந்ததும், “தம்பி, உன் பெயர் என்ன?” என்று குழைவாகக் கேட்டான் ஆனந்தன்.

“என் பெயரா?... என் பெயர்... ரமணி “என்றான் அவன்.

உடனே, “என்ன, ரமணியா! உனக்கு மதுரநாயகத்தைத் தெரியுமா?” என்று ஆச்சரியத்துடன் கேட்டான் ஆனந்தன்.

"ஓ! நாடக சபா மானேஜர் மதுரநாயகத்தையா எனக்குத் தெரியாது! அவர் தங்கமானவர்” என்றான் பையன்.

இதைக் கேட்டதும் ஆனந்தனுக்கும், குண்டுமணிக்கும் அவன் ரமணிதான் என்பது உறுதியாகிவிட்டது. உடனே அவனை அப்படியே கட்டிப் பிடித்துக்கொண்டு இருவரும் குதித்தார்கள்.

பிறகு ஆனந்தன் அவனிடம், "நீ இங்கே வந்து எத்தனை நாளாகிறது?” என்று கேட்டான்.

"பத்து நாளாகிறது... சாப்பிட்டு ஒரு வாரமாகிறது. என் கஷ்ட காலம் பட்டுத் துணியை நான் திருடிவிட்டதாக என்மேல் பழி சுமத்தினார்கள்...’

“ரமணி! கவலைப்படாதே! நீ திருடவில்லை என்பது ருசுவாகிவிட்டது. மாமா உன்னைக் காணாமல் ஏங்கிக் கொண்டிருக்கிறார். வா, வா, சீக்கிரம் வீட்டுக்குப் போகலாம். பசி தீரச் சாப்பிட்ட பிறகு மிச்சத்தைப் பேசிக் கொள்ளலாம்” என்றான் ஆனந்தன்.

மறுநாள் பொழுது விடிந்ததுமே, ரமணி கிடைத்து விட்டதாக மாமாவுக்குத் தந்தி கொடுத்துவிட்டான் ஆனந்தன்.

அந்தத் தந்தியைப் பார்த்ததும் தான், “கமலா கமலா" என்று கத்திக் கொண்டே அடுக்களைக்கு

அடுக்களைக்கு வேகமாக ஓடினார் மதுரநாயகம்

''என்ன விஷயம்? இப்படிச் சிறு குழந்தை மாதிரி ஓடி வருகிறீர்களே!'' என்று கேட்டாள் கமலா தேவி.

"இதோ பார் தந்தி! திருச்சியிலிருந்து வந்திருக்கிறது. படித்துப் பார். எல்லாம் தெரியும் ''என்று கூறிவிட்டுத் தந்தியை அவளிடம் காட்டினார் மதுர நாயகம். ''என்ன இது! என்னைப்படித்துப் பார்க்கச்சொல்லுகிறீர்களே!

விளையாடுகிறீர்களா? தந்தி தமிழிலா இருக்கிறது? எனக்குத்தான் இங்கிலீஷ் தெரியாதே!" என்றாள் கமலா தேவி.

"அடடே! எனக்கு இருந்த ஆனந்தத்தில் உனக்கு இங்கிலீஷ் தெரியாது என்பதைக்கூட மறந்துவிட்டேன்! சரி, இப்போது இந்தத் தந்தியிலுள்ள செய்தியைக் கேட்டால், நீயும் என்னோடு சேர்ந்து ஆனந்தப்படப் போகிறாய்..."

"அப்படியா! சரி, விஷயம் என்ன என்பதைச் சொல்லாமல் ஏதேதோ சொல்லுகிறீர்களே! சீக்கிரம் சொல்லுங்கள்'' என்றாள் கமலாதேவி.

"இது யார் கொடுத்த தந்தி தெரியுமா? என் அக்காள் மகன் ஆனந்தன் கொடுத்தது! அவன் என்ன சாமானியப் பட்டவனா? பலே கெட்டிக்காரன்!'' என்று கூறினார். பிறகு, "இதோ படிக்கிறேன்; கேள். "ரமணி கிடைத்து விட்டான். புறப்பட்டு வரவும் -ஆனந்தன்'. பார்த்தாயா? இனிக் கவலையே இல்லை. ரமணி கிடைத்துவிட்டான்!'' என்று ஆனந்தம் பொங்கக் கூறினார்.

''என்ன! ரமணி கிடைத்துவிட்டானா? அப்பா! நல்ல வேளை. இப்போதாவது கிடைத்தானே! இனி, அவனை நான் ஒன்றுமே சொல்லமாட்டேன். சொந்தத் தம்பி போலப் பார்த்துக் கொள்வேன்'' என்றாள் கமலா தேவி.

"நானும் அப்படித்தான். என் சொந்தத் தம்பி போலவே பார்த்துக்கொள்வேன். ஆமாம், அவன் எனக்கும் தம்பி, உனக்கும் தம்பியாக எப்படி இருக்க முடியும்? முறை சரியாக வராதே!" என்று கேட்டு விட்டுச் சிரித்தார் மதுர நாயகம். கமலாதேவியும் கூடச் சேர்ந்து சிரித்தாள்.

அன்று ஆபீசுக்கு வந்ததும், முதல் வேலையாக முதலாளியிடம் ரமணி கிடைத்துவிட்ட செய்தியைத் தான் மதுரநாயகம் கூறினார். முதலாளிக்கும் பரம சந்தோஷம். 'நமக்கு அதிக சிரமம் வைக்காமல் கிடைத்துவிட்டான். உடனே அவனை அழைத்துவரச் சொல்லி இப்போதே பதில் தந்தி கொடுத்துவிடுவோமா?" என்று கேட்டார் முதலாளி.

"ஆனந்தன் என்னையல்லவா புறப்பட்டு வரச்சொல்லித் தந்தி கொடுத்திருக்கிறான்? காரணத்தோடுதான் அவன் அப்படிக் கொடுத்திருக்க வேண்டும்" என்றார் மதுர நாயகம்.

"என்ன காரணமாக இருக்கும்?"

"ஒன்றுமில்லை. ரமணியை ஆனந்தன் கண்டு பிடித்ததும், இங்கே அழைத்து வருவதாகத்தான் சொல்லி யிருப்பான். ஆனால், ரமணிக்குத் திரும்பவும் இங்கே வர யோசனையாக இருந்திருக்கும். தயக்கத்தோடு ஏதாவது சொல்லியிருப்பான். நானே நேரில் போனால், எப்படியும் சமாதானப்படுத்தி அழைத்து வந்துவிடுவேன். இல்லையா? அதனால் தான் என்னைப் புறப்பட்டு வரச் சொல்லி ஆனந்தன் தந்தி கொடுத்திருக்கிறான்."

"ஆமாம் மதுரநாயகம், அப்படித்தான் இருக்கும். சரி, இன்று இரவே நீங்கள் புறப்படுங்கள். ரமணியைக் கையோடு அழைத்துக்கொண்டு நாளை இரவே திரும்பி வந்துவிடுங்கள். இன்னும் நாலு நாட்கள் தானே நடுவே இருக்கின்றன, சீனத் தூதுகோஷ்டி வருவதற்கு?"

“எனக்கு வேறு என்ன வேலை? நாளை இரவே ரமணி யுடன் திரும்பிவிடுகிறேன்” என்று கூறிவிட்டு மதுரநாயகம் உற்சாகமாகத் தமது வேலைகளை யெல்லாம் முடித்தார்.

17. காரியம் கெட்டது!

இரவு மதுரநாயகம் ரயில்வே ஸ்டேஷனுக்குச் சென்றார். 'டிக்கெட்' வாங்கிக்கொண்டு ரயிலில் ஏறி உட்கார்ந்தார். ரயில் புறப்பட இன்னும் ஐந்து நிமிஷங்களே இருந்தன. அப்போது ஒவ்வொரு வண்டியாகப் பார்த்துக்கொண்டே ஒரு பையன் ஓடிவந்தான். அவன் மதுரநாயகம் இருந்த வண்டிக்குப் பக்கத்திலே வந்ததும், மதுரநாயகம் தற்செயலாக அவனைப் பார்த்து விட்டார். உடனே, 'ஏ சிங்காரம், சிங்காரம்!" என்று கூவினார்.

அந்தப் பையன், சத்தத்தைக் கேட்டதும் நின்றான். "என்னப்பா விஷயம்? ஏன் இப்படி வியர்க்க விறுவிறுக்க ஓடி வருகிறாய்?" என்று கேட்டார் மதுரநாயகம்.

"உங்களைத் தேடித்தான் சார் வந்தேன். உடனே கீழே இறங்குங்கள் சார். உம், நேரமாகிறது. வண்டி புறப்படப் போகிறது. இறங்குங்கள் சார்! இதோ உங்களுக்கு ஒரு தந்தி வந்திருக்கிறது சார். முதலாளி பிரித்துப் படித்துப் பார்த்தார். உடனே என்னை அவசரமாக இங்கே அனுப்பி வைத்தார்" என்று கூறித் தந்தியை அவரிடம் கொடுத்தான் சிங்காரம்.

மதுரநாயகம் படித்துப் பார்த்தார். "புறப்பட வேண் டாம். கடிதம் வருகிறது" என்று திருச்சியிலிருந்து தந்தி வந்திருந்தது ஆனால், அந்தத் தந்தியை ஆனந்தன் அனுப்பவில்லை. அவன் அப்பா வேதநாயகம்தான் அனுப்பியிருந்தார்! மதுரநாயகம் அந்தத் தந்தியைப் படித்ததும் திடுக்கிட்டார்.

"என்ன இது! நம் அத்தான் அல்லவா தந்தி அனுப்பி யிருக்கிறார்! அன்று நான் எழுதிய கடிதத்துக்கு இதுவரை அவர் பதிலே எழுதவில்லை! ஆனந்தன் தான் இரண்டு கடிதங்கள் எழுதியிருந்தான். காலையில் வந்த தந்தியும் அவன் அனுப்பியது தான். இப்போது, அத்தான் இப்படித் தந்தி

அனுப்பியிருக்கிறாரே! ஒன்றும் தெரியவில்லையே! சரி, கடிதம் எழுதுவதாகத் தான் தந்தியில் சொல்லியிருக்கிறாரே, பார்க்கலாம்'' என்று கூறிக்கொண்டே ரயில் டிக்கெட்டைத் திருப்பிக் கொடுத்து விட்டுப் பணத்தை வாங்கிக்கொண்டு வீடு திரும்பினார்.

ரமணியைக் கண்டுபிடித்துவிட்டதாக ஆனந்தன் சொன்னதும் அவன் அம்மாவுக்கு ஒரே ஆனந்தம். வீட்டிலிருந்த பட்சணங்களையெல்லாம் கொண்டுவந்து ''ரமணி, இதோ சாப்பிடு. நன்றாகச் சாப்பிடு'' என்று கொடுத்தாள். அப்போது ஆனந்தன், ''குண்டுமணி, நாம் எவ்வளவு சிரமப்பட்டு ரமணியைக் கண்டுபிடித்தோம். இந்த வெற்றியை நாம் சிறப்பாகக் கொண்டாட வேண்டாமா?'' என்றான்.

"கட்டாயம் கொண்டாட வேண்டும். இன்றைக்கு மத்தியானமே நம் நண்பர்களுக்கெல்லாம் ஒரு பலமான விருந்து வைத்துவிட்டால் போகிறது!'' என்று பதிலளித் தான் குண்டுமணி. அம்மாவும் 'சரி' என்று கூறிவிட்டாள்.

அன்று மத்தியானம் எல்லா நண்பர்களும் ஆனந்தன் வீட்டுக்கு வந்துவிட்டார்கள், அவர்கள் ஒவ்வொருவருக்கும். "இவன் தான் ரமணி" என்று புதுப் பையனை அறிமுகப்படுத்தி வைத்தான் ஆனந்தன். எல்லோரும் மகிழ்ச்சியுடன் அவனைப் பார்த்தார்கள்.

சாப்பிடும்போது, ஒரே குதூகலமாகப் பேசிக் கொண்டே அவர்கள் சாப்பிட்டார்கள்.

சேகர் என்ற பையன், ''என்ன இருந்தாலும், நமது ஆனந்தன் சாமர்த்தியசாலிதான்! எவ்வளவு பாடுபட்டு இந்த ரமணியைத் தேடிக் கண்டுபிடித்திருக்கிறான்!'' என்றான்.

உடனே கோபு என்பவன், 'ஆனந்தன் பரீட்சையில் தேறியிருந்தால் அப்போதே விருந்து கிடைத்திருக்கும். ஆனாலும், இப்போதாவது கிடைத்ததே! அதற்கு இந்த ரமணிக்குத்தான் நன்றி சொல்ல வேண்டும்' என்றான்.

அப்போது ஆனந்தன், "ரமணி, கூச்சப்படாதே நன்றாகச் சாப்பிடு. உன்னை உத்தேசித்துத்தான் இந்த விருந்தெல்லாம்" என்றான்.

ஆனந்தன் சொல்வதைக்கூட அவன் காதில் வாங்கிக் கொண்டதாகத் தெரியவில்லை. இலையில் இருந்ததை யெல்லாம் வளைத்து வளைத்து உள்ளே தள்ளிக் கொண்டேயிருந்தான்.

சாப்பாட்டை முடித்துக் கொண்டு எல்லோரும் உட்கார்ந்து பேசிக்கொண்டிருந்தார்கள். அப்போது தஞ்சாவூர் போயிருந்த ஆனந்தனின் அப்பா வேதநாயகம் வந்துவிட்டார். இரவு வருவதாகக் கூறி விட்டுப் போனவர், சீக்கிரம் வேலை முடிந்துவிட்டதால் பகலி லேயே திரும்பிவிட்டார். அவரைக் கண்டதும், ஆனந்தன் துள்ளிக் குதித்துக் கொண்டே அவர் அருகே ஓடினான். "அப்பா! அப்பா! ரமணியை என்னால் கண்டுபிடிக்க முடியாது என்று சொன்னாயே! இதோ பார். இவன்தான் ரமணி!" என்று பெருமையாகக் காட்டினான்.

"ஓ, இவன் தான் அந்த ரமணியா? நல்ல காலம்!" என்றார் அப்பா. "அப்பா, மாமாவுக்குத் தந்திகூடக் கொடுத்து விட்டேன். இரவே புறப்பட்டு நாளைக் காலையில் வந்துவிடுவார்.

"மதுரநாயகத்துக்கு வேலை அதிகமாயிருக்கும். ஏன் அவனை இங்கே வரச் சொன்னாய்? நாமே இவனை அழைத்துக்கொண்டு போயிருக்கலாமே!"

"இல்லையப்பா. மாமா இங்கே வந்து வெகுநாளாகி விட்டதாம். அம்மாதான் மாமாவைப் புறப்பட்டு வரும்படி தந்தி கொடுக்கச் சொன்னாள்."

"சரி, வரட்டும்" என்று கூறிவிட்டு வேதநாயகம் சாப்பிடச் சென்றார். அவர் சாப்பிட்டுவிட்டு வருவதற்குள் விருந்துக்கு வந்த நண்பர்கள் எல்லோரும் விடை பெற்றுக்கொண்டு கிளம்பினார்கள்.

வேதநாயகம் சாப்பிட்டுக் கொண்டிருக்கும்போது, ஆனந்தனின் அம்மா அவரைப் பார்த்து "ஆனந்தனைப் பரிகாசம் பண்ணினீர்களே! பார்த்தீர்களா அவன் சாமர்த்தியத்தை! தந்தியைப் பார்த்ததும் என் தம்பிக்கு எவ்வளவு சந்தோஷமாக இருக்கும்!'' என்று பெருமையோடு சொன்னாள்.

வேதநாயகம் சாப்பாட்டை முடித்துக்கொண்டு முகப்புக்கு வந்தார். வெற்றிலை போட்டுக்கொண்டே 'ரமணி, உன்னைக் காணாமல் மதுரநாயகம் ஏங்கிப் போய்விட்டான். ஆமாம், அந்த நாடக சபாவில் நீ சேர்ந்து எவ்வளவு காலமாகிறது?'' என்று கேட்டார்.

''நானா?... நாடக சபாவிலே சேர்ந்து எத்தனை வருஷமாகிறது என்றுதானே கேட்கிறீர்கள்? நாலு வருஷத்துக்கு மேலேயிருக்கும்.''

இதைக் கேட்டதும் வேதநாயகம் திடுக்கிட்டார். 'என்ன இது! நாடக சபா ஆரம்பித்து ஒன்றரை வருஷங்கூட ஆகவில்லையே! ஒரேயடியாக நாலு வருஷம் என்று சொல்லுகிறானே!' என்று சந்தேகப்பட்டார்.

உடனே மேலும் கேள்விகள் கேட்டார். ''ஓகோ! நாலு வருஷத்துக்கு மேலே இருக்குமா? அதுதான் மதுரநாயகம் உன் மேல் உயிரையே வைத்திருக்கிறார்! சரி, அந்த நாடக சபா முதலாளி. அவர் பெயர் ஏதோ சொன்னாரே! மறந்தே போய்விட்டது.... அவர் பெயர் என்ன தம்பி?'' என்று கேட்டார்.

"முதலாளி பெயரா?... அவர் பெயர்... அவர் பெயர்... ராமசாமி. ஆமாம், ராமசாமிதான்.''

முதலாளியின் பெயர் மோகனரங்கம் என்பது வேத நாயகத்துக்கு நன்றாகத் தெரியும். அப்படியிருக்கும் போது, ராமசாமி என்று அவன் சொன்னதும், அவரது சந்தேகம் வலுத்துவிட்டது. ஆனாலும், வெளியில் காட்டிக்

கொள்ளாமல், 'ஆமாம், ஆமாம். ராமசாமியே தான்! அவர் தங்கமான மனிதர். மதுரநாயகம் சம்சாரம் கோதை நாயகி கூட மிகவும் நல்லவள். ரமணி, நீ கோதை நாயகியை எப்போதாவது பார்த்திருக்கிறாயா?" என்று கேட்டார்.

"என்ன அப்படிக் கேட்கிறீர்களே? கோதைநாயகி அம்மாளை எனக்கு நன்றாகத் தெரியும். சிலசமயம் சாப்பாடு எடுக்க வீட்டுக்குப் போவேன். அப்போது பார்த்திருக்கிறேன். நீங்கள் சொன்ன மாதிரி அந்த அம்மாள் மிகவும் நல்ல அம்மாள்.'

இப்படி அவன் கூறியதும் வேதநாயகத்தின் சந்தேகம் உறுதிப்பட்டது. மதுரநாயகத்தின் மனைவி கமலாதேவியைக் கோதைநாயகி என்று நான் மாற்றிச் சொன்னேன். அதை இவன் மறுத்துச் சொல்லவே இல்லை. அத்துடன், மதுரநாயகம் எழுதிய கடிதத்தில் அவன் வீட்டிலேயே ரமணி சாப்பிட்டு வந்ததாக அல்லவா எழுதியிருக்கிறான்? இவன் சொல்லுவது எல்லாமே பொய். இவன் ரமணியே அல்ல. ஆனந்தனை நன்றாக ஏமாற்றிவிட்டான்' என்று தீர்மானித்துக் கொண்டு, அவனைப் பார்த்துக் கண்டிப்பான குரலில், "டேய், உள்ளதைச் சொல். உன் பெயர் என்ன?" என்று மிரட்டினார்.

அவன் பேந்தப் பேந்த விழித்தான். "டேய். உள்ளதைச் சொன்னால் தப்பினாய்! இல்லாத போனால், போலீஸில் ஒப்படைத்து விடுவேன். உம், சொல்லு" என்று கத்தினார்.

உடனே அவன் நடுநடுங்கினான். "சார்,

"சார், போலீஸ் வேண்டாம், சார். உள்ளதைச் சொல்லிவிடுகிறேன், சார். என் பெயர் ரமணி இல்லை. முனியாண்டி"

இதை அவன் சொன்னதும், "என்ன! முனியாண்டியா!" என்று ஆனந்தனும் குண்டுமணியும் ஆச்சரியத்தோடு கேட்டார்கள். அவர்களுக்கு ஒரே ஏமாற்றமாக இருந்தது.

அவன் மேலும் சொன்னான்: ''நான் ஓர் ஏழை. பிச்சை எடுத்துக் காலம் தள்ளி வருகிறேன். நேற்று முழுதும் எனக்கு ஒரு வாய் சோறுகூடக் கிடைக்கவில்லை. பட்டினி கிடந்தேன். இரவிலே ஒரு தெருத் திண்ணையிலே படுத்திருந்தேன். தூக்கமே வரவில்லை. அப்போது ஏதோ பேச்சுக்குரல் கேட்டது. நான் படுத்திருந்த திண்ணைக்குப் பின்புறம் சாய்மானமுள்ள ஒரு திண்ணை இருந்தது. அதற்கு எதிர்ப்புறத்திலேயும் அதே மாதிரி ஒரு திண்ணை யிருந்தது. ஆளுக்கு ஒரு திண்ணையில் உட்கார்ந்து, இவர்கள் ரமணி என்பவனைப் பற்றிப் பேசியது என் காதில் விழுந்தது."

இதை அவன் சொல்லும்போதே, "அட படுபாவி! நாங்கள் பேசியதையெல்லாம் கேட்டுக் கொண்டா இருந்தாய்?'' என்றான் ஆனந்தன்.

"ஆமாம், இவர்கள் பேச்சிலிருந்து பின் தெருவுக்குப் போகப் போகிறார்கள் என்பதையும் தெரிந்து கொண்டேன். இவர்கள் தண்ணீர் குடிக்கப் போன சமயம் பார்த்து, நான் பின் தெருவுக்கு ஓடி, ஒரு வீட்டுக்கு முன்னால் படுத்துக் கொண்டேன். நான் நினைத்தபடியே இவர்கள் அந்தத் தெருவுக்கு வந்தார்கள். என்னைப் பார்த்ததும் எழுப்பி னார்கள். என்னை விசாரித்தார்கள். நான் தான் ரமணி என்று சொன்னால் வயிறாரச் சாப்பாடு கிடைக்குமே என்று நினைத்துத் தான் இப்படிச் செய்துவிட்டேன். உங்களுக்குக் கோடிப் புண்ணியம். என்னை விட்டு விடுங்கள்'' என்று கூறி வேதநாயகம் காலிலே விழுந்து கெஞ்சினான் அந்த முனியாண்டி!

இவ்வளவையும் கேட்டுக் கொண்டிருந்த ஆனந்தனுக்கும், குண்டுமணிக்கும், என்ன சொல்லுவதென்றே தெரிய வில்லை. முனியாண்டியின் மேல் ஆத்திரம் ஆத்திரமாக வந்தது. அவனையே முறைத்துப் பார்த்தார்கள்.

அப்போது வேதநாயகம், ''அப்பா, துப்பறியும் சிங்கங்களா! உங்கள் திறமை இப்போதாவது தெரிகிறதா? வேலையற்ற

வெட்டிப் பயல்கள்! விருந்து வைக்கிறார்களாம் விருந்து!" என்று அவர்களைத் திட்டினார்.

முனியாண்டியைப் பார்த்து, "டேய்; எழுந்திரு. இனி, ஒரு விநாடி கூட நீ இங்கே இருக்கக் கூடாது. உடனே எங்காவது கண்காணாத இடத்துக்கு ஓடிப் போய்விடு. உம், நிற்காதே! ஓடு, ஓடு!" என்று அவனை விரட்டி அனுப்பினார்.

பிறகு நேராகத் தபால் ஆபீசுக்குச் சென்றார். 'புறப்பட வேண்டாம். கடிதம் வருகிறது' என்று மதுர நாயகத்துக்கு ஒரு தந்தியை அனுப்பி வைத்தார். இல்லாவிட்டால், மதுரநாயகம் அன்றிரவே புறப்பட்டுக் காலையில் வந்து விடுவாரே!

அன்றே நடந்ததை விவரமாக மதுரநாயகத்துக்கு எழுதி அனுப்பினார். அத்துடன், கடிதத்தில் இன்னொரு விஷயத்தையும் குறிப்பிட்டிருந்தார். "நானும் ஒரு வாரத்துக்கு முன்பு இங்குள்ள போலீஸ் ஸ்டேஷனில் ரமணியின் அங்க அடையாளங்களைக் கொடுத்து, அவனை எப்படியாவது தேடிக் கண்டுபிடித்துத் தரவேண்டும் என்று சொல்லியிருந்தேன். தந்தி கொடுத்த பிறகு, போலீஸ் ஸ்டேஷனுக்கும் சென்று, ஏதாவது தகவல் கிடைத்ததா?' என்று கேட்டுப் பார்த்தேன். அவர்கள் இந்த வட்டாரம் முழுதும் தேடிப் பார்த்து விட்டார்களாம். ரமணி கிடைக்க வில்லையாம். ஆகையால், அவன் இந்தப் பகுதியில் இல்லை என்றே தெரிகிறது" என்று எழுதியிருந்தார்.

வேதநாயகம் விவரமாக எழுதியிருந்த கடிதத்தைப் படித்ததும் மதுரநாயகத்திற்குப் பெரும் ஏமாற்றமாகப் போய்விட்டது. 'எல்லாம் இப்படியா ஆகவேண்டும்! ஐயோ, ரமணி இப்போது எங்கு இருக்கிறானோ!' என்று எண்ணிப் பெருமூச்சு விட்டார்

ஆனால், ரமணி மதுரை நகரிலே பத்திரமாக இருக் கிறான் என்பதும், அங்கிருந்து பர்மாவுக்குப் போகப் போகிறான் என்பதும் அவருக்கு எப்படித் தெரியும்?

18. அவன் யார்?

அன்று காலை நேரம். மணி பத்து இருக்கும். காஞ்சிபுரத்துத் தெருவிலே ஒரு பையன் தலை தெறிக்க ஓடிக் கொண்டிருந்தான். அவன் கையிலே ஒரு பொட்டணம் இருந்தது. ஓடும் வேகத்தில் கையில் இருந்த பொட்டணம் அவிழ்ந்து, உள்ளேயிருந்த நாலு பட்டுப் புடவைகள் ஒன்றன்பின் ஒன்றாகத் தெருவிலே விழுந்தன. கீழே புடவைகள் விழுவதைக் கண்டதும், அவன் ஓட்டத்தை நிறுத்தினான். கீழே குனிந்து அந்தப் புடவைகளை எடுத்தான். அப்போது, "டேய், திருட்டுப் பயலே!" என்ற குரல் கேட்டு நிமிர்ந்து பார்த்தான். அவனை நோக்கி வந்து கொண்டிருந்தார் ஒரு போலீஸ்காரர்.

போலீஸ்காரர் அவன் அருகே வந்து, அவன் கையைக் கெட்டியாகப் பிடித்துக்கொண்டார். 'டேய், இதையெல்லாம் எங்கே திருடினாய்?' என்று அவனை மிரட்டினார். "என்ன! திருட்டா! ஐயோ, என்னையா திருடன் என்கிறீர்கள்! அந்தப் பழக்கமே என்னிடத்தில் இல்லையே!"

"டேய் என்னடா நடிக்கிறாய்? வா, போலீஸ் ஸ்டேஷனுக்கு. அங்கு வந்து சப்-இன்ஸ்பெக்டரிடத்திலே உன் புளுகு மூட்டையை அவிழ்த்துவிடு." இப்படிக் கூறிக் கொண்டே புடவைகளைப் பறித்து ஒரு கையில் வைத்துக் கொண்டு, மற்றொரு கையால் அந்தப் பையனைப் பிடித்து இழுத்தார் போலீஸ்காரர்.

"ஐயோ! நான் திருடவில்லையே! சத்தியமாக நான் திருடனில்லை. நடந்ததைக் கேளுங்கள்; தயவுசெய்து கேளுங்கள்" என்று கதறினான் அந்தப் பையன். போலீஸ்காரர் அவன் பேச்சைக் கேட்கத் தயாராக இல்லை. அவனைப் பிடித்துப் பலவந்தமாக இழுத்தார். இதற்குள் அவர்கள் இருவரையும் சுற்றிப் பெரிய கும்பல் கூடிவிட்டது.

அந்தச் சமயம் எதிரிலிருந்து ஒரு மோட்டார் கார் வந்தது. கூட்டம் வழியை மறைத்துக் கொண்டிருந்த தால், அந்தக் கார் அங்கேயே நின்றுவிட்டது. கார் நின்றதும், உள்ளேயிருந்து ஒரு மனிதர் இறங்கி வந்தார். வேடிக்கை பார்ப்பதற்காக அவர் கும்பலுக்குள் புகுந்து சென்றார். கும்பல் நடுவிலே போலீஸ்காரர் பட்டுப் புடவைகளுடன் நிற்பதைக் கண்டதும் அவர்திடுக்கிட்டார். உடனே அவர், முண்டியடித்துக் கொண்டு போலீஸ்காரரின் அருகிலே சென்றார். 'ஏனய்யா, இந்தப் புடவைகளெல்லாம் எப்படி இங்கே வந்தன?'' என்று கேட்டார்.

''எப்படி வந்தனவா! இதோ இந்தத் திருட்டுப் பயல் அமுக்கப் பார்த்தான். நானா விடுவேன்? உடும்புப் பிடியாய்ப் பிடித்துவிட்டேன்'' என்று பெருமையோடு கூறினார் போலீஸ்காரர்.

உடனே அந்தப் பையன் அந்த மனிதரைப் பார்த்து, "ஐயா, ஐயா, நல்ல சமயத்திலே நீங்கள் வந்தீர்கள். உங்களுக்குத்தான் உண்மை புரியும். அந்த மண்டபத்திலே நீங்கள் இந்தப் பொட்டணத்தை மறந்து வைத்துவிட்டு மோட்டாரிலே ஏறி விட்டீர்கள் அப்போது தற்செயலாக நான் இதைப் பார்த்தேன். உடனே ''சார், சார்'' என்று கூவிக்கொண்டே உங்களிடம் பொட்டணத்தைப் பற்றிச் சொல்ல வந்தேன். ஆனால், நீங்கள் என் பேச்சைக் கேட்க விரும்பாமல் போய்விட்டீர்கள். ஆனாலும் நான் விடாமல், பொட்டணத்தை எடுத்துக் கொண்டு காரைப் பின் தொடர்ந்து ஓடி வந்தேன். எப்படியாவது உங்களிடம் சேர்த்துவிட வேண்டுமென்றுதான் வேகமாக வந்தேன். வழியிலே முடிச்சு அவிழ்ந்து புடவைகளெல்லாம் விழுந்துவிட்டன. நல்லது செய்யப்போக இப்படிப் பொல்லாப்பு வந்துவிட்டதே!'' என்று கண் கலங்கக் கூறினான்.

இதைக் கேட்டதும், அந்த மனிதர் சிறிது நேரத்துக்கு முன்பு நடந்ததை நினைத்துப் பார்த்தார். அவர், அவருடைய மனைவி, ஐந்து வயதுப் பெண் மூவரும் காஞ்சி வரதராஜப்

பெருமாள் கோயிலுக்குப் போய் சுவாமி தரிசனம் செய்துவிட்டு, கோயிலுக்கு எதிரேயுள்ள மண்டபத்தில் நின்று கொண்டிருந்தார்கள். அவர்கள் ஒரு மோட்டார் காரை எதிர்பார்த்துக் கொண்டிருந்தார்கள், சிறிது நேரத்தில் அவர்கள் எதிர்பார்த்த கார் வந்துவிட்டது. உடனே அவர்கள் மூவரும் காரில் ஏறிக் கொண்டார்கள். கார் புறப்படப் போகும் போது தான் அந்தப் பையன் ‘‘சார், சார்’’ என்று கூவிக் கொண்டே அருகிலே ஓடி வந்தான். அவன் பிச்சைதான் கேட்கிறான் என்று நினைத்து, 'போடா வேலையற்றவனே!' என்று ஏசி விட்டு. டிரைவரைப் பார்த்து 'ம்... நீ போ, என்று அவர் உத்தரவிட்டார். கார் வேகமாகப் பறந்து சென்றது. ஆனாலும், ‘சார் சார்' என்ற குரல் மட்டும் சிறிது நேரம் பின்னால் கேட்டுக்கொண்டேயிருந்தது. காருக்குள் இருந்த எவருமே திரும்பிப் பார்க்கவில்லை. அந்தப் பையன் பொட்டணத்தைக் கொடுக்கத்தான் ‘‘சார், சார்' என்று கூவினான் என்பது இப்போதுதான் அவருக்குப் புரிந்தது.

உடனே அவர், "அடடா! ஆமாம் தம்பி. உன்மேல் தவறே இல்லை’’ என்று கூறிவிட்டுப் போலீஸ்காரரைப் பார்த்து, ‘‘ஐயா போலீஸ்காரரே, பையன் சொல்வதெல்லாம் உண்மைதான். என் சம்சாரம் மண்டபத்திலே ஒரு தூணுக்குப் பக்கத்திலே இந்தப் பொட்டணத்தை வைத்திருந்தாள். கார் வந்ததும், அவசரத்தில் அதை அவள் மறந்து போய்விட்டாள். எனக்கும் ஞாபகம் இல்லை. சற்று முன்புதான் ஞாபகம் வந்தது. உடனே காரைத் திருப்பிக்கொண்டு வந்தோம். இந்தப் பையன் மேல் குற்றமே இல்லை. குற்றமெல்லாம் எங்கள் மேல்தான்" என்றார்.

பெரிய கேஸ் ஒன்றைக் கண்டுபிடித்துவிட்டதாகப் பெருமைப்பட்டுக் கொண்டிருந்த போலீஸ்காரர் முகத்திலே அசடு வழிந்தது பேசாமல் புடவைகளை அந்த மனிதரிடம் கொடுத்துவிட்டு, அங்கிருந்து நழுவிவிட்டார். உடனே கூட்டமும் கலைய ஆரம்பித்தது

அந்த மனிதர், பையனைப் பார்த்து, "தம்பி, நீ இதற்காக எவ்வளவு தூரம் ஓடிவந்திருக்கிறாய்! பாவம், உன்னைப் போய்த் திருடனென்று சொன்னாரே அந்தப் போலீஸ்காரர்! நல்லகாலம், உன் கையில் கிடைக்காதிருந்தால் இதன் கதி என்ன ஆகியிருக்குமோ! நாலு புடவையும் கிட்டத் தட்ட ஆயிரம் ரூபாயாகிறது! நான் உன்னைப் பிச்சைக் காரன் என்று நினைத்து விரட்டினேன். அப்படியிருந்தும் நீ எங்களுக்கு நல்லது செய்ய முன்வந்தாய். உண்மையி லேயே நீ நல்ல பையனப்பா. சரி, வா. காரிலே நீயும் ஏறிக்கொள். எங்கள் உறவினர் வீடு நாலாவது தெருவிலே இருக்கிறது. அங்கே போய்ப் பேசிக் கொள்ளலாம்' என்று கூறி அவனை அழைத்துக் கொண்டு காருக்கு வந்தார். காரில் உட்கார்ந்து கொண் டிருந்த தன் மனைவியிடம் நடந்ததையெல்லாம் சுருக்கமாக எடுத்துச் சொன்னார்.

அதைக் கேட்டதும், "பாவம், நல்ல பையன்" என்றாள் அவரது மனைவி.

"அடே, இந்த அண்ணா நல்ல அண்ணாதான்!" என்று கூறினாள் அவரது அருமைப் பெண்.

அந்த மனிதர் யாரென்பது தெரிய வேண்டாமா? அவரது பெயர் சிற்சபேசன். அவரது மனைவி பெயர் காமாட்சி அம்மாள். பெண் பெயர் மாலதி. அவர்களது சொந்த ஊர் மதுரை. சிற்சபேசனுக்குப் பர்மாவிலே ஏராளமான சொத்து இருக்கிறது இரண்டாவது உலக யுத்தத்துக்கு முன்பு அங்கிருந்து நிறையப் பணம் வந்து கொண்டிருந்தது. ஆனால், யுத்தம் நடந்தபோது பணம் வர வழியில்லை. யுத்தம் முடிந்த பிறகும் பர்மா நாடு சுதந்திர நாடாகி விட்டதால், இந்தியர்கள் அங்கிருந்து முன்போல் பணம் கொண்டு வராதபடி பர்மா சர்க்கார் செய்துவிட்டார்கள். 'மாதா மாதம் நாற்பது ரூபாய் அனுப்பலாம். அதற்கு மேல் அங்கிருந்து அனுப்ப முடியாது' என்று உத்தரவிட்டனர்.

பர்மாவில் ஏராளமான வீடுகள், நிலங்கள், நிறையப் பணம் எல்லாம் இருந்தும் இந்தியாவுக்குக் கொண்டுவர முடியவில்லையே என்று சிற்சபேசன் எண்ணினார். கடைசியில் ஒரு முடிவுக்கு வந்தார். குடும்பத்துடன் பர்மாவுக்குப் புறப்பட்டுப் போய், அங்கேயே கொஞ்ச காலம் இருப்பது என்று முடிவு செய்தார். அயல் நாட்டுக்குப் போவதென்றால் ‘பாஸ்போர்ட்’ வேண்டு மல்லவா? ஆதலால் பாஸ்போர்ட்டுக்கு ஏற்பாடு செய்யச் சென்னைக்கு எல்லோருமாக வந்தார்கள். சென்னையிலிருந்து திரும்பும்போது காஞ்சிபுரத்துக்கு வந்தார்கள். அங்கே அவர்களது நெருங்கிய உறவினர்கள் இருக்கிறார்கள். அவர்களையும் பார்த்துவிட்டு, பெயர் பெற்ற காஞ்சிபுரம் பட்டுச் சேலைகளையும் வாங்கிக் கொண்டு மதுரைக்குப் போகத் தீர்மானித்தார்கள்.

அன்று காலையில் உறவினருடைய காரிலே புறப்பட்டு வரதராஜப் பெருமாள் கோயிலுக்குச் சற்று முன்னாலுள்ள ஒரு பட்டு வியாபாரி வீட்டுக்கு வந்தார்கள். அங்கே இறங்கிக்கொண்டு ஏதோ ஒரு வேலையாகக் காரை அனுப்பி வைத்தார்கள். புடவைகளை வாங்கிக் கொண்டு கோயிலுக்குப் போய் சுவாமி தரிசனம் செய்து விட்டு, எதிரேயுள்ள மண்டபத்தில் காத்திருப்பதாகவும், பத்து மணி சுமாருக்குக் காரைக் கொண்டுவரும்படியும் டிரைவ ரிடம் சொல்லி அனுப்பினார் சிற்சபேசன். அப்படியே பத்து மணிக்கு கார் திரும்பி வந்தது. சுவாமி தரிசனம் செய்து விட்டுக் காத்துக்கொண்டிருந்த சிற்சபேசன் குடும்பத்தார் காரிலே ஏறிச் சென்றார்கள்.

அப்போது அவசரத்தில் மறந்து வைத்துவிட்டுப் போன புடவைப் பொட்டணம் தான் அந்தப் பையன் மூலமாக இப்போது கிடைத்தது!

புடவைகளைக் காப்பாற்றிக் கொடுத்த பட்டுப் பையனை மோட்டாரில் ஏற்றிக்கொண்டு உறவினர் வீட்டுக்குப் போனார்

சிற்சபேசன். அங்கே போனதும், அவனைப் பற்றிய முழு விவரங்களையும் அவனிடமிருந்து அவர் தெரிந்துகொண்டார்.

அந்தப் பையன் யார்? வேறு யாருமல்ல; ரமணிதான்! ஆம்; ரமணியேதான்! ரமணி எப்படிக் காஞ்சிபுரத்துக்கு வந்தான்?

நாடக சபா முதலாளி அவன் பட்டுத் துணியைத் திருடி விட்டதாகக் கூறி வெளியே பிடித்துத் தள்ளினாரே, அன்றே சென்னையை விட்டு அவன் புறப்பட்டுவிட்டான். கால் போனபடி நடந்தான்; நடந்தான்; நடந்துகொண்டே யிருந்தான். நன்றாக இருட்டி விட்டது. அதற்காக அவன் நிற்கவில்லை. நல்ல பசி எடுத்தது; எதுவும் சாப்பிடவில்லை ஏதாவது வாங்கிச் சாப்பிடுவதற்குப் பணமும் இல்லை. இரவு முழுவதும் சாப்பிடாமல், நிற்காமல் நடந்தான். விடியும் சமயம், 'நாம் எங்கே இருக்கிறோம்?' என்று நிமிர்ந்து பார்த்தான். எதிரே பெரிய பெரிய கோபுரங்கள் தெரிந்தன. 'இது எந்த ஊராக இருக்கும்?' என்று யோசித்தான். சிறிது நேரத்தில் அது காஞ்சிபுரம் என்பது தெரிந்துவிட்டது.

சரிதான். 'நாம் ஒரு புண்ணிய ஸ்தலத்துக்குத் தான் வந்திருக்கிறோம்' என்று நினைத்து ஆறுதல் அடைந்தான். அப்போது அவனுக்கு நல்ல பசி. கையிலே காசிருந்தால் ஏதேனும் வாங்கிச் சாப்பிடலாம். 'என்ன செய்வது?' என்று யோசித்தான். அப்போது ஒரு ஹோட்டல் அவன் கண்ணுக்குத் தெரிந்தது. உடனே அந்த ஹோட்டலை நோக்கிச் சென்றான். தயக்கத்துடன் ஹோட்டல் முதலாளியின் அருகே போய், "ஐயா, நேற்று மத்தியானம் சாப்பிட்டது. எனக்கு ஒரே பசியாயிருக்கிறது. ஏதாவது வேலை கொடுங்கள். செய்து முடித்த பிறகு, பசி தீரக் கொஞ்சம் பலகாரம் கொடுங்கள்" என்று கெஞ்சிக் கேட்டான்.

ரமணியின் பேச்சைக் கேட்டதும், ஹோட்டல் முதலாளிக்கு ஆச்சரியமாயிருந்தது. எத்தனையோ பேர் நன்றாகச் சாப்பிட்டுவிட்டுப் பணம் கொடுக்காமலே நழுவப் பாப்பார்கள். வேறு சிலர் கையிலே காசில்லாமல் வயிறு

முட்டச் சாப்பிட்டுவிட்டு அவரிடம் வந்து, 'ஐயா, கையிலே தம்படி இல்லை பசி அபாரமாயிருந்தது. சாப்பிட்டு விட்டேன். ஏவ்...!'' என்று ஏப்பம் விடுவார்கள். அவர்களைப்போல் செய்யாமல், வேலை கொடுங்கள், செய்து முடிக்கிறேன். பிறகு ஆகாரம் தாருங்கள்'' என்று ரமணி கேட்டது அவருக்கு ஆச்சரியமாகவே இருந்தது.

உடனே அவர் ரமணியைப் பார்த்து, ''தம்பி, உன்னைப் பார்த்தால் மிகவும் களைத்திருப்பதாகத் தெரிகிறது. முதலில் சாப்பிடு. வேலையைப் பற்றிப் பிறகு பார்த்துக் கொள்ளலாம்'' என்று கூறிவிட்டு, ஒரு சிப்பந்தியிடம் ரமணிக்குப் பசி தீரப் பலகாரம் கொடுக்கச் சொன்னார். நாலு இட்டலிகள் சாப்பிட்டதுமே போதும் என்று கூறி, ஒரு 'கப்' காப்பியைக் குடித்துவிட்டு ரமணி எழுந்திருந் தான். நேராக ஹோட்டல் முதலாளியிடம் போய், ''ஐயா, சாப்பிட்டுவிட்டேன். வேலை கொடுங்கள். செய்து முடித்து விட்டுப் போகிறேன்'' என்றான்.

ஹோட்டல் முதலாளிக்கு ரமணியிடம் வேலை வாங்க மனமில்லை. ''இப்போது வேலை ஒன்றும் இல்லை. வேலைக்காக நான் ஆகாரம் தரவில்லை. உன் நல்ல குணத்துக்காகத்தான் தந்தேன். போய் வா!'' என்று கூறினார். ரமணி அவரிடம் விடைபெற்றுக்கொண்டு கிளம்பினான்.

சிறிது தூரம் சென்றதும் அவன் கண்களில் வரதராஜப் பெருமாள் கோயில் தென்பட்டது. கோயிலுக்குள் சென்று சாமி கும்பிட வேண்டுமென்று ஆசைப்பட்டான். ஆனாலும், இரவெல்லாம் நடந்துவந்ததால் களைப்பாக இருந்தது. அதனால், கோயிலுக்கு எதிரேயுள்ள மண்ட பத்தின் ஒரு தூணில் சாய்ந்து கொண்டான். சிறிது நேரத்தில் நன்றாகத் தூங்கிப் போய்விட்டான்.

தூங்கிக் கொண்டிருந்த ரமணி கண் திறந்து பார்த்தபோது தான் சிற்சபேசன், காமாட்சி அம்மாள், மாலதி மூவரும் மண்டபத்தில் நிற்பது தெரிந்தது. மண்டபத்தில் விற்ற பொம்மைகளை வாங்கி மாலதி கை நிறைய வைத்துக்

கொண்டிருந்தாள். சிற்சபேசன் "இன்னும் கார் வரவில்லையே!' என்று கூறிக்கொண்டிருந்தார்.

சிறிது நேரத்தில் கார் வந்துவிட்டது. உடனே அவர்கள் வேகமாகப் போய்க் காரிலே ஏறினார்கள். 'ஏறும் போது அவர் மண்டபத்திலே மறந்துவைத்து விட்டுப் போன புடவைப் பொட்டணத்தைத்தான் ரமணி எடுத்துக்கொண்டு காரைப் பின்தொடர்ந்து ஓடினான்; வழியில் போலீஸ் காரரிடம் அகப்பட்டுக் கொண்டான்; கடைசியில், சிற்சபேசனால் காப்பாற்றப்பட்டான்.

ரமணி தனது வரலாறு முழுவதையும் சிற்சபேசனிடமும் காமாட்சி அம்மாளிடமும் கூறிவிட்டு, "நான் நாடக சபாவில் பட்டுத் துணியைத் திருடியதாக முதலாளி குற்றம் சாட்டினார். இங்கே, நான் பட்டுப் புடவையைத் திருடியதாகப் போலீஸ்காரர் குற்றம் சாட்டினார். அதனால் 'பட்டு' என்றாலே எனக்கு மிகவும் பயமாகத் தான் இருக்கிறது" என்றான்.

"பயப்படாதே! நாங்கள் இங்கு நாலைந்து நாட்கள் இருப்போம். அதுவரை நீயும் இங்கேயே இருக்கலாம்" என்று கூறி அங்கிருந்த உறவினர்களிடமும் ரமணியைப் பற்றிக் கூறினார் சிற்சபேசன். அவர்களும் அவன் மேல் இரக்கப்பட்டார்கள்.

ஒன்றிரண்டு நாட்களிலே அவன் எல்லோருடைய உள்ளத்தையும் கவர்ந்துவிட்டான். மாலதியிடத்திலே அவன் மிகவும் அன்பாக இருந்தான். மாலதியும் 'அண்ணா அண்ணா' என்று அவனை விட்டுப் பிரியாமல் எப்போதும் கூடவே இருந்தாள். ரமணியுடைய அன்பையும், நல்ல குணத்தையும் கண்ட சிற்சபேசனும், காமாட்சி அம்மாளும் மூன்றாவது நாளே ஒரு முடிவுக்கு வந்துவிட்டார்கள்.

சிற்சபேசன் காமாட்சி அம்மாளிடம், "இந்த ரமணி எவ்வளவு அன்பாயிருக்கிறான்! மாலதியிடத்திலே எவ்வளவு அன்பாயிருக்கிறான்! இவனைப்போல் ஒரு நல்ல பையன் கிடைப்பதே அபூர்வம். ஆகையால் இவனையும் நாம்

பர்மாவுக்கு அழைத்துக்கொண்டு போனால் நமக்கும் உதவியாயிருக்கும்; இவனுக்கும் அனாதை என்ற எண்ணமில்லாமல் இருக்கும்; நமது ஊர் போலப் பர்மாவிலே இருக்கமுடியுமா? உதவி ஒத்தாசைக்கு யாராவது வேண்டும். ரமணி சிறுவனாயிருப்பதால் பர்மா பாஷையைச் சுலபமாகக் கற்றுக் கொள்வான். வெளியிலே தெருவிலே போய்வர உதவியாயிருப்பான். மாலதிக்கும் இவன் இருந்தால் சந்தோஷமாய்ப் பொழுது போகும். ஆகையாலே ரமணிக்கும் ஒரு பாஸ்போர்ட்டுக்கு ஏற்பாடு செய்துவிடலாம்'' என்றார்.

காமாட்சி அம்மாளுக்கும் அது நல்ல யோசனையாகத் தோன்றியது. "ஆமாம், அதுதான் சரி. அப்படியே செய்யுங்கள். ரமணியுடைய தங்கமான குணமும், மரியாதையான நடத்தையும் எனக்கு மிகவும் பிடித்திருக்கின்றன'' என்றாள். ரமணியிடம் இந்த விஷயத்தைச் சொன்னதும், அவனுக்கு ஒரே ஆனந்தமாயிருந்தது. 'சரி' என்று தலையை ஆட்டினான்.

நாலாம் நாள் அவர்கள் ரமணியை அழைத்துக் கொண்டு திருச்சிக்குப் புறப்பட்டார்கள். அங்கே சிற்சபேசனின் சித்தப்பா இருக்கிறார். அவரைப் பார்த்து விட்டு மறுநாள் காலையில் மதுரைக்குத் திரும்பினார்கள். திருச்சியில் ஒரு நாள் தங்கியிருந்தபோதுதான் ரமணி மதுரநாயகத்துக்கு ஒரு கடிதம் எழுதினான். ஆனால், அதில் அவன் விலாசம் எழுதவில்லை. அந்தக் கடிதத்திலிருந்த தபால் முத்திரை யைப் பார்த்துவிட்டுத்தான் ரமணி திருச்சியில் இருப்பதாக மதுரநாயகம் தீர்மானித்துவிட்டார்!

19. மதுரநாயகம் எங்கே?

மதுரைக்கு வந்த பிறகு, ரமணிக்கு நல்ல நல்ல உடைகளையெல்லாம் வாங்கிக் கொடுத்தார் சிற்ச பேசன். அத்துடன் ரமணிக்கு வேண்டிய கதைப் புத்தகங்களையெல்லாம் தாராளமாக வாங்கிக் கொள்ளச் சொன்னார். ரமணி கதைப் புத்தகங்களைக் கருத்தோடு படித்து மாலதிக்கு எடுத்துச் சொல்லுவான். சில சமயம் அவன் கதை சொல்வதை மறைந்திருந்து சிற்சபேசனும் காமாட்சியம்மாளும்கூடக் கேட்டு மிகவும் மகிழ்ச்சி அடைவார்கள். அப்போதெல்லாம் காமாட்சி அம்மாள், "கேட்டீர்களா ரமணி கதை சொல்வதை! மாலதிக்குப் பாட்டியிருந்தால் கதை சொல்லுவாள். அவள் தான் இல்லையே! ஆனாலும், அந்தக் குறை தெரியாதபடி ரமணி எவ்வளவு அன்பாய், அழகாய்க் கதை சொல்லுகிறான்!" என்பாள்.

'ஆமாம்! மாலதிக்கு அண்ணனைப் போல ரமணி இருக்கிறான் என்பாயே, இப்போது பார்த்தாயா? பாட்டியாகவும் இருக்கிறான்!" என்று சொல்லிச் சிரிப்பார் சிற்சபேசன்.

இதற்கிடையில் ரமணியை பர்மாவுக்கு அழைத்துச் செல்லுவதற்கு வேண்டிய ஏற்பாடுகளையும் சிற்சபேசன் செய்தார். இன்னும் இரண்டு மூன்று மாதங்களில் பர்மாவுக்குப் புறப்படப் போவதாக ரமணி தெரிந்துகொண்டான். உடனே மதுரநாயகத்துக்கு ஒரு கடிதம் எழுத வேண்டும் என்று ஆசைப்பட்டான். சிற்சபேசனிடம் ஒரு கார்டு வாங்கி அதில் சுருக்கமாக எழுதினான். பர்மா போவதைப் பற்றி எழுதினால், அவர் தடுத்து விடுவாரோ என்ற பயம்! அதனால் நான் மதுரையில் சுகமாக இருக்கிறேன். தங்களைப் போலவே சிற்சபேசன் என்பவர் என்னை அன்பாக ஆதரித்து வருகிறார். தங்கள் கைப்பட ஒரு கடிதம் எழுதினால் எனக்கு ஆறுதலாக இருக்கும். அம்மாளுக்கும் சபா

முதலாளிக்கும் எனது வணக்கம்'' என்று எழுதி, தன் மதுரை விலாசத்தையும் அதில் கொடுத்திருந் தான்.

அந்தக் கடிதத்தைப் பார்த்ததும், மதுரநாயகம் மகிழ்ச்சி அடைவார்; உடனே பதில் போடுவார் என்று ரமணி எதிர்பார்த்தான், ஆனால், ஒரு வாரமாகியும் பதில் வரவில்லை; திரும்பவும் ஒரு கார்டு போட்டான், அதற்கும் பதில் இல்லை, பிறகு இரண்டு மூன்று கார்டு கள் எழுதியும் பதிலே இல்லை. ரமணிக்கு மிகவும் வருத்த மாயிருந்தது. 'சரிதான், அவரும் நம்மைத் திருடன் என்றே நினைத்து விட்டார் போலிருக்கிறது. அதனால் தான் பதில் போடவில்லை. ஐயோ! மதுரநாயகம் கூடவா என்னை அப்படி நினைக்க வேண்டும்'' என்று நினைத்து மனம் கலங்கினான்.

ஆனால், மதுரநாயகமா, அப்படி நினைப்பார்? அவன் எழுதிய கடிதங்கள் அவரிடம் போய்ச் சேர்ந் திருந்தால் தானே அவர் பதில் எழுதுவார்? ஒரு கடிதம்கூடப் போய்ச் சேரவில்லையே, ஏன்? அவன் சரியான விலாசம் எழுதவில்லையா? சரியாகத்தான் விலாசம் எழுதியிருந்தான். அப்படியிருந்தும், அவரது கைக்குக் கிடைக்கவில்லை!

ரமணி போன பின்பு அவனுக்குப் பதிலாக நாடக சபாவிலே வேறொரு பையனைச் சேர்த்திருந்தார்கள். அவன் பெயர் சிங்காரம். சிங்காரம் சுத்த சோம்பேறி. பெரிய தூங்குமூஞ்சி. ஒரு தடவைக்கு ஒன்பது தடவையாக மணி அடித்தால்தான் அவன் ஆடி அசைந்து வருவான். வந்து, "ஏன் சார். என்னையா கூப்பிட்டீர்கள்?'' என்று சாவதானமாகக் கேட்பான்.

மதுரநாயகத்துக்கு சிங்காரத்தைப் பிடிப்பதே இல்லை.

"உனக்கு முன்னால் இருந்தானே ரமணி, அவன் எவ்வளவு சுறுசுறுப்பாயிருப்பான்! எப்படி நடந்து கொள்வான்! அவன் இருந்த இடத்திலே நீயும் இருக்கிறாயே? அவன் கால் தூசுக்குக்கூட நீ சமானமாவாயா?'' என்று அவர் அடிக்கடி கூறுவார்.

சிங்காரம் ரமணியைப் பார்த்ததே இல்லை. அப்படியிருந்தும், மதுரநாயகம் கூறுவதைக் கேட்டுக் கேட்டு ரமணி மேல் அவனுக்கு ஒருவித வெறுப்பு ஏற்பட்டு விட்டது. அத்துடன், "ரமணி திரும்பவும் வந்துவிட்டால் நம்மை நிச்சயம் வீட்டுக்கு அனுப்பி விடுவார். இந்த மதுரநாயகம். ஆகையால், கடவுளே! ரமணி கிடைக்கவே கூடாது" என்று தினந்தோறும் வேண்டிக்கொள்வான்.

ஒருநாள் சிங்காரம் வழக்கம்போல் தபால் ஆபீசுக்குப் போனான். கடிதங்களை வாங்கிக்கொண்டு திரும்பி வந்தான். வரும்போது, தற்செயலாக அவன் மதுரநாயகத்துக்கு வந்திருந்த ஒரு கார்டைப் பார்த்தான். அதில் 'ரமணி" என்ற கையெழுத்தைக் கண்டதும் அவன் திடுக்கிட்டான். உடனே, கார்டில் என்ன எழுதியிருக்கிறதென்று படித்துப் பார்த்தான். பிறகு, "அடடே! இந்த ரமணிப் பயல் மதுரையில் அல்லவா இருக்கிறான்! இந்தக் கார்டை மதுரநாயகம் பார்த்தால் ஆபத்துத்தான்! உடனே அவனுக்குத் தந்தி கொடுத்து இங்கே வரவழைத்துவிடுவார்! அவன் வந்துவிட்டால், நமக்கு நிச்சயம் சீட்டுக் கொடுத்து விடுவார். ஆதலால், இந்தக் கார்டை மதுரநாயகத்திடம் காட்டவேகூடாது" என்று தீர்மானித்தான். மறுநிமிஷமே அதை வழியிலே கிழித்தெறிந்து விட்டான்!

அதற்குப் பிறகு, மதுரையிலிருந்து எந்தக் கடிதம் வந்தாலும், சிங்காரம் கிழித்துப் போட்டுவிடுவான் இந்த விஷயம் மதுரநாயகத்துக்குத் தெரியாதல்லவா? அதனால் அவர், 'ரமணி இப்போது எங்கே இருக்கிறானோ! எப்படி இருக்கிறானோ!' என்று கவலைப்பட்டுக் கொண்டே யிருந்தார்.

மதுரநாயகம் பதில் எழுதவில்லையே என்ற குறையைத் தவிர, ரமணிக்கு வேறு குறையே இல்லை. சிற்சபேசனும், காமாட்சி அம்மாளும் சொந்தப் பிள்ளை யைப் போலவே நினைத்து, ரமணியிடம் அன்பாக இருந்தார்கள். மாலதியும் சொந்த அண்ணனைப் போலவே அவனைக் கருதி வந்தாள்.

சிற்சபேசனும் காமாட்சி அம்மாளும், தினமும் மீனாட்சி அம்மன் கோவிலுக்குப் போவார்கள். போகும் போது ரமணியையும் மாலதியையும் கூடவே அழைத்துச் செல்வார்கள். ரமணிக்கு மீனாட்சி அம்மன் கோயிலுக்குப் போவதென்றாலே ஆனந்தம்தான்! அங்கே ஒவ்வொரு தூணிலும் உள்ள அழகிய சிலை களைப் பார்த்துப் பார்த்து அவன் பரவசப்படுவான். மேலும், அங்குள்ள திருவிளையாடல் சிற்பங்களைக் காட்டிக்காட்டி மாலதிக்கு அவன் பல கதைகளைச் சொல்லுவான். ரமணியும் மாலதியும் கைகோத்துக் கொண்டு அந்தப் பெரிய கோயிலை ஆனந்தமாகச் சுற்றி வருவதே அழகாகத்தானிருக்கும். மதுரைக்குத் தெற்கே ஐந்து மைல் தூரத்திலுள்ள திருப்பரங்குன்றத்துக்குச் சிற்சபேசன் வெள்ளிக்கிழமை தோறும் போய் வருவார். அப்போது ரமணி அவர்கூடச் செல்வான். வடக்கே பன்னிரண்டு மைல் தூரத்திலுள்ள அழகர் கோயிலுக்குக்கூட ஒரு தடவை எல்லோருமாகப் போய் வந்தார்கள். ரமணியின் அப்பா இறந்த பிறகு மதுரையில் ஒரு பணக்காரர் வீட்டிலே அவன் கொஞ்ச நாள் வேலைக்கு இருந்திருக்கிறான். அப்போது அவன் மதுரை மீனாட்சியம்மன் கோயிலைக் கூடச் சரியாகப் பார்த்ததில்லை. ஆனால், இப்போதோ அவன் சிற்சபேசன் செல்லும் இடத்துக்கெல்லாம் செல்கிறான்.

ரமணி மதுரைக்கு வந்து இரண்டு மாதங்கள் ஓடி விட்டன. இன்னும் ஒரு வாரத்தில் பர்மாவுக்குப் புறப் பட வேண்டும். சென்னைக்குப் போய், அங்கிருந்து கப்பல் ஏறி, பர்மாவுக்குப் போக வேண்டும் என்பதை ரமணி தெரிந்துகொண்டான். உடனே, அவனுக்கு ஓர் ஆசை தோன்றியது. 'சென்னைக்குப் போனதும், மதுர நாயகத்தை எப்படியாவது பார்த்துவிட வேண்டும். அவரைப் பார்க்காமல் போனால் என் மனம் நிம்மதி அடையவே அடையாது' என்று நினைத்தான்.

அன்று, சிற்சபேசன், காமாட்சி அம்மாள், மாலதி, ரமணி நால்வரும் சென்னைக்கு ரயிலில் புறப்பட்டார்கள்.

சென்னையை அடைந்ததும் அங்கிருந்த ஒரு பெரிய ஹோட்டலில் தங்கினார்கள். அன்று புதன்கிழமை. வெள்ளிக்கிழமை கப்பல் புறப்பட்டுவிடும். ஆகையால், அன்றே மதுரநாயகத்தைச் சந்தித்துவிட வேண்டும் என்று ரமணி

ஆசைப்பட்டான். உடனே சிற்சபேசனிடம் தன் ஆசையைக் கூறினான். அவனைத் தனியாக அனுப்ப சிற்சபேசனுக்கு மனமில்லை. "சரி வா, நானும் வரு கிறேன். அந்த நல்ல மனிதரை நானும் பார்க்க வேண் டாமா?" என்று கூறி அவனுடன் அவரும் கிளம்பினார்.

இருவரும் ஒரு 'டாக்ஸி' எடுத்துக்கொண்டு நாடகக் கொட்டகை இருக்கும் இடத்துக்கு வந்தார்கள். அவர்கள் வந்தபோது, நாடகக் கொட்டகையின் முன்னால் எந்தவித மான அலங்காரமும் இல்லை. வழக்கமாக வெளியில் வைத்திருக்கும் வர்ண விளம்பரங்களையும் காணோம். எந்நேரமும் திறந்து கிடக்கும் வெளிக் கதவும் நன்றாகப் பூட்டப்பட்டிருந்தது!

இந்த காட்சியைக் கண்டதும் ரமணி திடுக்கிட்டான். "இப்படி ஒரு நாளும் இருக்காதே! கதவுகூடப் பூட்டப் பட்டிருக்கிறதே!" என்றான்.

"ஒருவேளை இப்போது நாடகம் நடத்தவில்லையோ என்னவோ!" என்றார் சிற்சபேசன். அத்துடன், "எதற்கும் யாரையாவது கேட்டுப் பார்க்கலாமே! அதோ அந்தக் கடையில் விசாரிப்போம்" என்றார்.

அதற்குள் ரமணி, "வேண்டாம், மானேஜர் வீட்டுக்கே நேராகப் போவோம் இங்கே பூட்டப்பட்டிருப்பதால் நிச்சயம் அவர் வீட்டில் தான் இருப்பார்" என்றான். உடனே மதுரநாயகம் இருக்கும் வீட்டை நோக்கி டாக்ஸியைப் போகச் சொன்னான் ரமணி,

சற்றுநேரத்தில் மதுரநாயகத்தின் வீட்டின் முன்னால் டாக்ஸி வந்து நின்றது. ஆனால், அங்கும் அதே நிலைதான்! அந்த வீட்டின் வெளிக்கதவும் பூட்டப்பட் டிருந்தது! ரமணிக்கு ஒன்றுமே புரியவில்லை!

மதுரநாயகத்தின் வீடு பூட்டப்பட்டிருப்பதைக் கண்டு திடுக்கிட்ட ரமணி, "என்ன இது! நாடகக் கொட்டகையும் பூட்டப்பட்டிருக்கிறது. மானேஜர் வீடும் பூட்டப்பட் டிருக்கிறதே!" என்றான்.

உடனே சிற்சபேசன் "எதற்கும் பக்கத்து வீட்டிலே கேட்டுப் பார்க்கச் சொல்லலாம்" என்று சொல்லிவிட்டு, டாக்ஸி டிரைவரிடம், "டிரைவர், இந்த வீட்டிலே குடியிருந்த நாடக சபா மானேஜரும், அவர் சம்சாரமும் எங்கே போயிருக்கிறார்கள் என்று அதோ அந்த வீட்டிலே கேட்டுப் பார்" என்றார்.

அவர் சொன்னபடி டாக்ஸி டிரைவர், பக்கத்து வீட்டுக்குச் சென்றார். விசாரித்துப் பார்த்துவிட்டுத் திரும்பி வந்து, "அடடே, பக்கத்து வீட்டு அம்மா சொன்ன பிறகு தான் எனக்குக்கூட ஞாபகம் வருகிறது. இந்த நாடக சபா டில்லிக்குப் போயிருக்கிறது, சார். மானேஜர், அவர் சம்சாரத்தையும் கூடவே அழைத்துக் கொண்டு போயிருக் கிறாராம். வரப் பத்துப் பதினைந்து நாட்களாகுமாம்" என்றார்.

'என்ன! டில்லிக்குப் போயிருக்கிறார்களா! திரும்பி வரப் பத்துப் பதினைந்து நாட்கள் ஆகுமா?" என்று வியப்புடன் கேட்டான் ரமணி.

"ஆமாம், தம்பி! டில்லியிலே இப்போது நடக்கிறதே தேசீய நாடகவிழா, அதிலே கலந்து கொள்ளத்தான் இந்த சபாவும் போயிருக்கிறது. போய் நாலைந்து நாளாகிறது."

டிரைவர் பேச்சைக் கேட்டதும், ரமணிக்கு மிகவும் ஏமாற்றமாக இருந்தது. ஒரு நீண்ட பெருமூச்சு விட் டான். உடனே சிற்சபேசன், "ரமணி, என்ன பண்ணுவது? சந்தர்ப்பம்

சரியில்லை. நாம் எப்படியும் நாளை மறுநாள் கப்பல் ஏறியாக வேண்டுமே!' என்றார். மதுரநாயகத்தைப் பார்க்க முடியாமல் போனது ரமணிக்கு வருத்தமாகத்தான் இருந்தது. ஆனாலும், என்ன செய்வது?

20. ரமணிக்கு ஆபத்து!

மறுநாள் காலையில் சிற்சபேசனின் குடும்பத்தாருடன் பர்மாவுக்குக் கப்பல் ஏறி விட்டான் ரமணி.

முதல் வகுப்பில் அவர்கள் பிரயாணம் செய்ததால் வேண்டிய வசதிகளெல்லாம் இருந்தன. டேபிள் டென்னிஸ், கேரம், செஸ், பில்லியார்ட்ஸ்- இப்படிப்பட்ட விளையாட்டுக்களுக்கும் கப்பலில் ஏற்பாடு செய்யப்பட்டிருந்தது. மற்றவர்கள் விளையாடும் போதெல்லாம் வேடிக்கை பார்த்துக் கொண்டிருப்பார்கள் ரமணியும் மாலதியும். ரமணிக்குத் தெரிந்த விளையாட்டு கேரம் ஒன்றுதான். அதைத் தினமும் கொஞ்ச நேரம் மாலதியுடன் விளையாடுவான். மாலை நேரங்களில் கப்பலின் மேல் தளத்துக்கு மாலதியும் ரமணியும் போவார்கள். அங்கு நின்றுகொண்டு சுற்றி நாலுபுறமும் பார்ப்பார்கள். எங்கு பார்த்தாலும் ஒரே தண்ணீராக இருக்கும். தண்ணீரின் நீல நிறத்தையும், அதில் குதித்து விளையாடும் மீன்களையும் பார்ப்பதிலே அவர்களுக்கு ஒரு தனி ஆனந்தம். இப்படியே நான்கு நாட்கள் ஓடிவிட்டன. ஐந்தாவது நாள் காலை கப்பல் ரங்கூன் துறைமுகத்தை அடைந்தது. பர்மாவின் தலை நகரம் ரங்கூன். அங்கு தெரிந்தவர்கள் வீட்டிலே இரண்டு நாட்கள் தங்கியிருந்தார்கள். மூன்றாம் நாள் அங்கிருந்து ரயிலில் புறப்பட்டு மாந்தலே என்ற நகருக்குப் போய்ச் சேர்ந்தார்கள்.

ரயிலை விட்டு இறங்கியதும் சிற்சபேசன் எல்லோரையும் அழைத்துக் கொண்டு அங்குள்ள தமது பங்களாவுக்குச் சென்றார். அங்கு சென்றதும் சிற்சபேசன் ரமணியிடம், "ரமணி, இன்று முதல் நீ என்னை எப்படித் தெரியுமா அழைக்க வேண்டும்? 'அப்பா' என்றுதான் அழைக்க வேண்டும். காமாட்சிதான் இனி உன் அம்மா. மாலதி உன் தங்கை. யார் கேட்டாலும் அப்படியே சொல்லிவிடு.

நாங்களும் அப்படித்தான் சொல்லுவோம். இனி உன்னை அனாதையென்று யாரிடமும் சொல்ல வேண்டாம்!" என்றார்.

அவர் சொன்னதைக் கேட்டதும், ரமணிக்கு என்ன சொல்லுவதென்றே தெரியவில்லை. "அடடா! அனாதை யாகிய என்னிடம் இவர்கள் எவ்வளவு அன்பு வைத்திருக் கிறார்கள்! இவர்களுக்கு நம்மால் பதிலுக்கு என்ன செய்ய முடியும்? இவர்கள் மனம் நோகாமல் நடந்து கொள்ள வேண்டும். 'நல்லவன்' என்று பெயரெடுக்க வேண்டும்" என்று நினைத்துக் கொண்டான்.

மாந்தலே சென்ற சில நாட்களுக்குள், அந்த நகரைப் பற்றி ரமணி பல விஷயங்களைத் தெரிந்து கொண்டான். மாந்தலே மிகவும் பழமையான ஒரு நகரம். பர்மாவின் தலைநகராக அது ஒரு காலத்தில் இருந்தது. அந்தக் காலத்தில் கட்டப்பட்ட ஒரு பெரிய கோட்டையும் அங்கே இருக்கிறது. 1942-ஆம் ஆண்டு ஜப்பானியர் குண்டு போட்டதில் அங்கிருந்த பல வீடுகள் அழிந்து சாம்பலாகி விட்டன. இப்படிப்பட்ட விஷயங்களுடன் இன்னொரு முக்கியமான விஷயத்தையும் ரமணிக்குச் சிற்சபேசன் கூறியிருந்தார்.

ஒருநாள் அவர் அவனுடன் பேசிக்கொண்டிருந்த போது, "ரமணி! உனக்கு ஒரு விஷயம் தெரியுமா? நம் நேதாஜி சுபாஷ் சந்திர போஸ் இந்த ஊரில் இரண்டு இரண்டரை வருஷத்துக்கு மேல் இருந்திருக்கிறார்" என்றார்.

"நமது நேதாஜியா? எந்தத் தெருவில் குடியிருந்தார்?" என்றான் ரமணி.

"இங்கே குடியிருக்கவில்லை. நம்மைப் போல் சிறையில் இருந்தார்!"

"சிறையிலா! என்ன காரணம்?"

“காரணமென்ன, இந்தியா சுதந்திரம் அடைவதற்குப் பாடுபட்டாரே, அதுதான் காரணம். ஆங்கிலேயர் அவரை இந்தியாவிலிருந்து இங்கு கொண்டுவந்து சிறையில் வைத்திருந்தார்கள்.”

“அடடே, அப்பபடியா!”

"ஆமாம். நேதாஜி மட்டும் தான் இங்கு இருந்தார் என்று நினைத்துவிடாதே! ‘சுதந்திரம் எமது பிறப்புரிமை’ என்று வீர முழக்கம் செய்தாரே திலகர், அவர்கூட இந்த ஊர் ஜெயிலில் ஆறு வருஷம் இருந்திருக்கிறார். இங்கே இருந்தபோதுதான் அவர் ‘கீதா ரகசியம்’ என்ற புத்தகத்தை எழுதினார்.’”

“திலகர்கூட இங்கேஇருந்திருக்கிறாரா!” என்று கேட்டான்.

“ஆமாம், அவர்களெல்லாரும் நம் தேச விடுதலைக்காகத் தவம் கிடந்த இடம்தான் மாந்தலே!”

சிற்சபேசன் கூறியதைக் கேட்டதும், ரமணி அத்தலைவர்களை நினைத்துக் கையெடுத்துக் கும்பிட்டான்.

ரமணி அந்த நகரைப் பற்றித் தெரிந்துகொண்டதோடு, அங்கு பேசப்படும் பர்மிய பாஷையையும் கற்றுக்கொள்ள ஆரம்பித்தான். அவனுக்கும், மாலதிக்கும் பர்மிய பாஷையைக் கற்றுக்கொடுக்க ஓர் ஆசிரியரை ஏற்படுத்தினார் சிற்சபேசன்.

ரமணி ஆறு மாதங்களில் பர்மிய பாஷையைக் கூடுமானவரை நன்றாகக் கற்றுக் கொண்டுவிட்டான்; அழகாகப் பேசுவான்; தடங்கல் இல்லாமல் படிப்பான். மாலை நேரங்களில் மாலதியையும், அக்கம்பக்கத்திலுள்ள குழந்தைகளையும் கூட்டி வைத்துக்கொண்டு, ரமணி பர்மிய பாஷையில் கதைகளெல்லாம் சொல்லுவான். நாடக சபாவிலே இருந்ததால், அங்கே பார்த்த நாடகங்களைக் கதைகளாகக் கூறுவான்.

நாள் ஆக ஆக, அந்த வட்டாரத்திலுள்ள இந்தியக் குழந்தைகள், பர்மியக் குழந்தைகள் எல்லோருமே ரமணி யின் கதையைக் கேட்கத் திரண்டு வந்துவிட்டார்கள். எத்தனை நாட்களுக்குத் தான் படித்த கதைகளையும் கேட்ட கதைகளையுமே சொல்லிக் கொண்டிருப்பது? நாளடைவில் அவனே கற்பனை செய்து பல நல்ல கதை களையெல்லாம் கூற ஆரம்பித்துவிட்டான். இதனால் ரமணியின் பெயர் அந்த வட்டாரத்திலே மிகவும் பிரபல மாகி விட்டது!

சிற்சபேசனும் காமாட்சி அம்மாளும், 'இப்படிப்பட்ட ஒரு பையன் நமக்குக் கிடைத்ததே நம் அதிர்ஷ்டம்தான்' என்று நினைத்து ஆனந்தமடைவார்கள்.

மாலதியோ, "ரமணி அண்ணாவின் கதையைக் கேட்க நம் வீடு தேடி எத்தனை பேர் வருகிறார்கள்!" என்று எண்ணிப் பெருமைப்படுவாள். ஆனால், ரமணி விரைவி லேயே இவர்களை விட்டுப் பிரியப் போகிறான் என்பது அவர்களுக்கு எப்படித் தெரியும்? அது ரமணிக்கே தெரி யாதே!

அன்று அக்டோபர் இரண்டாம் தேதி. உலகமெங்கும் காந்தி ஜயந்தி கொண்டாடும் முக்கியமான தினம். பர்மாவிலும் பல இடங்களில் விசேஷமாகக் கொண்டாட ஏற்பாடு செய்திருந்தார்கள். தங்கள் வீட்டில் குழந்தைகளுடன் சேர்ந்து குதூகலமாகக் கொண்டாட ரமணி விரும்பினான்.

அம்மாளிடம், "அம்மா, முதல் நாளே காமாட்சி நாளைக்குச் சாயங்காலம் நான் குழந்தைகளுக்கெல்லாம் காந்திஜியின் வாழ்க்கையில் நடந்த அநேக சம்பவங்களை எடுத்துச் சொல்லப் போகிறேன்" என்றான்.

அதற்குக் காமாட்சி அம்மாள், "ஆமாம். அப்படியே செய். நானும் கதை கேட்க வரும் குழந்தைகளுக்கு நல்ல நல்ல பட்சணங்களெல்லாம் செய்து கொடுக்கிறேன்" என்று சொல்லியிருந்தாள்.

காந்தி ஜயந்தியன்று மாலை குழந்தைகள் கூட்டம் கூட்டமாகக் கதை கேட்க வந்தார்கள். சில சிறு குழந்தைகள் தங்கள் பெற்றோர்களையும் துணைக்காக அழைத்து வந்திருந்தார்கள். மாலதியும் ரமணியும் முதலில் பட்சணங்களை வந்திருந்தவர்களுக்குக் கொடுத்தார்கள்.

பிறகு ரமணி, காந்தி கதையைக் கூற ஆரம்பித்தான். குழந்தைகள் அந்தக் கதைகளைக் கேட்டுப் பல நல்ல விஷயங்களைத் தெரிந்துகொண்டார்கள். பெரியவர்கள், "அடடா, எவ்வளவு அற்புதமாக இந்தப் பையன் கதை சொல்லுகிறான்!" என்று ஆச்சரியப்பட்டார்கள்.

காந்தி கதை முடிந்ததும், 'கோமாளிக் குப்பன்' என்ற கதையைக் கடைசியாக ரமணி சொன்னான். அது அவனாகவே கற்பனை செய்த கதை. மிகவும் வேடிக்கையாக இருக்கும். அதைக் கேட்டு எல்லோரும் வயிறு குலுங்கச் சிரித்தார்கள்.

கதை முடிந்ததும் ஒரு பெரியவர், சிற்சபேசனைப் பார்த்து, "சார், உங்கள் பையன் அற்புதமாகக் கதை சொல்லுகிறான். 'கோமாளிக் குப்பன்' கதை அபாரம்! அதை எழுதி ஏதாவது ஒரு பத்திரிகைக்கு அனுப்பினால், நிச்சயம் வெளியிடுவார்கள். பல்லாயிரக் கணக்கான குழந்தைகள் படித்து ஆனந்தமடைவார்கள்" என்று கூறி விட்டு, ரமணியிடம், "என்ன தம்பி, எழுதி அனுப்புகிறாயா?" என்று கேட்டார்.

"ஏதோ எழுதிப் பார்க்கிறேன்" என்று அடக்கமாகப் பதிலளித்தான் ரமணி.

அன்று இரவு சாப்பாட்டிற்குப் பிறகு ரமணியுடன் காமாட்சி அம்மாள் பேசிக்கொண்டிருந்தாள். அப்போது, "ரமணி, நீ சொல்லுகிற கதை ஒவ்வொன்றும் நன்றாக இருக்கிறதென்று எல்லோருமே சொல்லுகிறார்கள்" என்றாள் காமாட்சி அம்மாள். அதற்கு ரமணி, "என் கதையைக் காட்டிலும் நீங்கள் செய்து கொடுத்த பட்சணங்கள் தான் பிரமாதமாம்! எல்லோருமே அப்ப டித்தான் சொல்லுகிறார்கள்" என்றான்.

"இல்லை, இல்லை. பட்சணத்தைக்காட்டிலும் கதை தான் சுவையாயிருந்திருக்கும்" என்றாள் காமாட்சி அம்மாள். இருக்கவே இருக்காது. பட்சணம்தான் மிகவும் சுவையாயிருந்திருக்கும்" என்றான் ரமணி.

இப்படியே அவர்கள் பேசிக்கொண்டிருக்கும் போது, திடீரென்று காமாட்சி அம்மாளின் முகத்தில் ஏதோ மாறுதல் தெரிந்தது. அப்படியே 'தொப்'பென்று தரையில் சாய்ந்து விட்டாள். முகம் வெளுத்துவிட்டது; கண்கள் மூடிக்கொண்டன. பற்கள் கிட்டித்து விட்டன! இதைப் பக்கத்திலிருந்த ரமணி பார்த்ததும் திடுக்கிட்டான்; "ஆ, அம்மா!" என்று கதறினான். சத்தத்தைக் கேட்டு மாடியிலிருந்த சிற்சபேசனும், மாலதியும் கீழே ஓடி வந்தார்கள்.

"ஐயோ! இது என்ன! அம்மா இப்படி விழுந்து விட்டார்களே!" என்று ரமணி கையைக் கசக்கினான். அவன் கண்களும் கலங்கின.

மாலதி, அம்மா பக்கத்திலே ஓடிவந்து பார்த்ததும், "அம்மா! அம்மா!" என்று கலக்கத்தோடு கூவினாள். உடனே சிற்சபேசன், "ரமணி, மாலதி, கொஞ்சம் தள்ளியிருங்கள். காற்று நன்றாக வரட்டும்" என்றார்.

உடனே ரமணி விலகி நின்று கொண்டு, "நான் ஓடிப்போய் டாக்டரை அழைத்துக்கொண்டு வரட்டுமா?" என்றான்.

"வேண்டாம். இரண்டொரு நிமிஷத்துக்கு இப்படித்தான் இருக்கும். அப்புறம், தானாக எழுந்துவிடுவாள். நீ ஃபேன் சுவிட்சைப் போட்டுவிட்டு, செம்பிலே தண்ணீர் கொண்டுவா" என்றார்.

உடனே ரமணி சுவிட்சைப் போட்டுவிட்டு, ஒரு நொடியில் செம்பு நிறையத் தண்ணீர் கொண்டு வந்தான். தண்ணீரைக் காமாட்சி அம்மாள் முகத்திலே தெளித்தார் சிற்சபேசன். ஒரு நிமிஷம் ஆகி, இரண்டு நிமிஷங்களும் ஆகிவிட்டன. அதற்கு மேலும் ஒரு நிமிஷம் ஆகிவிட்டது. ஆனாலும்,

காமாட்சியம்மாள் எழுந்திருக்கவில்லை. அது வரை கவலைப்படாமல் இருந்த சிற்சபேசன் முகத்திலும் கவலை ஏற்பட்டது. ரமணிக்குத் திகில் மிகவும் அதிகமாகி விட்டது.

காமாட்சி அம்மாளுக்கு முன்பு இரண்டு மூன்று தடவைகள் பலவீனத்தால் இப்படி மயக்கம் வந்த துண்டு. இது ரமணிக்குத் தெரியாது.

சற்று நேரத்தில் காமாட்சி அம்மாள் மெதுவாகக் கண்களைத் திறந்தாள். உடனே சிற்சபேசனின் முகம் மலர்ந்துவிட்டது, "அம்மா!" என்று மாலதி ஆசையாகக் கூப்பிட்டாள். சிறிது

சிறிது நேரத்தில் காமாட்சி அம்மாள் எழுந்து உட்கார்ந்தாள். மறுநிமிஷம், "ரமணி எங்கே?" என்று கேட்டாள்.

உடனே மாலதி, "ரமணி அண்ணா! ரமணி அண்ணா! அம்மா எழுந்துவிட்டாள்!" என்று ஆனந்தமாகக் கூறிக் கொண்டே சுற்று முற்றும் பார்த்தாள். ரமணி அங்கே இல்லை! வாசல் பக்கத்திலும் காணோம்! மாடியிலும் அவன் இல்லை!

ரமணியைக் காணாத மாலதி, "ஐயோ! ரமணி அண்ணாவைக் காணோமே!" என்றாள். உடனே சிற்சபேசனும், "ரமணி! ரமணி!' என்று பலமாகக் கூவினார். ரமணி வரவில்லை.

"எங்கே போயிருப்பான்? சொல்லாமல் போக மாட்டானே! ஒருவேளை டாக்டர் ஆனந்தராவ் வீட்டுக் குப் போயிருப்பானோ!" என்று நினைத்து வேலைக் காரர்களை டாக்டர் வீட்டுக்கு அனுப்பினார். அங்கேயும் ரமணி இல்லை. அக்கம் பக்கத்து வீடுகளில் தேடிப் பார்க்கச் சொன்னார். அந்த வட்டாரம் முழுதும் அலசிப் பார்த்தும் ரமணியைக் காணோம்! எல்லோருக்கும் ஒரே திகிலாயிருந்தது!

21. இருண்ட குகையில்

மூன்று நிமிஷமாகியும் காமாட்சி அம்மாளுக்கு மயக்கம் தெளியாதலால், ரமணிக்குப் பயம் அதிகமாகி விட்டது. "சரி, சரி! இனியும் இங்கு இருப்பதில் பயனில்லை. உடனே ஓடிப்போய் நமது டாக்டரை அழைத்து வருவதே நல்லது" என்று தீர்மானித்தான். மறு நிமிஷம், சிற்சபேசனிடம் கூடக் கூறாமல், தலை தெறிக்க அவர்களது குடும்ப டாக்டர் வீட்டை நோக்கி வேகமாக ஓடினான்.

டாக்டர் வீட்டுக்கு இன்னும் ஒரு பர்லாங் தூரம் கூட இல்லை. ஒரு சந்திலே ரமணி வேகமாக ஓடிக் கொண்டிருந்தான். அப்போது, யாரோ இருவர் திடீரென்று அவன் மேல் பாய்ந்தார்கள். அவர்களில் ஒருவன் தன் கைகளால் ரமணியின் வாயைப் பலமாகப் பொத்தினான். மற்றொருவன் ஒரு முரட்டுத் துணியால் ரமணியின் முகத்தை நன்றாக மூடிவிட்டான். ரமணிக்கு ஒன்றும் புரியவில்லை. எப்படியாவது அவர்களிடமிருந்து தப்பித்துக்கொள்ள வேண்டுமென்று கையையும், காலையும் ஆட்டிப் பார்த்தான். அசைக்க முடியாதபடி அந்த முரடர்கள் இரும்புப் பிடியாகப் பிடித்துக் கொண்டார்கள். வாய் திறந்து கத்தவும் முடியாதபடி செய்துவிட்டார்கள். திடீரென்று ஏற்பட்ட அதிர்ச்சியால் ரமணி மூர்ச்சையடைந்து விட்டான்.

ரமணி கண் விழித்துப் பார்த்தபோது, அவனுக்கு ஒன்றுமே புரியவில்லை. எழுந்து உட்கார்ந்துகொண்டு, 'நாம் எங்கே இருக்கிறோம்?' என்ற கலவரத்தோடே பார்த்தான். அவன் இருந்த இடத்தில் மின்சார விளக்குகள் இல்லை; ஒரே ஒரு பழங்காலத்து லாந்தர் மட்டும் எரிந்து கொண்டிருந்தது. சுற்றிலும் வழவழப்பான சுவர்கள் இல்லை; கரடுமுரடான பாறைகளே இருந்தன. சிற்சபே சன், காமாட்சி அம்மாள், மாலதி இவர்களில் யாராவது அங்கே இருக்கிறார்களா என்று பார்த்தான்; யாரையும் காணோம்!

"ஐயோ! இது என்ன குகை மாதிரியல்லவா இருக்கிறது! நம்மை ஏன் இங்கு கொண்டு வந்தார்கள்?'' என்று அவன் புரியாமல் விழித்தான். மறுநிமிஷம், காமாட்சியம்மாளின் உடம்பு இப்போது எப்படி இருக்குமோ!' என்ற கவலை வந்துவிட்டது. உடனே தன்னையும் அறியாமல், 'அம்மா!' என்று வாய்விட்டுக் கதறிவிட்டான்.

அவன் அப்படிக் கத்தியது தான் தாமதம். மற்றொரு பக்கத்திலிருந்து நாலு முரடர்கள் அவன் இருந்த இடத்துக்கு ஓடி வந்தார்கள். அவர்களைப் பார்த்ததும் ரமணிக்குப் பயமாக இருந்தது. ஒரு முறை அவர்களை ஏற இறங்கப் பார்த்தான். அந்த நாலுபேரில், மூன்று பேர் பர்மாக்காரர்கள். ஒரே ஒருவன் மட்டும் இந்தியன்.... அவனும் தமிழன் என்று ரமணிக்குத் தெரிந்தது.

"தம்பி, பயப்படாதே! உன்னை நாங்கள் ஒன்றும் செய்ய மாட்டோம்'' என்றான், அவர்களில் மிகவும் பருமனாக இருந்த ஒரு பர்மாக்காரன். அவன்தான் அவர்களுக்குத் தலைவன்.

''நீங்கள் யார்? எதற்காக என்னை இங்கே கொண்டு வந்தீர்கள்? அம்மாவுக்கு ஆபத்து என்று டாக்டரைக் கூப்பிடப் போன என்னை இங்கே கொண்டு வந்து விட்டீர்களே! ஐயோ! அம்மாவுக்கு என்ன ஆனதோ!'' என்று கூறி அழுதான் ரமணி.

உடனே அந்தத் தலைவன், ''ஏன் தம்பி அழுகிறாய்? உன்அம்மாவுக்கு உடம்புசரியாகிவிடும். கவலைப்படாதே! உனக்கு இப்போது ஆகாரம் தரச் சொல்லுகிறேன். சாப்பிட்டுவிட்டுச் சுகமாகத் தூங்கு. காலையில் பேசிக் கொள்ளலாம்'' என்று கூறிவிட்டு, ''சுப்பையா, தம்பிக்கு ஆகாரம் கொண்டு வா'' என்று அங்கிருந்த தமிழனைப் பார்த்து உத்தரவிட்டான்.

உடனே ரமணி, "வேண்டாம், வேண்டாம், எனக்குப் பசியே இல்லை. என்னை எப்படியாவது டாக்டர் ஆனந்தராவ்

வீட்டில் கொண்டுபோய் விட்டுவிடுங்கள். உங்களுக்குக் கோடிப் புண்ணியம்” என்று மிகவும் கெஞ்சிக் கேட்டான்.

“தம்பி, வீணாக அலட்டிக் கொள்ளாதே! உன் அப்பா மனசு வைத்தால், நீ வெகு சீக்கிரம் வீட்டுக்குப் போய்விடலாம் “என்றான் தலைவன்.

“என்ன! என் அப்பா மனசு வைக்க வேண்டுமா? அவர்தான் எப்போதோ இறந்து போய்விட்டாரே!”

ரமணி இப்படிச் சொன்னதும் தலைவன் பலமாக ஒரு சிரிப்புச் சிரித்தான். பிறகு, "ஓஹோ! அப்பா இறந்து போய்விட்டார் என்றால், நாங்கள் உன்னை விட்டு விடுவோம் என்றுதானே நினைக்கிறாய்? அதுதான் நடக்காது. உன் அப்பா சிற்சபேசனை எங்களுக்குத் தெரியாதென்று நினைத்துவிடாதே! அவர்தான் கல்லுப் பிள்ளையார் மாதிரி இன்னும் உயிரோடு இருக்கிறாரே” என்றான்.

“ஐயோ! நான் ஓர் அனாதை. சிற்சபேசன் என் அப்பா இல்லை” என்று ரமணி சொல்லும் போதே, “சரி, சரி. இப்போது அதைப் பற்றி என்ன கவலை? பேசாமல் படுத்துத் தூங்கு. காலையில் பார்த்துக் கொள்ளலாம்” என்று கூறிவிட்டுத் தலைவன் அங்கிருந்த ஒரு கட்டிலில் படுத்துக்கொண்டான். மற்றவர்களும் அங்கேயே படுத்துக் கொண்டார்கள். ரமணிக்குத் தூக்கம் வரவில்லை. “அப்பா மனசு வைத்தால் சீக்கிரம் போய்விடலாம் என்றான் இந்த முரடன். ஆனால், என்ன செய்ய வேண்டும் என்பதை விவரமாகச் சொல்ல மாட்டேன் என்கிறானே! அது என்னவாக இருக்கும்?” என்று யோசித்துப் பார்த்தான். அதற்குள் காமாட்சி அம்மாள், சிற்சபேசன், மாலதி முதலியோரது நினைவு வந்துவிட்டது. அத்துடன், நாளை கதை கேட்கக் குழந்தைகளெல்லாம் வருவார்களே! அவர் களுக்கெல்லாம் எவ்வளவு ஏமாற்றமாக இருக்கும்!” என்ற கவலையும் சேர்ந்து கொண்டது. இவற்றையெல்லாம் நினைத்து நினைத்துக் கண்ணீர் விட்டுக்கொண்டே இருந்தான்.

வெகுநேரம் ஆயிற்று. தூங்கிக்கொண்டிருந்த தலைவன் சோம்பல் முறித்துக்கொண்டே எழுந்தான். உடனே ஒரு பெரிய கொட்டாவி விட்டான். பிறகு, "டேய், டேய், எல்லோரும் எழுந்திருங்கள். பொழுது விடிந்துவிட்டது'' என்று கத்தினான். சத்தம் கேட்டு மற்ற மூவரும் எழுந்தார்கள். அப்போதுதான் ரமணிக்குப் பொழுது விடிந்து விட்டது என்பது தெரிந்தது. அந்தக் குகை இரவிலும் பகலிலும் ஒரே இருட்டாகத் தான் இருந்தது. சூரிய வெளிச்சம்தான் அங்கே நுழைய முடியாதே!

எழுந்தவுடனே அந்த முரடர்கள் அங்குள்ள விளக்கு களையெல்லாம் ஏற்றினார்கள். எல்லாம் அகல் விளக்குகள்! விளக்குகளை யெல்லாம் ஏற்றியதும், குகையில் வெளிச்சம் நன்றாகத் தெரிந்தது. ரமணி அந்த வெளிச்சத்தில் சுற்றிலும் ஒரு பார்வை பார்த்தான்.

குகையில் ஒரு மூலையைப் பார்த்ததும், ரமணிக்கு ஆச்சரியமாயிருந்தது. "யாரது! நம்மைப் போல் அங்கே ஒரு பையன் உட்கார்ந்திருக்கிறானே!'' என்று கூர்ந்து பார்த்தான். ஆம், ஒரு பையன் மூலையிலுள்ள ஒரு பாறை மேல் உட்கார்ந்திருந்தான். அவன் ரமணியைவிடக் கொஞ்சம் சின்னவன். அவனும் தமிழ் நாட்டைச் சேர்ந்தவனாகத்தான் இருந்தான்.

'இவன் யார்? எப்படி இங்கே வந்தான்? ஒரு வேளை இவர்கள் பிள்ளை பிடிக்கிறவர்களோ...!' என்று நினைத் துக்கொண்டே அந்தப் பையனையே ரமணி உற்றுப் பார்த்தான். அந்தப் பையனும் ரமணியைப் பார்த்து விட்டான். உடனே அவன் ஒரு புன்சிரிப்புச் சிரித்தான். வேறு ஒன்றும் செய்யவில்லை. ரமணியும் அந்தப் பையனும் ஒருவரை ஒருவர் உற்றுப் பார்த்துக்கொண்டே இருந்தார்கள்!. சிறிது நேரம் சென்றது. சுப்பையா என்ப வன் ஒரு தட்டிலே ஆகாரம் கொண்டு வந்து ரமணியின் முன்னால் வைத்தான். உடனே ரமணி, ''எனக்கு எதுவும் வேண்டாம். எடுத்துப் போ" என்று கோபமாகக் கூறினான்.

"தம்பி, இது மாமியார் வீடு இல்லை. பிகு பண்ணாமல் சும்மா சாப்பிடு" என்று கேலியாகக் கூறிவிட்டு, சுப்பையா அந்த இடத்தைவிட்டுப் பாறைமேல் இருந்த பையனிடம் சென்றான். இன்னொரு தட்டிலிருந்த ஆகாரத்தை அவனிடம் கொடுத்துவிட்டுப் போய்விட்டான். அந்தப் பையன் ஐந்து நிமிஷத்தில் தட்டைக் காலி செய்து விட்டு ரமணியைப் பார்த்தான். "நீயும் சாப்பிடு" என்று சைகை மூலம் கூறினான். ஆனாலும், ரமணி சாப்பிட வில்லை. அழுது கொண்டேயிருந்தான்.

சிறிது நேரம் சென்றதும், நாலு முரடர்களும் ரமணியிருந்த இடத்துக்கு வந்தார்கள். "தம்பி, இன்னும் சாப் பிடவில்லையா? சரி, அதோ அந்த சுந்தரம் உனக்குத் துணையாக இருப்பான். பயப்படாமல் இரு. நாங்கள் வெளியில் ஒரு வேலையாகப் போகிறோம்" என்று சொல்லிவிட்டு அவர்கள் போய்விட்டார்கள்.

அவர்கள் போனதும் அந்தப் பையன் சுந்தரம் ரமணியின் அருகிலே வந்தான். உடனே ரமணி கண் ணீரைத் துடைத்துக்கொண்டு, "தம்பி, நீ யார்? இங்கு எப்படி வந்தாய்?" என்று கேட்டான். "என் அப்பா பெயர் தாமோதரம். ஐராவதி நதிக்கு அந்தப் பக்கம் இருக்கிறதே அமரபுரா, அங்குதான் என் வீடு இருக்கிறது. என் அப்பா ஒரு பெரிய மரவியாபாரி. அன்று ஒரு நாள் நானும் என் அப்பாவும் யானை மேல் ஏறிக்கொண்டு தேக்கு மரக் காட்டுக்குப் போயிருந்தோம். இரவு நேரத்தில் அங்கிருந்த கூடாரத்தில் படுத்து நன்றாகத் தூங்கிக்கொண்டிருந்தோம். பிறகு, என்ன நடந்தது என்று எனக்குத் தெரியாது. நான் கண்களை விழித்துப் பார்த்தபோது இங்கே இருந்தேன்! எதற்காக என்னை இங்கே கொண்டுவந்தார்கள் என்பதே தெரியவில்லை!"

"அப்படியா! உனக்கும் தெரியாதா?"

"ஆமாம், என் அப்பா மனசு வைத்தால், நான் சீக்கிரம் போய்விடலாமாம்! இதைத்தான் கேட்கிற போதெல்லாம்

அவர்கள் திருப்பித் திருப்பிச் சொல்லுகிறார்கள். விவர மாகச் சொன்னால் தானே தெரியும்?" என்றான்.

"என்னிடம்கூட அப்படித்தான் அவர்கள் சொன்னார்கள். நம்மை அவர்கள் என்ன செய்யப் போகிறார்களோ, தெரியவில்லையே!"

"போகப் போகத்தான் தெரியும். நாளையோடு நான் இங்கு வந்து சரியாக ஒரு வாரம் ஆகிறது. இது வரை என்னை ஒன்றும் தொந்தரவு செய்யவில்லை. வேளா வேளைக்குச் சாப்பாடு தருகிறார்கள். அடிக்கடி என்னை மட்டும் இங்கே வைத்துவிட்டு எல்லோரும் வெளியில் போய்விடுகிறார்கள்."

"எல்லோரும்தான் இப்போது வெளியில் போய் விட்டார்களே, நாம் மெதுவாக இங்கிருந்து தப்பி ஓடி விட்டால் என்ன?" என்று கேட்டான் ரமணி.

"அதுதான் முடியாது. நான் இங்கு வந்த மறுநாளே தப்பிச் செல்ல வழியுண்டா என்று பார்த்தேன். அதோ அந்தப் பக்கம் திரும்பி ஒரு சந்து வழியாகத் தான் வெளியே போக வேண்டும். ஆனால், அந்தச் சந்திலே ஒரு இரும்புக் கதவு இருக்கிறது. அதை உள்ளே யிருந்தும் திறக்கலாம்; வெளியே இருந்தும் திறக்கலாம். பூட்டுவதும் அப்படித்தான். சாவி அவர்களிடமல்லவா இருக்கிறது! வா, அந்தக் கதவைச் காட்டுகிறேன்!" என்று கூறி ரமணியை அழைத்துச் சென்றான் சுந்தரம். பூட்டப்பட் டிருந்த இரும்புக் கதவைக் கண்டதும், தொப்பென்று அங்கேயே உட்கார்ந்துவிட்டான் ரமணி.

'ரமணியைக் காணோம்!' என்ற செய்தி மாந்தலேயில் ஒரு பெரிய பரபரப்பை உண்டாக்கிவிட்டது. குழந்தைகள், பெரியவர்கள் எல்லோரும் அதிர்ச்சியடைந்தார்கள். தினமும் கதை கேட்க வரும் குழந்தைகள், "ரமணி அண்ணாவைக் காணோமே! எங்கே போயிருப்பார்?" என்று கவலைப்பட்டார்கள்.

சிற்சபேசன் போலீசுக்கு இதைப் பற்றி உடனே அறிவித் திருந்தார். அவர்கள் அலசு அலசென்று அலசினார்கள். சிற்சபேசனும் அவரது ஆட்களும் தேடாத இடம் பாக்கியில்லை. சில பெரிய குழந்தைகளும் அவர்களுடன் சேர்ந்து கவலையோடு தேட ஆரம்பித்தார்கள். மூன்று நாட்களாகத் தேடியும் ரமணி அகப்படவில்லை!

நாலாவது நாள் சிற்சபேசன் தமக்கு வந்த கடிதங்களைப் பார்த்துக்கொண்டிருந்தார். அதில் ஒரு கடிதத்தை அவர் பிரித்துச் சாவதானமாகப் படிக்க ஆரம்பித்தார். இரண்டு வரிகளைப் படித்ததும், அவர் முகம் மாறியது. பரபரப்புடன் முழுவதையும் படித்தார். படித்து முடித்ததும், "ஆ, ரமணி! உனக்கு ஆபத்தா? ஐயோ!!" என்று அலறினார்.

சத்தத்தைக் கேட்டுக் காமாட்சி அம்மாள், மாலதி, இன்னும் அங்கு வந்திருந்த நாலைந்து குழந்தைகள் எல்லோரும், “என்ன, என்ன!” என்று திகிலுடன் கேட்டுக்கொண்டே அருகில் ஓடி வந்தார்கள். "ஐயோ, ரமணியைக் கொண்டு போய்விட்டார்களே!” என்று கதறி அழுதார் சிற்சபேசன்.

“என்ன! கொண்டுபோய் விட்டார்களா? யார் கொண்டு போனது?” என்று அங்கே இருந்த எல்லோரும் ஒரே சமயத்தில் பரபரப்போடு கேட்டார்கள்.

பண ஆசை பிடித்த சில அயோக்கியர்கள் தான் இந்த வேலையைச் செய்திருக்கிறார்கள். ரூபாய் பத்தாயிரம் கொடுத்தால்தான் ரமணியைத் திருப்பித் தருவார்களாம்!...

“அப்படியா! ஐயோ! ரமணியை அவர்கள் இந்நேரம் என்ன பாடு படுத்துகிறார்களோ!... பத்தாயிரத்தைக் கொடுத்தால் உடனே திருப்பித் தந்துவிடுவார்களா? நிஜமாகவா!” என்று கேட்டாள் காமாட்சி அம்மாள்.

"அப்பா, அப்பா, எப்படியாவது ரமணி அண்ணாவைக் கூட்டி வந்துவிடு. அப்பா, அண்ணா இல்லாமல் எனக்கு ஒரே கஷ்டமாயிருக்கிறது!” என்றாள் மாலதி.

அப்போது அங்கிருந்த அடுத்த வீட்டுப் பர்மியப் பையன்- அவன் பெயர் மவுங் லா அவுங், “ஆமாம், இப்போது ரமணியை எங்கே வைத்திருக்கிறார்களாம்? நாம் யாரிடத்திலே பணத்தைக் கொடுக்க வேண்டுமாம்?" என்று அவர்களிடம் கேட்டான்.

“எந்த இடத்தில் ரமணியை வைத்திருக்கிறார்கள் என்பதை எழுதவில்லை. ஆனால், எந்த இடத்தில் பணத்தைக் கொண்டு போய் வைக்க வேண்டும் என்பதை மட்டும் எழுதியிருக்கிறார்கள். இந்தப் பங்களாவுக்குத் தெற்கே ஐந்து மைல் தூரத்தில் ஒரு மலை இருக்கிறதே, அந்த மலையின் வடக்கு ஓரத்தில் ஒரு பெரிய ஆலமரம் இருக்கிறதாம். அந்த ஆலமரத்தின் பின்புறத்திலே ஒரு பொந்து இருக்கிறதாம். ஒரு சிறிய பெட்டியில் ரூபாய் பத்தாயிரத்தை வைத்து அந்தப் பெட்டியை நானாவது அல்லது நம் ஆளாவது கொண்டுபோய் அந்தப் பொந்திலே யாருக்கும் தெரியாமல் வைத்துவிட்டுத் திரும்பிப் பார்க்காமலே வந்துவிட வேண்டுமாம். நாம் வைக்கும் பெட்டியை அந்த அயோக்கியர்கள் எப்படியாவது எடுத்துக் கொள்வார்களாம். எடுத்துக் கொண்டதும் ரமணியைக் கொண்டு வந்து ஊருக்குள் விட்டுவிடுவார்களாம்.

“அப்படியானால், நாம் ஒரு வேலை செய்யலாம். அந்தப் பொந்துக்குள் நாம் பணத்தை வைத்திருக்கிறோமா என்று பார்ப்பதற்கு அவர்கள் அடிக்கடி வருவார்கள் போல் தெரிகிறது. ஆகையால், நாம் உடனே போலீஸாருக்குத் தகவல் கொடுத்து, ஆலமரத்துக்கு வரும்போது அவர்களைப் பிடிப்பதற்கு ஏற்பாடு செய்தால் என்ன?” என்று கேட்டான் மவுங் லா அவுங்.

அதற்குச் சிற்சபேசன், “தம்பி, அதெல்லாம் ஆபத்து! அவர்களுடைய ஆட்கள் உளவு பார்த்துக் கொண்டே யிருக்கிறார்களாம். போலீஸில் தகவல் கொடுத்தால், அவர்கள் எப்படியாவது தெரிந்து கொண்டு விடுவார்களாம். அப்புறம் ரமணியை நாம் உயிரோடு பார்க்க முடியாதாம்! நமக்கும்

ஆபத்துத் தானாம்! இதையெல்லாம் இதோ இந்தக் கடிதத்தில் எழுதியிருக்கிறார்களே!" என்றார் கவலையுடன்.

சிறிது நேரம் எல்லோரும் பேசாமல் இருந்தார்கள். பிறகு காமாட்சி அம்மாள், "பாவம், ரமணி இப்போது எப்படியெல்லாம் கஷ்டப்படுகிறானோ! ரூபாயைப் பார்த்தால் முடியுமா? உடனே பணத்தை அனுப்பி ரமணியைத் திரும்பப் பெறுவதற்கு வழி செய்யுங்கள்" என்றாள்.

"ஆமாப்பா, ரமணி அண்ணாவைச் சீக்கிரம் கூட்டி வாப்பா" என்று கூறினாள் மாலதி.

சிற்சபேசன் சிறிது நேரம் யோசனை செய்தார். பிறகு, "பத்தாயிரத்தைப் பற்றிக் கவலையில்லை! ரமணி கிடைத்தால் போதும். ஆனால், ரமணி அவர்களிடம் தான் இருக்கிறான் என்பது என்ன நிச்சயம்? ரமணியைக் காணோம் என்று நாமெல்லோரும் வருத்தப்படு கிறோமே, இதைத் தெரிந்து கொண்டு நம்மை ஏமாற்றிப் பணம் பிடுங்க எவனாவது இப்படி எழுதியிருந்தால்...?" என்று எண்ணினார். அதன் பிறகு, 'ஆமாம், அப்படியும் இருக்கலாம். எதற்கும் நாமும் ஒரு பதில் கடிதம் எழுதி ஆலமரப் பொந்திலே வைத்துவிட்டு வர ஏற்பாடு செய்வோம்" என்று ஒரு முடிவுக்கு வந்தார்.

உடனே ஒரு காகிதத்தை எடுத்து, அதில் அவசரம் அவசரமாக எழுத ஆரம்பித்தார்.

"நான் பணம் தரத் தயார். ஆனால், ரமணி உங்களிடம் தான் இருக்கிறான் என்பது எங்களுக்குத் தெரிய வேண் டாமா? ஆகையால், ரமணி கைப்பட ஒரு கடிதம் எழுதி எனக்கு அனுப்பி வைத்தால், மறு நிமிஷமே ரூபாய் பத்தாயிரம் கிடைக்கும்" என்று எழுதி, ஒரு சிறு பெட்டி யில் அந்தக் கடிதத்தை வைத்தார். பிறகு ஒரு வேலைக் காரனிடம் பெட்டியைக் கொடுத்து ஆலமரப் பொந்தில் வைத்து விட்டு வரச்சொன்னார்.

22. சுந்தரத்தின் உதவி

குகைக்கு ரமணி வந்து அன்றுடன் நான்கு நாட்களாகி விட்டன. அன்று ரமணியும் சுந்தரமும் தங்களுக்கு நேர்ந்த கஷ்டங்களைப் பற்றிப் பேசிக்கொண்டிருந்தார்கள். அப்போது, குகையிலுள்ள இரும்புக் கதவு திறக்கும் சத்தம் கேட்டது. சத்தத்தைக் கேட்டதும், இருவரும் பேச்சை நிறுத்திவிட்டு எழுந்து நின்று எதிரே பார்த்தார்கள். முரடர்கள் நால்வரும் ஒருவன் பின் ஒருவனாக உள்ளே வந்தார்கள். உள்ளே வந்ததும், தலைவன் ஒரு காகிதத்தையும், பேனாவையும் எடுத்துக் கொண்டு ரமணியின் அருகிலே சென்றான்.

“தம்பி, உன் அப்பா பலே ஆளாக இருக்கிறாரே! நீ இங்கு இருப்பதாக அவருக்கு எழுதியிருந்தேன். ஆனால், அவர் நம்பவில்லை. உன் கைப்பட அவருக்கு ஒரு கடிதம் வேண்டுமாம். அந்தக் கடிதத்தைப் பார்த்த பிறகு தான், அவர் உன்னை அழைத்துச் செல்ல ஏற்பாடு செய்வாராம்...’

“என்ன! அப்படியா சொன்னார் அவர்?” என்றான் ரமணி வியப்புடன்.

“ஆமாம் தம்பி, ஆமாம். அவர் எழுதிய பதில் கூட இதோ இருக்கிறது. நீயே படித்துப் பார்” என்று கூறி ஆலமரப் பொந்தில் சிற்சபேசன் எழுதி வைத்த கடிதத்தை ரமணியிடம் காட்டினான் தலைவன்.

ரமணி அதைப் படித்துப் பார்த்ததும், “ஆ! பத்தாயிரமா? அவ்வளவு பெரிய தொகை கொடுத்தால்தான் என்னைத் திருப்பிக் கொண்டுபோய் விடுவீர்களா? இது அக்கிரமம்! அநியாயம்!” என்று பலமாகக் கத்தினான்.

"அடேயப்பா! அப்பா தருவதாயிருந்தால் கூடப் பிள்ளையாண்டான் வேண்டாம் என்பான் போலிருக் கிறதே!" என்று கேலியாகக் கூறினான் அந்த முரட்டுத் தலைவன்.

"அவர் என் அப்பாவுமில்லை; நான் அவருடைய மகனும் இல்லை. நான் ஓர் அனாதை. அனாதையான என்னை இவ்வளவு நாட்களாக அவர் காப்பற்றி வந்ததே பெரிய காரியம். இனிமேலும் அவர் எனக்காகப் பத்தா யிரம் கொடுப்பதா? வேண்டாம். வேண்டவே வேண்டாம்.

"நான் கடிதம் எழுதித் தரமாட்டேன். தர முடியாது" என்று உறுதியாகச் சொன்னான் ரமணி.

இதைக்கேட்டதும் தலைவனுக்குக் கோபம் வந்து விட்டது. "டேய் பையா! நீ யாரை ஏமாற்றப் பார்க்கிறாய்? நீயா அனாதை? எல்லாம் எனக்குத் தெரியும். வீணாக ஆபத்தைத் தேடிக் கொள்ளாதே! இதோ, இதில் நான் சொல்லுவது போல் எழுதிக்கொடு" என்று கூறிக் காகிதத்தையும் பேனாவையும் ரமணியின் முன்னால் நீட்டினான் தலைவன்.

ரமணி அதை வாங்கவில்லை. "என் உயிருக்கே ஆபத்து வந்தாலும் சரி; கடிதம் எழுதித் தரமாட்டேன். எனக்காக இன்னொருவர் எதற்காகப் பணம் அதுவும் பத்தாயிரம் தரவேண்டும்? முடியாது; எழுத முடியாது" என்று திரும்பவும் ஆணித்தரமாகப் பதில் சொன்னான்.

"முடியாதா? சரிதான்! காரியம் அவ்வளவு தூரத்துக்கு முற்றிவிட்டதா? பார் உன்னை இப்போதே கடிதம் எழுத வைக்கிறேன்" என்று மிகவும் கோப மாகக் கூறிக்கொண்டே அங்கிருந்த ஒரு நீண்ட பிரம்பைக் கையில் எடுத்தான். இப்போது என்ன சொல்லுகிறாய்?" என்று கேட்டுக் கொண்டே பிரம்பை ஓங்கினான். பிரம்பைக் கண்டு ரமணி பயப்பட்டு விடவில்லை. அசையாமல் அங்கேயே நின்றான்!

பிரம்பை ஓங்கிய போதும், ரமணி அசையாமல் நிற்பதைக் கண்ட தலைவனுக்குக் கோபம் அபாரமாக வந்துவிட்டது.

“என்ன ஆணவம் இந்தப் பயலுக்கு!” என்று கூறிக்கொண்டே பிரம்பால் ரமணியின் காலிலே இரண்டு அடி கொடுத்தான். அடி விழுந்த இடம் வலிக்கத்தான் செய்தது. ஆனாலும், ரமணி பல்லைக் கடித்து கொண்டு அப்படியே நின்றான். தலைவனின் ஆத்திரம் அதிகமாயிற்று. “எழுதப் போகிறாயா, இல்லையா?” என்று திரும்பத் திரும்பக் கேட்டுக்கொண்டே ரமணியின் வலது காலிலும் இடது காலிலும் மாறி மாறி அடித்தான். வலி தாங்க முடியாமல் ரமணி எழுதிக் கொடுத்துவிடுவான் என்றே தலைவன் எதிர்பார்த்தான். ஆனால், ரமணி அடிக்குப் பயந்து சரணாகதி அடைந்து விடவில்லை. 'முடியாது, முடியாது' என்றே திரும்பத் திரும்பச் சொல்லிக் கொண்டிருந்தான்.

ரமணியின் பிடிவாதம் அதிகமாக ஆகத் தலைவனின் ஆத்திரம் அதிகமாகிக் கொண்டே வந்தது. அந்த ஆத்திரத்தில் அவன் ரமணியினுடைய கை, கால், முதுகு எல்லா இடங்களிலும் மாறி மாறி அடித்தான். ரமணியும் கண்ணீர் சொரிந்தபடி அடிகளை வாங்கிக் கொண்டு அந்த இடத்திலேயே நின்றான். எவ்வளவு நேரத்துக்குத்தான் அவனால் அப்படி நிற்க முடியும்? தலைவன் முதுகிலே பலமாக ஓர் அடி கொடுத்தபோது, ரமணி 'ஐயோ!' என்று அலறிக் கொண்டே கீழே சாய்ந்துவிட்டான்.

அதேசமயம், இவ்வளவு நேரமாக நடந்ததையெல்லாம் வேதனையோடு பார்த்துக் கொண்டிருந்த சுந்தரம் குப்பென்று பாய்ந்து தலைவனின் எதிரே வந்து நின்றான். "ஐயா! ரமணி மிகவும் நல்லவன். அவனை இப்படி மாட்டை அடிப்பது போல் அடிக்கிறீர்களே! தயவு செய்து நிறுத்துங்கள்” என்று தடுத்துச் சொன்னான்.

“அடேயப்பா! அந்த நல்ல பையனுக்கு இந்த நல்ல பையன் சிபார்சா?” என்று கேலியாகக் கேட்டான் தலைவன்.

"ஐயா! அவனை இதற்குமேல் அடித்தால், அவன் உயிரே போனாலும் போய்விடும். உயிர்போய் விட்டால்,

உங்களுக்குப் பணம் எப்படி வரும்? தயவு செய்து இப்போது அவனைச் சும்மா விட்டுவிடுங்கள். காலையில் நான் எப்படியாவது சமாதானப்படுத்திக் கடிதம் வாங்கித் தருகிறேன்" என்றான் சுந்தரம்.

“நிச்சயமாகவா? சரி, நாளைக் காலையிலும் அவன் இதேபோல் தகராறு செய்தானோ, அப்புறம் நான் சும்மா இருக்க மாட்டேன்” என்று கூறி, பிரம்பை ஒரு மூலையில் எறிந்து விட்டுச் சாப்பிடச் சென்றான் தலைவன்.

அன்று இரவு குகையில் எல்லோரும் நன்றாகத் தூங்கிக் கொண்டிருந்தார்கள். ஆனால், ரமணிக்கு மட்டும் தூக்கம் வரவில்லை. அடி விழுந்த இடங்களைத் தன் கைகளால் நன்றாகத் தடவி விட்டுக் கொண்டிருந்தான்.

மணி பன்னிரண்டுக்குமேல் இருக்கும். அப்போது ரமணியின் பக்கத்தில் படுத்திருந்த சுந்தரம், மெதுவாகக் கண்களை விழித்தான். சுற்றிலும் பார்த்தான். மங்கலான வெளிச்சத்தில் ரமணியைத் தவிர மற்ற எல்லோரும் தூங்கிக் கொண்டிருப்பது தெரிந்தது. உடனே ரமணியின் முகத்திற்குப் பக்கத்தில் தனது முகத்தைக் கொண்டு போனான். தாழ்வான குரலில், “ரமணி!” என்றான். ரமணி திரும்பிப் பார்த்தான் “என்ன சுந்தரம்?” என்று மெதுவான குரலில் கேட்டான்.

“ஒன்றுமில்லை. கை கால்களெல்லாம் வலிக்குமே" என்று கேட்டுக்கொண்டே சுந்தரம் ரமணியின் கைகளைத் தடவிக் கொடுக்க ஆரம்பித்தான்.

“சுந்தரம், வேண்டாம். பேசாமல் படுத்துக்கொள்” என்றான் ரமணி. சுந்தரம் விடவில்லை. தடவிக்கொடுத்துக்கொண்டே திரும்பவும் சுற்றுமுற்றும் பார்த்தான். அப்போது அவர்களின் தலைப் பக்கமாகப் படுத்திருந்த சுப்பையா என்பவன் கொஞ்சம் அசைவதுபோல் அவனுக்குத் தெரிந்தது. "இவன் விழித்துக் கொண்டிருக் கிறானோ” என்று சந்தேகப்பட்டு, சுந்தரம் அவனையே சிறிதுநேரம் உற்றுப் பார்த்துக் கொண்டிருந்தான். ஆனால், அவன் மறுபடி அசையவில்லை.

ஆகையால், அவன் மிகவும் நன்றாகத் தூங்குகிறான் என்று சுந்தரம் நினைத்தான். பிறகு ரமணியின் உடம்பில் அடி விழுந்த இடங்களைத் தடவிக் கொடுத்துக்கொண்டே, ''ரமணி! நீ ஏன் இப்படிப் பிடிவாதம் செய்கிறாய்? பேசாமல் அவர்கள் சொன்னபடியே நீ எழுதிக் கொடுத்துவிடு!" என்றான்.

''சுந்தரம், சிற்சபேசன் என் சொந்த அப்பா என்பதை நீயும் நம்புகிறாயா? அவர் எனக்கு அப்பாவுமில்லை; நான் அவருக்கு மகனும் இல்லை. அவர் என் தூரத்து உறவினர்கூட இல்லை'

''நிஜமாகவா ரமணி!''

"சுந்தரம், இவர்கள் தான் என் பேச்சை நம்பவில்லை. நீயாவது நம்புவாய் என்றே நினைக்கிறேன். நான் பிறந்தது வேலங்குறிச்சி என்ற ஊரில். மதுரைக்குப் பக்கத்திலே அது இருக்கிறது. நான் பிறந்ததும் என் அம்மா முத்துலட்சுமி ஜன்னி கண்டு இறந்துவிட்டாள். என் அப்பா வேலாயுதமும் கொஞ்ச காலத்துக்கு முன்னால் நாய் கடித்து இறந்து போனார்'' என்று ஆரம்பித்துத் தன் கதையைச் சுருக்கமாகக் கூறி முடித்தான் ரமணி.

''அப்படியா! ரமணி, நீ சொல்லுவதெல்லாம் உண்மை என்று நான் நம்புகிறேன் ஆனாலும், இவர்கள் நம்ப மாட்டார்களே! இவர்களுக்குப் பணம்தான் குறி என்று தெரிகிறது. நீ பேசாமல் கடிதம் எழுதிக் கொடுத்துவிடு. சிற்சபேசனே பணம் தருவதாக எழுதியிருக்கிறாரே! நீ இங்கு இருப்பதைத் தெரிந்து கொள்வதற்குத்தான் அவர் உன் கைப்படக் கடிதம் வேண்டும் என்கிறார். உன் கடிதம் போனால், சீக்கிரம் பணம் வரும். உனக்கும் சீக்கிரம் விடுதலை கிடைத்துவிடும்'' என்றான் சுந்தரம்.

'விடுதலை கிடைத்தால் எனக்கும் சந்தோஷம்தான். ஆனாலும், எனக்கு ஒரு சந்தேகம். இவர்கள் பணத்தை

வாங்கிக் கொண்டு என்னைத் திருப்பி அனுப்பாமலே வைத்துக் கொண்டால்...’

“ரமணி, அது மாதிரி நடக்காது. இங்கேயே உன்னை வைத்துக் கொண்டால் உனக்குச் சாப்பாடு போட வேண்டாமா? கட்டாயம் பணம் வந்ததும் கொண்டுபோய் விட்டு விடுவார்கள். தயவு செய்து எனக்காகவாவது நீ நாளைக்குக் கடிதம் எழுதிக் கொடுத்துவிடு."

“சரி, காலையில் பார்த்துக் கொள்ளலாம். பேசாமல் படுத்துக்கொள்” என்று கூறினான் ரமணி. சுந்தரம் படுத்துக் கொண்டான். ரமணியும் இரவு வெகுநேரம் விழித்திருந்ததால், அயர்ந்து தூங்கலானான்.

23. ரமணி கிடைத்தான்!

மறுநாள் காலை. பொழுது விடிந்தது. வழக்கம் போல் காமாட்சி அம்மாள் கோலப் பொடியைக் கையில் எடுத்துக்கொண்டு பங்களா வாசலை நோக்கி வந்தாள். வாசல் கதவைத் திறந்ததும் வராந்தாவில் யாரோ படுத்திருப்பதைக் கண்டாள். உடனே, “யாரது?” என்று பார்த்தாள். மறுநிமிஷம், “ஆ! ரமணி! என் ரமணியா!” என்று கூவிக்கொண்டே அருகிலே ஓடினாள்; உற்றுப் பார்த்தாள்; நன்றாக உற்றுப் பார்த்தாள்.

சந்தேகமில்லை; அவன் ரமணிதான்! காணாமற் போன ரமணியேதான் அங்கே படுத்துக் கொண்டிருந்தான்! உடனே, ‘ரமணி! ரமணி!' என்று குதூகலத்துடன் தட்டி எழுப்பினாள் ‘காமாட்சி அம்மாள். ரமணி மெதுவாகக் கண்களைத் திறந்து பார்த்தான். காமாட்சி அம்மாளைக் கண்டதும், “அம்மா!” என்று அவளைப் பாசத்தோடு கட்டிப் பிடித்துக்கொண்டான்.

மறு நிமிஷம்,” என்ன இது? கனவா! நனவா! எப்படி நான் இங்கு வந்தேன்! பக்கத்தில் படுத்திருந்த சுந்தரம் எங்கே?” என்று ஆச்சரியத்துடன் கேட்டான் ரமணி.

“என்ன ரமணி, உனக்கே தெரியாதா! நடப்பதெல்லாம் ஆச்சரியமாகத்தான் இருக்கிறது... சரி வா, உள்ளே போகலாம்” என்று கூறி அவனை அப்படியே அணைத்தபடி உள்ளே அழைத்துச் சென்றாள் காமாட்சி அம்மாள்.

உள்ளே செல்லும்போதே, "இதோ ரமணி! ரமணி வந்துவிட்டான்!” என்று இரைந்து கொண்டே சென்றாள். சத்தத்தைக் கேட்டதும், படுக்கையில் கவலையுடன் உட்கார்ந்திருந்த சிற்சபேசன் திரும்பிப் பார்த்தார். ரமணியைக் கண்டதும், சட்டென்று எழுந்தார். ஒரே தாவாகத் தாவி அவனிடம் ஓடிவந்தார். ஆ, ரமணி!” என்று கட்டித் தழுவிக்

கொண்டார். அதற்குள் காமாட்சி அம்மாள் தூங்கிக் கொண்டிருந்த மாலதியைத் தட்டி எழுப்பி, "மாலதி! மாலதி! ரமணி அண்ணா வந்து விட்டான்! ரமணி அண்ணா வந்துவிட்டான்! எழுந்திரு, எழுந்திரு" என்று ஆனந்தமாகக் கூறினாள். உடனே மாலதி பரபரப்போடு எழுந்தாள்; நிமிர்ந்து பார்த்தாள். அதற்குள் ரமணி மாலதியின் எதிரே ஓடி வந்து, அவளது இரு தோள்களையும் பிடித்துக் கொண்டு, "மாலதி!" என்றான்.

"அண்ணா! எங்களையெல்லாம் விட்டுவிட்டு நீ எங்கே அண்ணா போயிருந்தாய்? நீ இல்லாது எங்களுக்கெல்லாம் எவ்வளவு கவலையாக இருந்தது? விளையாட முடியவில்லை; கதை கேட்க முடியவில்லை; எதுவுமே செய்ய முடியவில்லை" என்றாள் மாலதி.

சற்று நேரத்துக்குள் ரமணி திரும்பி வந்த விஷயம் அந்த வட்டாரம் முழுவதும் தெரிந்துவிட்டது. குழந்தைக ளெல்லாரும் குதூகலத்தோடு, ரமணி அண்ணாவைப் பார்க்க ஓடோடி வந்தார்கள். பெரியவர்களும் வந்திருந் தார்கள். எல்லோரும் அவனைச் சூழ்ந்துகொண்டு, அவன் எங்கே போனான்? எப்படிப் போனான், என்னென்ன செய்தான் என்றெல்லாம் விசாரிக்க ஆரம்பித்தார்கள்.

அப்போது சிற்சபேசன், "ரமணி, அன்று இரவு நீ காணாமற் போனதிலிருந்து நடந்ததையெல்லாம் விவரமாகச் சொல்லு. குழந்தைகளெல்லாம் கேட்கட்டும். எங்களுக்கும்தான் நீ இன்னும் சரியாகச் சொல்லவில்லையே!" என்று கூறினார்.

உடனே ரமணி, "இவ்வளவு நாளும் நீங்களெல்லோரும் எந்த எந்தக் கதைகளையோ கேட்டீர்கள். இப்போது என் சொந்தக் கதையையே கேட்க விரும்புகிறீர்கள். சொல்லு கிறேன், கேளுங்கள்" என்று ஆரம்பித்தான். தன்னை முரடர்கள் தூக்கிச் சென்றது, குகையில் கொண்டு போய் வைத்தது, கடிதத்துக்குப் பதில் எழுதச் சொல்லிப் பிரம்பால் அடித்தது, பிறகு எதிர்பாராமல் எப்படியோ வீட்டு வராந்தாவில் தான்

படுத்திருந்தது - எல்லாவற்றையும் கூறினான். அப்போது அவனுக்குச் சுந்தரம் நினைவு வந்துவிட்டது. உடனே சுந்தரத்தைப் பற்றியும், அவனுடைய தங்கமான குணத்தைப் பற்றியும் எல்லோருக்கும் எடுத்துக் கூறிவிட்டு, “பாவம், அவனை அவர்கள் என்ன பாடுபடுத்துகிறார்களோ! நான் ஒருவன் தான் அவனுக்குத் துணையாக இருந்தேன். இப்போது நானும் வந்து விட்டேன்!” என்று வருத்தப்பட்டான்.

அப்போது சிற்சபேசன். “ரமணி, நீ குகையில் இருந்தது உண்மைதானா? அவர்கள் தான் பணம் கேட்டு எழுதினார் களா? அப்படியானால் பணம் வாங்காமல் எப்படி உன்னைக் கொண்டு வந்து விட்டார்கள்!” என்று கேட்டார் வியப்புடன்.

"நடந்ததெல்லாம் உண்மைதான். ஆனால், எப்படி நான் இங்கு வந்தேன் என்பதுதான் எனக்கும் புரியவில்லை! ஒரு வேளை, அவர்களே என்னை இங்கு கொண்டு வந்து விட்டுவிட்டார்களோ!... அப்படியானால், சுந்தரமும் வீட்டுக்கு வந்திருக்க வேண்டுமே!” என்றான் ரமணி திகைப்புடன்.

"இருக்கலாம்; அவன் வீடு எங்கே இருக்கிறது? உனக்குத் தெரியுமா?” என்று கேட்டார் சிற்சபேசன்.

“அமரபுராவில் இருக்கிறதாம். அவன் அப்பா ஒரு பெரிய மர வியாபாரியாம். பெயர் தாமோதரம்.'

“அப்படியா! சரி, இப்போதே ஓர் ஆள் அனுப்பி விசாரித்து வரச் சொல்லுகிறேன்” என்று கூறிவிட்டு உடனே ஒரு வேலைக்காரனை அமரபுராவுக்கு அனுப்பி வைத்தார் சிற்சபேசன். அமரபுரா ஐராவதி நதியின் அக்கரையில் உள்ளது. மாந்தலே இக்கரையில் உள்ளது.

'ஆவா பிரிட்ஜ்' என்ற பாலத்தைக் கடந்து அமரபுராவுக்குப் போக வேண்டும்.

அன்று முழுவதும் ஓயாமல் குழந்தைகளும் பெரியவர்களும் ரமணியைப் பார்க்க வந்து கொண்டேயிருந்தார்கள். எல்லோரும் ரமணி திரும்பி வந்ததைக் கண்டு ஆனந்தமடைந்தார்கள். அத்துடன் அவன் எப்படித் திரும்பி வந்தான் என்பது தெரியாததால் ஆச்சரியமும் அடைந்தார்கள்.

வந்தவர்கள் எல்லோரிடமும், “வழக்கம்போல் நாளைச் சாயங்காலம் கதை உண்டு. எல்லோரும் வந்து விடுங்கள்” என்று சொல்லி அனுப்பினான் ரமணி. எல்லோரும் அளவு கடந்த உற்சாகத்தோடு வீடு திரும்பினார்கள்.

விளக்கு வைக்கும் நேரம். அமரபுராவுக்குச் சென்ற வேலைக்காரன் திரும்பி வந்தான். அவன் மட்டும் வர வில்லை; கூடவே, சுந்தரத்தின் அப்பா தாமோதரமும் வந்து சேர்ந்தார். அவர் வந்ததும், வராததுமாக ரமணியைப் பார்த்து, “தம்பி, தம்பி, என் மகன் இன்னும் திரும்பி வரவில்லையே! அவனை நீ பார்த்திருப்பாயே! அவனுக்கு ஒன்றும் ஆபத்து இல்லையே! அந்தப் பாவிகள் இப்படி ஏமாற்றுகிறார்களே!” என்று அழாக் குறையாகச் சொன்னார்.

“சுந்தரம் இன்னும் வரவில்லையா! அப்படியானால் குகையில் தான் இருக்க வேண்டும். நான் வரும் வரை யில் அவர்கள் அவனைத் தொந்தரவு எதுவும் செய்யவில்லை. பணம் அனுப்பச் சொல்லி அந்த முரடர்கள் உங்களுக்கு எழுதியிருந்தார்களா?”

"ஆமாம் தம்பி. கடிதம் வந்த அன்றைக்கே அவர்கள் சொன்ன இடத்தில் பத்தாயிரம் ரூபாயையும் கொண்டு போய் வைத்துவிட்டோமே!'

“என்ன! அவர்கள் கேட்டபடி பணம் கொடுத்து விட்டீர்களா?’

“ஆமாம் தம்பி. என்னுடைய தேக்குமரக் காட்டிலே மேஸ்திரி வேலை பார்க்கும் கந்தசாமியிடம்தான் கொடுத்து அனுப்பினேன்.”

“அப்படியா! அவர்கள் பணம் வந்ததாகவே சொல்லவில்லையே!”

"வந்ததாகவே சொல்லவில்லையா! ஒருவேளை... நான் கொடுத்த பணத்தை எடுத்துக் கொண்டு, சுந்தரத்தைக் கொண்டு வந்து விடுவதற்குப் பதில் உன்னைக் கொண்டு வந்து விட்டுவிட்டார்களோ... இருக்கும். எதற்கும், நான் அன்றைக்கே பணம் அனுப்பிவிட்டதாக ஒரு கடிதம் எழுதி, முன்பு பணத்தை வைத்த இடத்திலே அதையும் வைத்துவிட்டு வரச் சொல்லுகிறேன் “என்று கூறிப் புறப்பட்டு விட்டார் தாமோதரம்.

சுந்தரத்தின் அப்பா, மேஸ்திரி கந்தசாமியிடம் பணம் கொடுத்தனுப்பியது உண்மைதான். ஆனால், அந்தப் பணம் எங்கே போனது, எப்படிப் போனது என்பது அவருக்குத் தெரியுமா? பாவம்! முரடர்கள்தான் எடுத்துக் கொண்டு ஏமாற்றுவதாக அவர் நினைக்கிறார்.

அன்று இரவு ரமணிக்குச் சரியாகத் தூக்கம் வரவில்லை. முதல் நாள் அடிவிழுந்த இடங்களிலெல்லாம் வலிக்க ஆரம்பித்தது. காமாட்சி அம்மாள் அந்த இடங்களில் எண்ணெய் போட்டு மெதுவாகத் தடவிக் கொடுத்துக் கொண்டிருந்தாள். அப்போது ரமணிக்குச் சுந்தரத்தின் நினைவு வந்துவிட்டது.

"அம்மா, இதுபோல் தான் நேற்று இரவு வெகுநேரம் வரையில் சுந்தரம் தடவிக் கொடுத்துக் கொண்டிருந்தான். பாவம், மிகவும் நல்லவன்" என்றான்.

மறுநாள் மாலை வழக்கம்போல் ஏராளமான குழந்தைகளும், சில பெரியவர்களும் கதை கேட்க வந்து சேர்ந்தார்கள். அந்தக் கும்பலில் வயதான ஒரு கிழவரும் இருந்தார். அவர் கறுப்பாக இருந்தாலும் அவரது தாடி வளுப்பாக இருந்தது. நெற்றியில் பட்டையாக விபூதி யும், நடுவில் பெரிய சந்தனப் பொட்டும் அணிந்திருந்தார். மேலே சரிகை அங்கவஸ்திரத்தைப் போர்த்துக் கொண்டிருந்தார்.

ரமணி கதை சொல்லும்போது, அந்தக் கிழவர் ‘பேஷ், பேஷ். சபாஷ்!' என்று அடிக்கடி தலையை ஆட்டினார். அப்படி அவர் சொல்லச் சொல்ல ரமணிக்கு மிகவும் உற்சாகமாயிருந்தது.

சின்னச் சின்னக் கதைகளாக இரண்டு கதைகளைக் கூறிவிட்டு, மூன்றாவதாக ஒரு கதையைச் சொல்லிக் கொண்டிருந்தான் ரமணி. அந்தக் கதையில் இரண்டு நண்பர்கள் வருகிறார்கள். அவர்கள். இருவரும் ஒருவருக்காக ஒருவர் உயிரையும் கொடுக்கத் தயாராயிருக் கிறார்கள். இந்தக் கதையைக் கூறிக் கொண்டிருந்த ரமணி, திடீரென்று நடுவிலே நிறுத்திவிட்டான். அவன் இதுபோல ஒருநாள் கூட நிறுத்தியதில்லை. அப்போது, அவன் முகத்தில் ஏதோ கலவரம் தெரிந்தது.

உடனே சிற்சபேசன் திடுக்கிட்டார். காமாட்சி அம்மாளுக்கு ஒன்றும் புரியவில்லை. மாலதி, “என்ன அண்ணா, கதையை நிறுத்திவிட்டாய்?” என்று கேட்டாள். மற்றவர்களும் விஷயம் புரியாமல் விழித்தார்கள்.

ரமணியின் முகத்தில் கலவரத்தைக் கண்டதும் முன் வரிசையில் உட்கார்ந்திருந்த பெரியவர், “என்ன தம்பி. கதையை நிறுத்தி விட்டாய்?” என்று கவலையோடு கேட்டார்.

"ஒன்றுமில்லை! நான் குகையில் இருந்தபோது என்னோடு சுந்தரம் என்று ஒரு பையன் இருந்தான். அவனோடு நான் பழகியதெல்லாம் சில நாட்கள் தான். ஆனாலும், அவன் என்னிடத்திலே எவ்வளவு பிரியமாயிருந்தான்! முரடர் தலைவன் என்னை அடித்தபோது அவன் குறுக்கே வந்து நின்றுகொண்டு தைரியமாகத் தடுத்தான். இரவில்கூட அடிவிழுந்த இடங்களையெல்லாம் வெகுநேரம் வரை தடவிக் கொடுத்துக் கொண்டேயிருந்தான். அவன் எவ்வளவு நல்லவன்! நல்ல நண்பர்களைப் பற்றி நான் கதை சொல்லும்போது அருமை நண்பன் சுந்தரத்தின் நினைவு வந்துவிட்டது. ஐயோ! அவனுக்கு என்னென்ன தொந்தரவுகள்

கொடுக்கிறார்களோ! பாவம்" என்று கூறினான். அப்போது அவன் கண்கள் கலங்கின. மேலே பேசவும் வாய் வரவில்லை.

உடனே சிற்சபேசன், "சரி ரமணி, இன்று கதை சொன்னது போதும். பேசாமல் போய் மாடியில் படுத்துக் கொள்' என்று கூறிவிட்டு, அங்கிருந்தவர்களிடம், ரமணிக்கு அந்தப் பையனைப் பற்றியே கவலை.

"இரவெல்லாம் இதே நினைவுதான். காலையில் கூடச் சொல்லிக்கொண்டிருந்தான். இன்று கதை கேட்டது போதும். நாளை வாருங்கள். கட்டாயம் கேட்கலாம்" என்று சொன்னார்.

அந்த இடத்தை விட்டுப் போக யாருக்குமே மனம் வரவில்லை. ஆனாலும், என்ன செய்வது? சந்தர்ப்பம் சரியில்லையே! எல்லோரும் எழுந்து போய்விட்டார்கள். ஆனால், அந்தக் கிழவர் மட்டும் போகவில்லை.

அவர் சிற்சபேசனைப் பார்த்து, "ஆஹா! பிள்ளை யென்றால் இப்படியல்லவா இருக்க வேண்டும்? மிகவும் அற்புதமாகக் கதை சொல்லுகிறான். கொஞ்ச நாட்கள் தான் பழகினாலும், நல்ல சிநேகிதனை மறக்காமல் இருக்கிறான்! இவன் உங்களுக்குப் பிள்ளையாகப் பிறந்ததே முன் ஜன்மத்தில் நீங்கள் செய்த புண்ணியம் தான். இவனுடைய தங்கமான குணத்துக்கு எல்லாம் நல்லபடியாகவே நடக்கும். கவலைப்படாதீர்கள். ஆண்டவன் அருள் புரிவார்" என்றார்.

உடனேசிற்சபேசன்,"தாங்கள் யார்?தெரியவில்லையே?" என்றார்.

"என் ஊர் தஞ்சாவூர். பர்மாவைச் சுற்றிப் பார்க்க வந்தேன். இந்த ஊருக்கு வந்ததும், தம்பி அபாரமாகக் கதை சொல்லுவதாகக் கேள்விப்பட்டேன். எனக்குக் கதை கேட்பதென்றால், சிறுவயதிலிருந்தே பிரியம் அதிகம். தம்பியின் கதையைக் கேட்கத்தான் வந்தேன்" என்று கூறிவிட்டு, ரமணியைப் பார்த்து. "தம்பி, உன் சிநேகிதன் பெயர் என்ன என்று சொன்னாய்?" என்று கேட்டார்.

“சுந்தரம்” என்றான் ரமணி.

“சுந்தரம். அப்படியானால், ஐந்து எழுத்துப் பெயர். நல்ல பெயர்தான். சரி, ஒரு பூவின் பெயர் சொல்.'

"ஏன் தாத்தா, உங்களுக்கு ஜோஸ்யம்கூடத் தெரியுமா!”

"தெரியுமா என்றா கேட்கிறாய்? அதுதானே என் பரம்பரைத் தொழில். பூவராக ஜோஸ்யர் என்றால் தஞ்சாவூர் ஜில்லாவிலே கைக்குழந்தைக்குக் கூடத் தெரியுமே?”

"ஓஹோ, அப்படியா! சரி, இதோ ஒரு பூவின் பெயரைச் சொல்லட்டுமா? தாமரை!” என்றான் ரமணி.

“தாமரையா! சரி, இது மூன்றெழுத்துப் பெயர்” என்று கூறிவிட்டு வாய்க்குள் ஏதோ முணுமுணுத்தார். பிறகு “தம்பி, கவலைப்படாதே! நீ கருதிய காரியம் சீக்கிரத்தில் கைகூடும். நீ என்ன நினைக்கிறாய்? உன் சிநேகிதன் சுந்தரம் எப்போது திரும்பி வருவானோ என்றுதானே நினைக்கிறாய்? நாளைக் காலையில் தாமரை மலர்வதற்குள் வந்து சேர்ந்துவிடுவான்."

“என்ன! உண்மையாகவா, தாத்தா? அவன் எப்படி வருவான்?”

“அதெல்லாம் இப்போது சொல்லக்கூடாது. என் ஜோஸ்யம் பலிக்கிறதா இல்லையா என்பது நாளைக் காலையிலே தெரிந்துவிடும். நான் வருகிறேன். கவலைப்படாதே!” என்று கூறிவிட்டுப் போய்விட்டார் கிழவர்.

24. இரவிலே பரபரப்பு

'ரமணி கிடைத்துவிட்டான்' என்று காமாட்சி அம்மாள், சிற்சபேசன், மாலதி எல்லோரும் ஆனந்தப் பட்டுக் கொண்டிருந்தார்களே, அதே சமயம், 'ரமணியைக் காணோமே!' என்று குகை முழுதும் தேடிக் கொண்டிருந்தார்கள் முரடர்கள்.

ஆம், அன்று காலையில் எழுந்ததும், தலைவன் மற்றவர்களை யெல்லாம் சத்தம் போட்டு எழுப்பினான். எல்லோரும் எழுந்து விளக்குகளை ஏற்றினார்கள். இரவிலே அடிபட்ட ரமணி அப்போது எப்படியிருக்கிறான் என்று பார்ப்பதற்காக, அவன் படுத்திருந்த பக்கம் பார்த்தான் தலைவன். அங்கு ரமணி இல்லை. "எங்கே ரமணி? காணோமே!" என்று கேட்டுக்கொண்டே அங்குமிங்கும் பார்த்தான். ரமணி தென்படவில்லை. உடனே, மற்றவர்களையும் அழைத்துக்கொண்டு குகையின் மூலை முடுக்கிலெல்லாம் தேடிப்பார்த்தான். ரமணி குகைக்குள் இருந்தால்தானே அகப்படுவான்?

ரமணியைக் காணோம் என்றதும் தலைவன் இரும்புக் கதவை நோக்கி ஓடினான். அது பூட்டியபடியே இருந்தது! உடனே, அவனுடைய ஆச்சரியம் அதிகமாகியது. "என்ன இது! அவன் எங்கே போயிருப்பான்? எப்படிப் போயிருப்பான்? மாயமாய் இருக்கிறதே!" என்று யோசித்தான்.

சுந்தரத்துக்கும் ரமணியைக் காணாதது ஆச்சரியமாகவே இருந்தது. ஆனாலும், 'நல்லவேளை ரமணி எப்படியோ தப்பிவிட்டான்!' என்று நினைத்துக் கொண்டு உள்ளூர ஆனந்தமடைந்தான்.

அப்போது தலைவன் சுந்தரத்தைப் பார்த்து, "ஏ, சுந்தரம்! உன் சிநேகிதன் எங்கே?" என்று மிரட்டினான்.

'எனக்கு எப்படித் தெரியும்? நானும் உங்களைப் போல் தூங்கிக் கொண்டுதான் இருந்தேன். அவன் எங்கு போனானோ" என்றான் சுந்தரம்.

"எமன் அறியாமல் உயிர் போகாது. நிச்சயம் உனக்குத் தெரிந்துதான் இருக்க வேண்டும். உள்ளதைச் சொல். இல்லாவிட்டால், என் கோபம் உனக்குத் தெரியும்" என்றான் தலைவன்.

"தெரிந்தால்தானே சொல்லலாம்? கோபத்துக்குப் பயந்து எதையாவது உளறச் சொல்லுகிறீர்களா? அவன் போன வழி எனக்குத் தெரிந்திருந்தால், அவன் கூடவே நானும் ஓடிப்போயிருப்பேனே!" என்றான் சுந்தரம்.

தலைவன் சிறிது நேரம் யோசித்தான். பிறகு, "சரி, ஏதோ சூது நடந்திருக்கிறது" என்று கூறிக் கொண்டான். பிறகு சுப்பையாவைப் பார்த்து, "சுப்பையா! இப்போதே நீ கிளம்ப வேண்டும். செருப்புத் தைப்பவன் போல் வேஷம் போட்டுக் கொண்டு அந்த ரமணிப்பயல் வீட்டுக்கு எதிரே போய் உட்கார்ந்து கொள். செருப்புத் தைத்துக் கொண்டே ரமணி அவன் வீட்டில் இருக்கிறானா, அங்கு என்னென்ன நடக்கிறது என்பதைத் தெரிந்து வா. சீக்கிரம் கிளம்பு. அவன் அங்கே இருந்தால், நமக்கு ஆபத்து! நாம் இருக்கும் இடத்தைக் காட்டிக் கொடுத்து விடுவான்" என்று கொஞ்சம் அச்சத்தோடு கூறினான்.

"அந்தக் கவலையெல்லாம் உங்களுக்கு வேண்டாம். இதோ நான் செருப்புத் தைப்பவனைப் போல் கிளம்புகிறேன். ரமணி அங்கிருந்தால், இரவோடு இரவாக அவனைத் தூக்கி வந்துவிடுகிறேன். ஆனால், நான் திரும்பி வரும் வரையில் நீங்கள் வெளியே தலைகாட்டாதீர்கள். ஆபத்து! பேசாமல் இங்கேயே இருங்கள்" என்று கூறிவிட்டுக் கிளம்பிச் சென்றான் சுப்பையா.

அன்று முழுவதும் சுப்பையா திரும்பி வரவில்லை. மறுநாளும் வரவில்லை. தலைவன் ஒவ்வொரு நிமிஷமும் சுப்பையாவை எதிர்பார்த்துக் கொண்டேயிருந்தான்; அவன் வராததால், அவனுக்குப் பலபல சந்தேகங்கள் தோன்றின. "ஒருவேளை சுப்பையா அகப்பட்டுக்கொண்டிருப்பானோ? இருக்காது. அவன் தந்திரசாலி சமயம் பார்த்துக் கொண்டிருக்கிறான் போலிருக்கிறது. எதற்கும் நாளைக் காலை வரையில் பார்க்கலாம். இல்லாத போனால், யாரையாவது அனுப்பலாம்" என்று நினைத்தான்.

இரவு மணி சுமார் பத்து இருக்கும். குகைக் கதவு திறக்கும் சத்தம் கேட்டதும், உடனே தலைவனும், மற்றவர்களும் ஓடிப்போய்ப் பார்த்தார்கள். சுப்பையாதான் வந்து கொண்டிருந்தான். அவனைக் கண்டதும் "என்ன சுப்பையா, வெறும் கையோடு திரும்பி வருகிறாயே! அந்தப் பையனைப் பார்க்கவில்லையா?" என்று ஏமாற்றத் தோடு கேட்டான் தலைவன்.

"பார்த்தேன். அந்த பங்களாவில் தான் அவன் இருக்கிறான். ஆனால், எப்படி அங்கே போய்ச் சேர்ந்தான் என்பது யாருக்குமே தெரியவில்லை. நம்மைப் போலவே எல்லோரும் ஆச்சரியப்படுகிறார்கள். அவனை நேற்று இரவே கொண்டுவந்து விடவேண்டும் என்று நினைத்தேன். ஆனால், அவன் அப்பா மிகவும் உஷாராக இருக்கிறார். இரவெல்லாம் தூங்காமல் விழித்துக் கொண்டேயிருந்தார். இன்றைக்கும் அப்படித்தான் இருப்பார். ஆகையால், அவனை நாளை இரவே அந்த பங்களாவை விட்டுக் கிளப்புவதற்கு வேண்டிய ஏற்பாட்டை நாம் செய்யவேண்டும்" என்றான் சுப்பையா.

"என்ன ஏற்பாடு செய்வது?

"அதெல்லாம் காலையில் யோசித்துச் சொல்லுகிறேன். இரண்டு நாட்களாகப் பட்டினி. தூக்கமும் இல்லை. ஒரே களைப்பாக இருக்கிறது. சாப்பாடு இருந்தால் கொடுங்கள். சாப்பிட்டுவிட்டுத் தூங்க வேண்டும்."

உடனே சுப்பையாவுக்குச் சாப்பாடு கொண்டு வரப் பட்டது. சுப்பையா சாப்பிட்டுக் கொண்டிருக்கும்போது, தலைவன் அவனைப் பார்த்து, "சுப்பையா, அந்தப் பையன் நாம் இருக்கும் இடத்தைப் போலீஸாரிடம் சொல்லி, நம்மைப் பிடித்துக் கொடுத்து விடுவானோ!" என்று மிகுந்த கலவரத்தோடு கேட்டான்.

"சேச்சே, அந்த வம்புக்கெல்லாம் அவர்கள் போக மாட்டார்கள். போலீஸில் சொன்னால், நம்மால் எதாவது தொந்தரவு ஏற்படும் என்று அவர்கள் பயந்து போயிருக் கிறார்கள். அவர்களாவது, போலீஸில் சொல்வதாவது!"

"அப்படியா! நல்ல காலம். சரி, சாப்பிட்டுவிட்டுத் தூங்கு. காலையில் யோசிப்போம்" என்றான் தலைவன்.

அன்று இரவு குகையில் எல்லோரும் தூங்கிக் கொண்டி ருந்தார்கள். சுந்தரமும் தூங்கிக்கொண்டுதான் இருந்தான். இரவு மணி இரண்டு இருக்கும். அப்போது ஓர் உருவம் மெதுவாக சுந்தரத்தின் அருகே வந்தது. சுற்றுமுற்றும் பார்த்துவிட்டுக் கீழே குனிந்தது. மெதுவாக சுந்தரத்தைத் தூக்கித் தோள் மேல் போட்டுக்கொண்டு அடிமேல் அடிவைத்து நடந்தது. பத்தடி தூரம்கூடப் போகவில்லை. அதற்குள் சுந்தரம் விழித்துக்கொண்டு விட்டான்.

"யாரது என்னைத் தூக்குவது?" என்று உரத்த குரலில் கேட்டான்.

சத்தத்தைக் கேட்டதும், தலைவன் திடுக்கிட்டு எழுந்தான். சத்தம் வந்த திசையைப் பார்த்தான். அதற்குள் 'தடதட'வென்று யாரோ ஓடுவது தெரிந்தது. உடனே சுந்தரம் படுத்திருந்த இடத்தைத் தலைவன் பார்த்தான். சுந்தரத்தைக் காணோம்

"ஆ! சுந்தரத்தையும் பறிகொடுத்து விட்டோம்! என்று கூறிவிட்டு, "டேய், டேய். எழுந்திருங்கள். ஆபத்து!" என்று கத்தினான். உடனே எல்லோரும் திடுக்கிட்டு எழுந்தார்கள்.

“எவனோ சுந்தரத்தைத் தூக்கிக் கொண்டு ஓடுகிறான். வாருங்கள். விடக்கூடாது அவனை” என்று கூறிக்கொண்டே தலைவன் முன்னால் வேகமாக ஓடினான். மற்றவர்களும் பின்தொடர்ந்து ஓடினார்கள். குகைக் கதவு 'ஆ'வென்று திறந்து கிடந்தது. அதைக் கடந்து எல்லோரும் வெளியில் வந்து பார்த்தார்கள். சுந்தரத்தைத் தூக்கிக்கொண்டு யாரோ ஓடுவது தெரிந்தது. மங்கலான நிலா வெளிச்சத்தில் அவன் யாரென்பது சரியாகத் தெரியவில்லை. தலைதெறிக்க ஓடிக்கொண்டிருந்த அவனைக் கண்டதும், “அயோக்கியன்! இவன் தான் ரமணியையும் தூக்கிச் சென்றிருப்பான். இவனைச் சும்மா விடக்கூடாது. உம், வாருங்கள், வாருங்கள்” என்று கூறிக் கொண்டே தலைவன் அவனைத் துரத்தினான். மற்றவர்களும் துரத்தினார்கள்.

சுந்தரத்தைத் தூக்கிச் சென்றவன் ஓட்டத்திலே பெரிய புலியாயிருக்க வேண்டும். இல்லாத போனால் சுந்தரத்தையும் தூக்கிக்கொண்டு அவ்வளவு வேகமாக ஓடமுடியுமா? கரடு முரடான காட்டுப் பாதையிலும் அவன் காற்றாய்ப் பறந்து சென்றான். முரடர்களும் விடவில்லை. துரத்திக் கொண்டே ஓடினார்கள்.

சுமார் ஒரு மணி நேரம் அப்படி ஓடியிருப்பார்கள். போகப்போக, சுந்தரத்தைத் தூக்கிச் சென்றவனுடைய வேகம் குறைய ஆரம்பித்தது! ஆரம்பத்தில் அவனுக்கும், மற்றவர்களுக்கும் இடையே இரண்டு பர்லாங்கு தூரம் வித்தியாசமிருந்தது. ஆனால், அந்த வித்தியாசம் கொஞ்சம் கொஞ்சமாகக் குறைந்து கொண்டே வந்தது. இன்னும் சிறிது நேரத்தில் அவன் பிடிபட்டுவிடுவான் என்றே முரடர்கள் நினைத்தார்கள். நினைத்ததோடு விடவில்லை; வழியிலே கிடந்த கற்களை எடுத்து அவனைக் குறிபார்த்து எறியவும் ஆரம்பித்தார்கள். அவனுடைய முதுகிலும், பின் கால்களிலும், கற்களைப் பலமாக எறிந்து அவனுக்குக் காயம் உண்டாக்கினார்கள். கல்லடி விழும்போதெல்லாம் அவன் பல்லை இறுகக் கடித்துக் கொள்வான். சில சமயங்களில், 'உஸ்', அப்பா' என்று முணுமுணுப்பான். ஆனாலும்,

ஓட்டத்தை நிறுத்தவில்லை. சுந்தரத்தின் மீது அடிபட்டு விடக்கூடாதே என்று அவனை மார்போடு அணைத்துக்கொண்டு இரைக்க இரைக்க வேகமாக ஓடினான். அப்போது சுந்தரம், "இந்த மனிதர் நம்மைக் காப்பாற்றத்தான் குகைக்குள் வந்திருக்கிறார். சந்தர்ப்பம் தெரியாமல் யார் தூக்குவது?" என்று கேட்டுக் காரியத்தைக் கெடுத்து விட்டேனே! ஐயோ! என்னால் இவருக்கு எவ்வளவு சிரமங்கள்! பாவம், அந்த முரடர்கள் கல்லால் அடிக்கிறார்கள். ஆனாலும், இவர் நிற்கவில்லை! என்னை எவ்வளவு பத்திரமாகத் தூக்கிச் செல்கிறார்! ரமணியையும் இவர் தான் காப்பாற்றியிருக்க வேண்டும்... இவ்வளவு நல்ல மனிதர் யாராயிருக்கும்? உற்றுப் பார்த்தால், தாடியும் மீசையும் தான் தெரிகின்றன. ஆள் அடையாளம் தெரியவில்லையே!" என்றெல்லாம் நினைத்தான்.

அதே சமயம், "ஐயோ! முரடர்கள் நெருங்கிவிட்டார்கள் போலிருக்கிறதே! என்ன ஆகுமோ! எப்படி ஆகுமோ!' என்று நடுநடுங்கினான்.

ஒருவழியாகக் காட்டைக் கடந்து மாந்தலேக்குச் செல்லும் பெரிய சாலைக்கு வந்துவிட்டான் அந்த மனிதன். அப்போது அவனுக்கும் முரடர் தலைவனுக்கும் இடையில் நூறடி தூரம்கூட இல்லை. "இதோ ஒரு நொடியில் அவர்களைப் பிடித்து விடுகிறேன்" என்று கூறிக்கொண்டே தலைவன் வெகு வேகமாக நெருங்கினான். அதேசமயம் 'பாம் பாம்' என்ற சப்தத்துடன் சிறிது தூரத்தில் ஒரு லாரி வந்து கொண்டிருந்தது. லாரியைக் கண்டதும், சுந்தரமும் அந்த மனிதனும் "இனித் தப்பிவிடலாம்' என்ற நம்பிக்கையைப் பெற்றார்கள். ஆனால் முரடர் தலைவனோ, 'நாசமாய்ப் போகிற லாரி இந்த நல்ல சமயத்திலா வரவேண்டும்?" என்று ஆத்திரப் பட்டான். அந்த ஆத்திரத்தில் அவன் தன் கையிலிருந்த ஒரு கூரான கல்லை அந்த மனிதனின் தலையைக் குறி பார்த்து எறிந்தான்; எறிந்துவிட்டுத் திரும்பி ஓடிவிட்டான். அவன் எறிந்த கல் குறி தவறாமல் அந்த மனிதனின் தலையைப் பலமாகத் தாக்கியது. மறுநிமிஷம்,

ஆ!' என்று கத்திக் கொண்டே சுந்தரத்தைப் போட்டுவிட்டுத் 'தொப்'பென்று கீழே விழுந்தான் அவன்.

25. எதிர்பாராதது!

அந்த மனிதனுடன் கீழே விழுந்த சுந்தரம் சமாளித்துக் கொண்டு எழுந்தான். எழுந்ததும், கவலையோடு அந்த மனிதனின் அருகிலே சென்றான். அவன் முகத்தை உற்றுப்பார்த்தான். தலையிலிருந்து 'குபு குபு' என்று ரத்தம் வழிந்து கொண்டிருப்பது தெரிந்தது. அத்துடன் அவன் மயக்கமுற்றுக் கிடந்தான். அந்தக் காட்சியைக் கண்ட சுந்தரம், 'ஆ!' என்று அலறித் துடி துடித்துவிட்டான்.

அப்படி அவன் அலறுவதற்கும், லாரி பிரகாசமான வெளிச்சத்துடன் அருகில் வந்து 'சரக்' என்று நிற்பதற்கும் சரியாக இருந்தது. அதற்குள் முரடர் தலைவனும், அவனுடன் வந்தவர்களும், "ஐயோ! போலீஸ் லாரிபோல் இருக்கிறதே!" என்று கூறிக் கொண்டே காட்டுக்குள் ஓடிப்போய் விட்டார்கள்.

ஆனால், அங்கு வந்தது போலீஸ் லாரியல்ல; அது மரம் ஏற்றும் லாரி. லாரி நின்றதும் அதிலிருந்து டிரைவர் கிழே குதித்தார். அவருடன் நான்கு ஐந்து வேலைக்காரர்களும் கீழே குதித்தார்கள். எல்லோரும் சுந்தரத்தின் அருகே வந்தார்கள். சுந்தரத்தைக் கண்டதும், 'ஆ, சுந்தரம்!' என்று அலறிவிட்டார் டிரைவர். மற்றவர்களும், "தம்பி சுந்தரமா!" என்று ஆச்சரியத்தோடு கூறினார்கள். அவர்கள் எல்லோரும் சுந்தரத்தின் அப்பாவிடம் வேலை பார்ப்பவர்கள் தான். லாரியும் சுந்தரம் வீட்டு லாரிதான். அவர்களைக் கண்டதும் சுந்தரத்துக்கு மிகவும் ஆறுதலாக இருந்தது. கீழே மயக்கமாகக் கிடந்த மனிதனை அவர்களுக்குக் காட்டி, நடந்ததைச் சுருக்கமாகக் கூறினான் சுந்தரம். தன்னைக் காப்பாற்றிய அவனை எப்படியாவது காப்பாற்றிவிட வேண்டுமென்று துடிதுடிப்போடு கூறினான்.

உடனே, அவர்களில் ஒருவன் பக்கத்தில் இருந்த குளத்துக்கு ஓடிப்போய்த் தண்ணீர் எடுத்து வந்தான். முகத்தில் தண்ணீரைத் தெளித்துப் பார்த்தார்கள். அவன் எழுந்திருக்கவில்லை. அதற்குள் சுந்தரம் தன் சட்டையை ரண்டாகக் கிழித்து அவன் தலையில் காயம்பட்ட இடத்தைச் சுற்றிக் கட்டினான். அந்தக் கட்டையும் மீறி இரத்தம் மேலே வந்து கொண்டிருந்தது.

அதற்கு மேலும் அந்த மனிதனை அங்கே வைத்திருக்க அவர்கள் விரும்பவில்லை. அவனைத் தூக்கி லாரியில் படுக்க வைத்தார்கள். சுந்தரத்தையும் அழைத்துக்கொண்டு நேராக மாந்தலேக்குச் சென்றார்கள். அங்குள்ள பெரிய ஆஸ்பத்திரியில் கொண்டுபோய்ச் சேர்த்தார்கள்.

டாக்டர் வந்தார். ஏதோ, சிகிச்சை செய்து பார்த்தார். அந்த மனிதனின் மூர்ச்சை தெளியவில்லை. சுந்தரத்துக்குப் பயமாக இருந்தது. "ஏன் டாக்டர், உயிருக்கு ஒன்றும் ஆபத்தில்லையே!" என்று அடிக்கடி அவன் கேட்டுக் கொண்டேயிருந்தான்.

"நிச்சயமாகச் சொல்வதற்கில்லை! தலையில் பலமான அடி. மயக்கம் தெளிய ஊசி போட்டிருக்கிறேன். இன்னும் அரை மணி நேரத்தில் மயக்கம் தெளியலாம்" என்றார் டாக்டர்.

சுந்தரம் அந்த மனிதனுடைய கட்டில் ஓரமாக உட்கார்ந்து கொண்டு, அவனையே பார்த்துக்கொண்டிருந்தான். ஆஸ்பத்திரி விளக்கு வெளிச்சத்தில் அவன் முகம் நன்றாகத் தெரிந்தது. கன்னங்கரேலென்று அவன் இருந்தான். தலை பரட்டையாயிருந்தது. தாடியும் மீசையும் அடர்த்தியாக இருந்தன. அவை எண்ணெய் கண்டு எத்தனை நாட்கள் ஆகியிருக்குமோ!

இதற்குள் சுந்தரத்துக்குத் துணையாக வேலைக்காரர்களை வைத்துவிட்டு, டிரைவர் லாரியை எடுத்துக் கொண்டு புறப்பட்டார். நேராக அமரபுராவை நோக்கி அறுபது மைல் வேகத்தில் ஓட்டினார். தனது எஜமானரை, அதாவது

சுந்தரத்தின் அப்பாவை அழைத்து வரத்தான் டிரைவர் அவ்வளவு அவசரப்பட்டார்.

அரை மணி நேரம் சென்றது. மயங்கிக் கிடந்த அந்த மனிதன் மெதுவாகக் கண் விழித்தான். கண் விழிப்பதைக் கண்டதும், சுந்தரம் மிகவும் ஆவலோடு அவனைப் பார்த்தான்.

“சுந்தரம்!” என்று மிகவும் மெல்லிய குரலில் அழைத்தான் அந்த மனிதன்.

'இவருக்கு நம் பெயர்கூடத் தெரிந்திருக்கிறதே!” என்று ஆச்சரியப்பட்டுக்கொண்டே, "இதோ இருக்கிறேன்” என்றான் சுந்தரம்.

"தம்பி, உனக்குக் காயம் எதுவும் இல்லையே!” என்றான்.

“எனக்கு ஒரு சிறு காயம்கூட இல்லை. என்மேல் அடி விழாமல், நீங்கள் தான் எல்லா அடிகளையும் வாங்கிக் கொண்டு விட்டீர்களே! முரடர்கள் இப்படியா அடிப்பது! ஐயோ, என்னால் அல்லவா உங்களுக்கு இந்தக் கஷ்டம்... இப்போது வலி எப்படி இருக்கிறது?”

“இனி எதைப் பற்றியும் கவலையில்லை. நான் செய்ய வேண்டியதைச் செய்துவிட்டேன். சுந்தரம், நான் போலீஸாரிடம் சில விஷயங்கள் சொல்ல வேண்டும். உடனே போலீஸார் வருவதற்கு ஏற்பாடு செய்ய முடியுமா?"

"இதோ டாக்டரிடம் சொல்லி போன் பண்ணச் சொல்லுகிறேன் “என்று கூறி டாக்டரிடம் விஷயத்தைச் சொன்னான். டாக்டரும் உடனே போலீஸாருக்குத் தகவல் தெரிவித்து அவர்களை வரச் சொன்னார்.

இதற்குள் அந்த மனிதன் சுந்தரத்திடம், “சுந்தரம், ரமணியைப் பார்க்க வேண்டுமே! உடனே அவனைப் பார்க்க வேண்டும்” என்றான்.

“ரமணிதானே! இதோ அழைத்துவரச் சொல்லுகிறேன்” என்று சுந்தரம் கூறிக்கொண்டிருக்கும் போதே, “சுந்தரம்! சுந்தரம்!” என்று கத்திக்கொண்டு ஆஸ்பத்தி ரிக்குள் ஓடி வந்தான் ரமணி. அப்படியே சுந்தரத்தைக் கட்டிப் பிடித்துக்கொண்டு, கட்டிலில் கிடந்த மனிதனைப் பார்த்தான். பார்த்ததும், “சுந்தரம், இவர் தான் உன்னைக் காப்பாற்றினாரா! ஐயோ! இவர் உடம்பெல்லாம் காயமாயிருக்கிறதே!” என்றான்.

“இவர்தான் என்னைக் காப்பாற்றினார். உன்னைக் கூட இவர்தான் காப்பாற்றியிருக்க வேண்டும்!” என்று கூறினான் சுந்தரம்.

அப்போது சுந்தரத்தின் அப்பா, அம்மா, சிற்சபேசன், காமாட்சி அம்மாள், மாலதி எல்லோரும் அங்கே வந்து சேர்ந்துவிட்டார்கள். எல்லோரும் ஒரே லாரியில் தான் வந்தார்கள். சுந்தரத்தின் அப்பாவிடம், லாரி டிரைவர் விஷயத்தைச் சொன்னதும், அவர் தன் மனைவியை அழைத்துக் கொண்டு மாந்தலே ஆஸ்பத்திரிக்கு வந்தார். வரும் வழியிலே தான் சிற்சபேசனின் பங்களா இருந்தது. அதனால், அங்கே அவர் லாரியை நிறுத்தி அவர்களையும் அழைத்துக்கொண்டு வந்தார். ரமணிகூட அதே லாரியில் தான் வந்தான். ஆனால் ஆஸ்பத்திரிக்கு முன்னால் லாரி நின்றதும், எல்லோருக்கும் முன்பாக அவன் தான் கீழே இறங்கினான். வேகமாக உள்ளே ஓடினான்.

ரமணியும் மற்றவர்களும் கட்டிலில் அடிபட்டுக் கிடந்த அந்த மனிதனைச் சூழ்ந்து கொண்டார்கள். அவன் யார் என்று உற்றுப் பார்த்தார்கள். அடையா ளம் தெரியவில்லை. “முன்பின் தெரியாத இந்த மனிதர் எவ்வளவு பெரிய உதவியைச் செய்திருக்கிறார்! அதற்காக எவ்வளவு கஷ்டப்பட்டிருக்கிறார்!” என்று எல்லோரும் ஆச்சரியப்பட்டுக் கொண்டிருந்தார்கள்.

அப்போது அந்த மனிதன், "தம்பி, ரமணி!” என்று மெதுவான குரலில் அழைத்தான்.

உடனே ரமணி, "இதோ இருக்கிறேன்'' என்று கூறி அந்த மனிதனின் முகத்திற்கு நேராகத் தன் முகத்தைக் காட்டிக் கொண்டு நின்றான்.

"ரமணி, நீ சுகமாக இருக்க வேணும். உன் சிநேகிதன் சுந்தரம் சுகமாக இருக்க வேணும்.'' என்று கூறிக்கொண்டே ரமணியின் கன்னங்கள் இரண்டையும் தன் கைகளால் தடவிக் கொடுத்தான் அந்த மனிதன். அப் போது அவன் குரல் கம்மியிருந்தது. அரை குறையாகவே வார்த்தைகளும் வெளி வந்தன.

உடனே ரமணி, "ஐயா, எங்களுக்காக நீங்கள் இவ்வள வெல்லாம் கஷ்டப்பட்டிருக்கிறீர்கள். ஆனாலும், நீங்கள் யார் என்பதை நாங்கள் இன்னும் தெரிந்துகொள்ள வில்லையே!'' என்று கலக்கத்தோடு கேட்டான்.

"தம்பி, சொல்லத்தான் போகிறேன். இந்தக் கடைசி காலத்திலாவது சொல்லித்தானே ஆகவேண்டும்! அப்போதுதான் எனக்கு நிம்மதி ஏற்படும்'' என்றான் அந்த மனிதன்.

அப்போது 'சரக், சரக்' என்று 'பூட்ஸ்' சத்தத்துடன் போலீஸ் சப்-இன்ஸ்பெக்டரும், சில போலீஸ்காரர்களும் அங்கே வந்து சேர்ந்தார்கள். அவர்களைக் கண்டதும் கட்டிலில் படுத்திருந்த மனிதன், "ஐயா, நான் இனிப் பிழைக்கமாட்டேன். செத்துப் போவதற்கு முன்னால் உங்களிடம் சில உண்மைகளைக் கூற வேண்டும். அதற் காகவே அழைத்து வரச் சொன்னேன்'' என்றான்.

உடனே எல்லோரும் அவன் என்ன சொல்லப் போகிறான் என்பதை ஆவலுடன் கேட்கத் தயாரானார்கள். "ஐயா, நான் யாரென்பது உங்களுக்குத் தெரிய வேண்டுமானால், முதலில் இந்தத் தாடியையும் மீசை யையும் எடுத்தாக வேண்டும்'' என்று கூறிவிட்டு, அவன் தன் தாடியையும் மீசையையும் பிடித்துப் பலமாக இழுத்தான். என்ன ஆச்சரியம்! அவை

கையோடு வந்துவிட்டன! ஆம், பொய்த் தாடி மீசைகளைத்தான் அவன் ஒட்ட வைத்திருந்தான்!

தாடியையும் மீசையையும் எடுத்தவுடனே ரமணியும் சுந்தரமும் அவனைப் பார்த்தார்கள். பார்த்ததுமே, "ஆ! சுப்பையாவா! குகையில் இருந்த சுப்பையாவா!" என்று ஆச்சரியத்துடன் கேட்டார்கள்.

"ஆம், சுப்பையாதான். அந்த முரடர் கோஷ்டியைச் சேர்ந்த சுப்பையாவேதான்" என்றான் அவன்.

அந்த மனிதன் முரடர் கோஷ்டியைச் சேர்ந்தவன் என்று தெரிந்ததும், எல்லோருக்கும் ஒரே ஆச்சரியமாயிருந்தது. அதே சமயம் அவன் ரமணியைப் பார்த்து, "தம்பி ரமணி! நான் முரடர் கோஷ்டியைச் சேர்ந்தவன் என்பதைக் கேட்டதுமே எல்லோரும் ஆச்சரியப்படுகிறீர்கள். ஆனால், இதைக் காட்டிலும் மிக ஆச்சரியமான ஓர் உண்மையை நான் இப்போது கூறப் போகிறேன்" என்றான். அவனால் வேகமாகவோ, பலமாகவோ பேச முடியவில்லை. தட்டுத் தடுமாறிச் சொல்ல ஆரம்பித்தான்.

"ரமணி, நீ பிறந்த வேலங்குறிச்சியிலேதான் நானும் பிறந்தேன்."

'அப்படியா நான் பிறந்த ஊரில்தான் நீங்களும் பிறந்தீர்களா?"

"ஆம். அதுமட்டுமல்ல; நீ பிறந்த குடும்பத்திலே தான் நானும் பிறந்தேன்" என்றான் சுப்பையா.

"நிஜமாகவா!"

"சத்தியமாகச் சொல்லுகிறேன். உன் அப்பாவும் நானும் உடன் பிறந்தவர்கள். நான் உன் சித்தப்பா!"

"என் சித்தப்பாவா!" ரமணியின் ஆச்சரியம் பல மடங்காயிற்று. மற்றவர்களும் அப்படியே ஆச்சரியப் பட்டார்கள்.

சுப்பையா மேலும் சொல்ல ஆரம்பித்தான்:

"ரமணி, நீ ஆறு வயசுப் பையனாக இருந்தபோது, நான் இந்த நாட்டுக்குப் புறப்பட்டு வந்தேன். ரங்கூனிலுள்ள ஒரு செட்டியார் கடையிலே கணக்கப்பிள்ளை வேலை பார்த்துக் கொண்டிருந்தேன். அப்போது இரண்டாவது மகா யுத்தம் வந்தது. ஜப்பான்காரன் குண்டு மாரி பொழிந்து கொண்டிருந்தான். ரங்கூன் தலைநகராதலால், எந்த நேரத்திலும் தங்கள் மேல் குண்டு விழுந்து விடும் என்று அங்கிருந்த மக்கள் பயந்தார்கள். ஆகையால் நகரை விட்டுக் கிராமப்புறங்களை நோக்கி ஓடினார்கள். நானும் காட்டுப் புறத்திலுள்ள ஒரு குக்கிராமத்துக்குச் சென்றேன்.

'சுப்பையா இப்படிக் கூறும் போதே ரமணி குறுக்கிட்டு'' ஆமாம், இப்போது நினைவுக்கு வருகிறது. அப்பா முன்பெல்லாம் அடிக்கடி உங்களைப் பற்றிச் சொல்லுவார். யுத்தத்திலே நீங்கள் குண்டுப்பட்டு இறந்து விட்டீர்களோ என்றுகூட அவர் சந்தேகப்பட்டார்'' என்றான்.

''ரமணி, நான் குண்டுப்பட்டு இறந்திருந்தால் கூடத் தேவலை. இப்படிப்பட்ட கொடுமைகளைச் செய்யாமல் போயிருப்பேன். குக்கிராமத்தில் நான் தங்கியிருந்தபோது சிலர் எனக்குச் சிநேகிதர்களானார்கள். அவர்களுடன் சேர்ந்து இந்தப் பாதகமான தொழிலில் ஈடுபட்டேன். பணக்காரர் வீட்டுப் பிள்ளைகளைத் தூக்கி வந்து ஒளித்து வைத்துப் பணம் பறிப்பதே எங்கள் வேலையாய்ப் போய்விட்டது. இதில் வருமானம் கிடைத்ததால் ஊரை மறந்தேன்; உறவினரை மறந்தேன்; பர்மாவிலுள்ள தமிழர் வீட்டிலே உளவு தெரிந்துவர என்னைத்தான் அனுப்புவார்கள். நீயும் சுந்தரமும் பணக்காரர் வீட்டுப் பிள்ளைகள் என்று உளவு சொன்னவன் நான்தான். உங்களைத் தூக்கிச் செல்வதற்கு உடந்தையாக இருந்தவனும் நான்தான். உன்னை சிற்சபேசனின் சொந்தப் பிள்ளை என்றே நினைத்துக் கொண்டிருந்தேன். ஆனால், அன்று நள்ளிரவில் சுந்தரத்திடம் நீ உன் வரலாற்றைச் சொன்னாயே, அப்போதுதான் எனக்கு உண்மை தெரிந்தது.''

சுப்பையா இதைச் சொன்னதும், "அப்படியானால், அன்று இரவு குகையில் நாங்கள் பேசியதை யெல்லாம் நீங்கள் கேட்டுக் கொண்டிருந்தீர்களா?" என்று கேட்டான் சுந்தரம்.

"ஆம், தம்பி. தற்செயலாகத் திரும்பிப் படுத்த என் காதில் மெதுவாக ஏதோ பேச்சுக்குரல் கேட்டது. உற்றுக் கேட்டேன். உண்மை தெரிந்தது... ரமணி, நீயோ என் சொந்த அண்ணன் மகன். உனக்கு அப்பா இல்லை; அம்மா இல்லை. உயிரோடு இருக்கும் சித்தப்பனும் உதவாமல் போனேன். இந்த நிலையில் அனாதையாகத் திரிந்த உன்னை அருமையோடு வளர்த்து வருகிறார் சிற்சபேசன். அவரிடமிருந்து நாங்கள் உன்னைப் பிரித்தோம். மேலும், ரூபாய் பத்தாயிரம் தந்தால் தான் உன்னைத் திருப்பித் தருவோம் என்று அந்த நல்ல மனிதரை மிரட்டினோம். எவ்வளவு பாதகமான செயல்! இதை நினைக்கவே என் நெஞ்சு கூசுகிறது."

இதற்கு மேல் சுப்பையாவால் பேச முடியவில்லை தொண்டை அடைத்துக் கொண்டது. உடனே ரமணி ஓடிப்போய்த் தண்ணீர் வாங்கிவந்து அவனிடம் கொடுத்தான்.

சுப்பையா தண்ணீரைக் குடித்துவிட்டுத் திரும்பவும் பேச ஆரம்பித்தான். ரமணியும் மற்றவர்களும் சுப்பையாவை ஓய்வெடுத்துக்கொள்ளச் சொன்னார்கள். ஆனால், அவன் கேட்கவில்லை. "எப்படியும் நான் சீக்கிரத்திலேயே செத்துப் போய்விடுவேன். சாகும் போதாவது நிம்மதி யாகச் சாகவேண்டும் என்பதே என் ஆசை. எல்லாவற்றையும் உங்களிடம் சொன்னால் தான் அந்த நிம்மதி எனக்கு ஏற்படும்" என்று கூறிவிட்டுத் தொடர்ந்தான்.

'ரமணி, குகையிலுள்ள இரும்புக் கதவுக்கு ஒரே மாதிரி நான்கு சாவிகள் உண்டு. நாங்கள் ஆளுக்கு ஒரு சாவி வைத்திருக்கிறோம். நீ என் அண்ணன் மகன் என்பது தெரிந்ததும், அன்று இரவே உன்னைக் காப்பாற்ற நினைத்தேன். நீயும் சுந்தரமும் பேச்சை முடித்து விட்டு எப்போது தூங்குவீர்கள் என்று எதிர்பார்த்துக் கொண்டே

யிருந்தேன். நீங்கள் தூங்க ஆரம்பித்தீர்கள். தக்க சமயம் பார்த்து, குகைக் கதவைத் திறந்து உன்னைத் தூக்கி வந்து விட்டேன். பங்களா வராந்தாவில் உன்னைப் படுக்க வைத்து விட்டுத் திரும்பவும் குகைக்கு ஓடினேன். ஒன்றும் தெரியாதவன் போல் படுத்துக்கொண்டேன். மறுநாள் காலையில் உன்னைக் காணாததும் அவர்கள் திடுக்கிட்டார்கள். ஆனாலும், என்மேல் அவர்களுக்கு எள்ளளவும் சந்தேகம் ஏற்படவில்லை. என்னையே விஷயத்தை அறிந்துவர வெளியில் அனுப்பினார்கள். செருப்புத் தைப்பவன் போல் வேஷம் போட்டுக்கொண்டு போகும் படி தலைவன் சொன்னான். ஆனால், அந்த வேஷத்தில் நான் உங்கள் வீட்டுக்கு வரவில்லை.".

"தாடி நரைத்த கிழவரைப் போல் வேஷம் போட்டுக் கொண்டு வந்தேன். உன்னைப் பார்க்கப் பார்க்க என் உள்ளம் பூரித்தது. உன் கதைகளை முன் வரிசையில் உட்கார்ந்து கேட்கக் கேட்க எனக்கு ஒரே ஆனந்தமாயிருந்தது. ஆனால், திடீரென்று நீ கதையை நிறுத்தி விட்டாய். காரணம் தெரிந்தது. உன் அருமை நண்பன் சுந்தரம் குகையில் இருப்பதை நினைத்தே நீ கவலைப்படுகிறாய் என்று அறிந்தேன். அவன் கட்டாயம் மறுநாள் காலைக்குள் வந்துவிடுவான் என்று ஜோஸியம் கூடச் சொன்னேன்! ஆனால், சொல்லிவிட்டு நான் சும்மா இருக்கவில்லை. உன் ஆசையைப் பூர்த்தி செய்ய நேற்று இரவே அங்கு சென்றேன். நள்ளிரவில் ஒரு தாடிப் பரதேசி போல் வேஷம் போட்டுக்கொண்டு சுந்தரத்தைத் தூக்கிக் கொண்டு கிளம்பினேன். ஆனால் எதிர்பாராத விதமாகத் தலைவன் விழித்துக் கொண்டு விட்டான். உடனே, கூச்சல் போட்டு மற்றவர்களோடு என்னைத் துரத்தினான். கல்லால் அடித்தான். காயப்படுத்தினான். ஆனாலும், சுந்தரத்துக்கு ஒரு காயமும் இல்லாமல் பத்திரமாகக் கொண்டுவந்து சேர்த்துவிட்டேன். நான் எத்தனையோ பாதகச் செயல்களையெல்லாம் செய்திருக்கிறேன். ஆனாலும், கடைசி காலத்திலாவது ஒரு நல்ல காரியம் செய்தேனே, இதுவே எனக்கு மிகவும் ஆறுதலாக இருக்கிறது."

சுப்பையா கூறியதைக் கேட்கக் கேட்க எல்லோருடைய ஆச்சரியமும் அதிகமாகிக் கொண்டேயிருந்தது. சப்-இன்ஸ்பெக்டரும் ஆச்சரியத்துடனே அவன் இதுவரை கூறியதை யெல்லாம் குறித்துக் கொண்டார். பிறகு, சுப்பையா, உன்னிடம் ஒன்று கேட்க வேண்டும். உன் கோஷ்டியார் "இதுவரை எத்தனை பிள்ளைகளைத் தூக்கிச் சென்றிருப்பார்கள்?'' என்று கேட்டார்.

"சுமார் அறுபது இருக்கலாம். ஆனாலும், நாங்கள் ஒரு பழக்கம் வைத்திருந்தோம். நாங்கள் சொல்லும் இடத்தில் பணத்தை வைத்துவிட்டால், பணத்தை எடுத்துக் கொண்டு, தூக்கி வந்த பிள்ளைகளைத் திருப்பி அனுப்பிவிடுவோம். இப்போது ஒரு குழந்தைகூட அக்குகையில் இல்லை.'

உடனே, "அப்படியா! கடிதம் கிடைத்த அன்றைக்கே குறிப்பிட்ட மரப்பொந்தில் பத்தாயிரத்தைக் கொண்டு போய் வைத்தோமே! ஏன் சுந்தரத்தைத் திருப்பி அனுப்பவில்லை?'' என்றார் சுந்தரத்தின் அப்பா தாமோதரம்.

"நிஜமாகவா? பணம் மரப்பொந்துக்கு வரவில்லையே!'' என்றான் சுப்பையா.

உடனே தாமோதரம், "ஏண்டா, கந்தசாமி! உன்னிடம் தானே கொடுத்து அனுப்பினேன்?'' என்று கேட்டுக் கொண்டே, தன்னுடன் வந்த தேக்கு மரக்காட்டு மேஸ்திரியான கந்தசாமி நின்ற பக்கம் திரும்பினார். அப்போது அவன் மெதுவாக நழுவப் பார்த்தான். உடனே 'குப்'பென்று பாய்ந்து அவன் கழுத்தைப் பிடித்துக் கொண்டார். பிறகு போலீஸார் அவனை உதைத்துக் கேட்டதில் உண்மை வெளியாயிற்று. எஜமானை ஏமாற்றிப் பணத்தை ஏப்பம் விட்டுவிட்டான், அந்தத் துரோகி! அங்கேயே அவனுக்கு விலங்கு மாட்டினார்கள் போலீஸ்காரர்கள்.

கந்தசாமியைக் கைது செய்த பிறகு, சப்-இன்ஸ்பெக்டர் சுப்பையாவைப் பார்த்து, "சுப்பையா! இப்போது உன்னைச்

சேர்ந்தவர்கள் எங்கே இருப்பார்கள்? அதை மட்டும் சொல்லு'' என்று கேட்டார்.

"இதோ அதையும் சொல்லத்தான் போகிறேன். இனிமேலாவது இப்படிப்பட்ட நல்ல பிள்ளைகள் அவதிப்படாமல் இருக்கட்டும். என் கோஷ்டியைச் சேர்ந்தவர்கள் வழக்கமாக இருக்கும் குகையில் இப்போது இருக்க மாட்டார்கள். ஆபத்து வரும்போல் தோன்றினால், ஒளிந்து கொள்வதற்கு வேறொரு குகை இருக்கிறது. அங்கேதான் இப்போது இருப்பார்கள் ''என்று கூறி, அந்தக் குகை இருக்கும் இடத்தையும் விவரமாகத் தெரிவித்தான்.

பிறகு சிற்சபேசனைப் பார்த்து, ''தயவு செய்து என்னை மன்னித்து விடுங்கள். வீண் சிரமம் கொடுத்து விட்டேன். ரமணியிடம் நீங்கள் அதிகமான அன்பு வைத்திருக்கிறீர்கள். இந்த அன்பு வளர ஆண்டவனைப் பிரார்த்திக்கிறேன்'' என்று வணக்கத்தோடு கூறினான். அதற்கு மேலும் அவனால் பேச முடியவில்லை. உணர்ச்சி அதிகரித்தது. நெஞ்சு அடைத்துக்கொண்டது. ஆ! மறு நிமிஷம் மூச்சு நின்றுவிட்டது!

26. வாழ்க, வாழ்க!

லாரியைக் கண்டதும் ஓட்டமாகத் திரும்பி ஓடினார்களே முரடர்கள், அவர்கள் வெகு தூரம் சென்றுதான் நின்றார்கள். தாங்கள் எல்லோரும் திரும்பி வந்து விட்டோமா என்று சரிபார்த்துக் கொண்டார்கள். அப்போதுதான் சுப்பையாவைக் காணோம் என்பது தெரிந்தது. இது வரையிலும் ஒரே அவசரத்திலும் குழப்பத்திலும் இருந்ததால், சுப்பையா தங்களோடு இருக்கிறானா இல்லையா என்றுகூட அவர்கள் பார்க்கவில்லை! பார்க்க வேண்டிய கட்டாயமும் அவர்களுக்கு ஏற்படவில்லை.

சுப்பையாவைக் காணோம் என்று தெரிந்த பிறகும், அவர்கள் அவன் மேல் சந்தேகப்படவில்லை. "சுப்பையா கெட்டிக்காரன். ஒளிந்து ஒளிந்து அவர்கள் பின்னாலேயே போய் விஷயத்தைத் தெரிந்துகொண்டு வந்து விடுவான்" என்று சொல்லிவிட்டு மற்றவர்களை அழைத்துக்கொண்டு குகைக்குச் சென்றான் தலைவன்.

ஆனால், அந்தக் குகையில் அவர்கள் சிறிது நேரம்கூட இருக்கவில்லை. "இனி நாம் இந்தக் குகையில் இருந்தால் ஆபத்து நிச்சயம்! சுந்தரத்தையும் ரமணியையும் தூக்கிச் சென்றவன் நம்மைக் காட்டிக் கொடுத்து விடுவான்!" என்று எண்ணி அவர்கள் வேறொரு குகைக்குப் பணப் பெட்டி, சாமான்கள் முதலியவற்றுடன் புறப்பட்டு விட்டார்கள். ஆனால், போலீஸ்காரர்களா விடுவார்கள்? அவர்கள் தான் அந்தக் குகையைப் பற்றிச் சுப்பையா மூலமாகத் தெரிந்து வைத்திருந்தார்களே! ஆயுதம் தாங்கிய ஒரு பெரிய படையுடன் சப்-இன்ஸ்பெக்டர் புறப்பட்டுச் சென்று அந்தக் குகையை முற்றுகையிட்டார். முரடர்கள் மூவரும் தப்ப வழியில்லாது உடனே போலீஸாரிடம் சரண் அடைந்தார்கள்.

முரடர் கோஷ்டி பிடிப்பட்ட செய்தி மாந்தலே நகரில் ஒரு பெரிய பரபரப்பை உண்டாக்கிவிட்டது அவர்கள் பிடிபட்டதற்குக் காரணம் ரமணிதான் என்று மக்கள் பேசிக் கொண்டார்கள். அதனால், ரமணியின் புகழ் இன்னும் அதிகமாயிற்று. அவனது கதையைக் கேட்க மாந்தலே நகரத்துக் குழந்தைகள் எல்லோருமே திரண்டு வர ஆரம்பித்துவிட்டார்கள்.

சித்தப்பா இறந்து போனதை நினைத்துச் சில சமயம் ரமணி வருத்தப்படுவான். ஆனாலும், கூட்டம் கூட்டமாக வரும் குழந்தைகளைக் காணும்போது அந்த வருத்தம் இருந்த இடம் தெரியாமல் ஓடி மறைந்துவிடும். குஷியாக அவர்களுக்குக் கதை சொல்ல ஆரம்பித்துவிடுவான். அவன் சொல்லும் கதைகளைக் கேட்டுக் கேட்டுக் குழந்தைகள் ஆனந்தப்படுவார்கள். பெரியவர்கள் ஆச்சரியப்படுவார்கள்.

ரமணி சொல்லும் கதைகளையெல்லாம் பத்திரிகைகளுக்கு எழுதி அனுப்பினால், நிச்சயம் வெளியிடுவார் கள் என்று அங்கு வரும் சில பெரியவர்கள் அடிக்கடி சொல்லி வந்தார்கள். சுந்தரத்தின் அப்பா தாமோதரமும் ரமணியிடம் இதைச் சொன்னார். சொன்னதோடல்ல; கட்டாயப்படுத்தி எழுதி அனுப்பவும் செய்தார். பர்மாவிலுள்ள சில தமிழ்ப் பத்திரிகாசிரியர்கள் ரமணியின் கதைகளுக்கு நல்ல வரவேற்பு அளித்தார்கள். அவனுடைய கற்பனைத் திறத்தைப் போற்றினார்கள். தங்கள் பத்திரிகை களில், தொடர்ந்து வெளியிட்டு ஊக்கமளித்தார்கள். மூன்று மாதங்களில் சுமார் முப்பது கதைகளுக்கு மேல் பத்திரிகைகளில் வெளிவந்துவிட்டன! எல்லாக் கதைகளுமே அற்புதமான கதைகள். அந்தக் கதைகளைப் பாராட்டித் தினமும் பத்திரிகாசிரியர்களுக்குக் கடிதங்கள் வர ஆரம்பித்தன.

ரமணிக்குப் பெயரும் புகழும் பெருகி வருவதைக் கண்ட சிற்சபேசனும், தாமோதரமும் ஒரு முடிவுக்கு வந்தார்கள். அந்த முடிவுப்படி இருவரும் ஆளுக்குப் பத்தாயிரம் ரூபாய் முதல் போட்டு ஒரு பதிப்பகத்தை ஆரம்பித்தார்கள். அதன்

பெயர் ‘ரமணி சுந்தர் பதிப்பகம்’. அதிலிருந்து ரமணியின் கதைகளையெல்லாம் புத்தகங்களாக வெளியிடுவதென்று தீர்மானித்தார்கள். முதல் புத்தகமாக ரமணியின் புகழ்பெற்ற 'கோமாளிக் குப்பன்' வெளிவந்தது.

ஆனால், ரமணி பர்மாவில் இருக்கிறான் என்பதும் முதலில் கதாசிரியனாக இருந்து. இப்போது புத்தக ஆசிரியனாகி விட்டான் என்பதும் நாடக சபா மானேஜர் மதுரநாயகத்துக்குத் தெரியுமா? அவர் அடிக்கடி ரமணியை நினைத்துக் கவலைப்பட்டுக் கொண்டேயிருந்தார். 'இப்போது ரமணி எங்கே இருக்கிறானோ! எப்படி இருக்கிறானோ' என்பதே அவரது கவலை.

அன்று காலையில் நாடக சபாவிலுள்ள தம்முடைய அறையில் மதுரநாயகம் கவலையோடு உட்கார்ந்து கொண்டிருந்தார். அப்போது, அவர் முன்னால் சில கடிதங்களைக் கொண்டுவந்து வைத்தான், ஆபீஸ் பையன் சிங்காரம். அந்தக் கடிதங்களுடன் உறையோடு கூடிய ஒரு புத்தகம் இருந்தது. உறையை அகற்றிவிட்டுப் புத்தகத்தை எடுத்துப் பெயரைப் பார்த்தார். 'கோமாளிக் குப்பன்' என்ற பெயரைக் கண்டதும் அவருக்குச் சிரிப்பு வந்துவிட்டது. வேடிக்கையான பெயராயிருக்கிறதே!' என்று கூறிக்கொண்டே உள்ளே பார்த்தார். முதல் பக்கத்தில், எழுதியவர்: ‘பர்மா ரமணி' என்று இருந்தது. உடனே அவர், “என்ன! பர்மா ரமணியா! அது யார்?” என்று ஆச்சரியத்தோடு அடுத்த பக்கத்தைப் புரட்டினார். அங்கே ஒரு கட்டம் கட்டி, அந்தக் கட்டத்தின் நடுவே அனாதையாக இருந்த எனக்கு ஆறு மாத காலம் ஆதரவளித்து, அன்போடு வளர்த்து வந்த சென்னை ஸ்ரீ முருகன் பால நாடக சபா மானேஜர் மதுரநாயகம் அவர்களுக்கு சமர்ப்பணம்' என்று அச்சிடப்பட்டிருந்தது.

இதைக் கண்டதும் மதுரநாயகம், “ஆ! என் ரமணியல்லவா இந்தப் புத்தகத்தை எழுதியிருக்கிறான்!” என்று கூறிக்கொண்டே தம் இடத்தைவிட்டு எழுந்தார். துள்ளிக் குதித்துக்கொண்டே முதலாளி மோகனரங்கத்திடம் ஓடினார்.

அந்தப் புத்தகத்தைக் காட்டி விஷயத்தைக் கூறினார். அவருக்கு ஒரே ஆனந்தம்! உடனே அவர், “மதுரநாயகம்! ரமணியின் விலாசம் இதில் இல்லையே! ஆனாலும் பரவாயில்லை. இதில் பதிப்பகத்தின் விலாசம் இருக்கிறது. உடனே அந்த விலாசத்துக்கு ஒரு தந்தி கொடுப்போம். ரமணியை விரைவில் இங்கு வரவழைக்க வேண்டும்” என்றார்.

அன்றே தந்தி கொடுத்தார்கள். ரமணியும் பதில் தந்தி கொடுத்து, ஒரு நீண்ட கடிதமும் எழுதி அனுப்பினான். அந்தக் கடிதத்தில், நடந்தவற்றையெல்லாம் விவரமாக எழுதிவிட்டு, “தந்தியில் கண்டபடி உடனே புறப்பட்டு வரவேண்டும்; உங்களையெல்லாம் காண வேண்டும் என்றுதான் என் மனம் துடிதுடிக்கிறது. ஆனாலும், இங்குள்ளவர்களுக்கு இப்போது என்னைத் தனியாக அனுப்ப மனமில்லை. அத்துடன், என் கதையைக் கேட்க வரும் குழந்தைகளும் என்னைக் காணாமல் ஏங்கிப் போவார்கள். ஆனாலும், இதற்கு ஒரு நல்ல வழி இருக்கிறது. பர்மாவில் தமிழ் நாடகம் நடப்பதே அபூர்வம். அதிலும் குழந்தைகளே நடிக்கும் நாடகத் துக்கு அபாரமான வரவேற்பு இருக்கும். ஆகையால் என் வளர்ப்புத் தந்தையும் என் சிநேகிதன் சுந்தரத்தின் தந்தையும் சேர்ந்து நீங்கள் இங்கு வந்து சில நாடகங் களை நடிக்க வேண்டும் என்று ஆசைப்படுகிறார்கள்.

"எல்லாச் செலவையும் அவர்கள் இருவருமே ஏற்றுக் கொள்வார்கள். அவசியம் நீங்கள் இங்கு வரவேண்டும். நீங்கள் இங்கு வந்தால் ஒருவரை ஒருவர் சந்திக்க வழி யுண்டு. அத்துடன் இங்குள்ள தமிழ் நாட்டுக் குழந்தைகளும், பெரியவர்களும் நம் சபா நாடகங்களைக் கண்டு மிகவும் மகிழ்ச்சி அடைவார்கள். எங்களது வேண்டு கோளைத் தயவு செய்து ஏற்றுக்கொள்ள வேண்டும்” என்று எழுதினான்.

முதலாளி மோகனரங்கத்துக்கு வெகு நாட்களாகவே ஓர் ஆசை உண்டு. கடல் கடந்து சென்று நாடகங்கள் நடத்திக் காட்ட வேண்டும் என்பதுதான் அந்த ஆசை. ரமணியின் கடிதத்தைக் கண்டதும் மோகன ரங்கத்துக்கு அளவில்லாத ஆனந்தம்.

உடனேயே பர்மா புறப்படுவதற்கு வேண்டிய ஏற்பாடுகளை யெல்லாம் செய்யும்படி சொன்னார்.

பாஸ்போர்ட் எடுப்பதற்கும் மற்ற ஏற்பாடுகளைச் செய்வதற்கும் சரியாக இரண்டு மாதங்களாயின. மூன்றாவது மாத ஆரம்பத்தில் சபா பர்மாவுக்குப் புறப்பட் டது. சபாவிலுள்ள சிறுவர்களுக்கு ஒரே ஆனந்தம். கடல் கடந்து அந்நிய நாடான பர்மா தேசத்துக்குத் தாங்கள் போகப் போகிறோம் என்பதில் அவர்களுக்கு ஏற்பட்ட மகிழ்ச்சிக்கு அளவில்லை.

பர்மா வந்ததும் மதுரநாயகம் முதல் காரியமாக ரமணியைப் பார்க்கத்தான் விரும்பினார். ஆம், நெடுநாட்களாகப் பிரிந்திருந்ததால் அவனைப் பார்க்க வேண்டும் என்ற ஆவல் அவருக்கு அதிகமாயிற்று.

பர்மாவில் ரமணியைக் கண்டதும் மதுரநாயகம் அப்படியே அவனைக் கட்டித் தழுவிக்கொண்டார்.

அப்போது மோகனரங்கமும் மற்றவர்களும் அடைந்த ஆனந்தத்துக்கு அளவே இல்லை. பிரிந்தவர் கூடும் போது ஆனந்தத்துக்குக் கேட்க வேண்டுமா?

மாந்தலே நகரில் முதல் முதலாக அவர்கள் நடத்திய நாடகம் 'கோமாளிக் குப்பன்' என்பதுதான்! ஆம், ரமணி எழுதிய கதையைத்தான் அவர்கள் நாடகமாக்கியிருந்தார்கள். இடையிலே இருந்த இரண்டு மாத காலத்தில் அந்த நாடகத்தை அவர்கள் தயாரித்துவிட்டார்கள்.

முதல் நாள் நடந்த நாடகத்துக்குக் கட்டணம் எதுவும் கிடையாது. ஆனால், பதினான்கு வயதுக்கு உட்பட்ட குழந்தைகளே அனுமதிக்கப்பட்டார்கள். மாந்தலே நகரிலுள்ள எல்லாக் குழந்தைகளும் பர்மியக் குழந்தைகள் உள்பட கும்பல் கும்பலாக வந்து “கோமாளிக் குப்பன்' நாடகத்தைக் குதூகலத்துடன் பார்த்தார்கள். அடிக்கடி

கைதட்டி ஆனந்தத்தை வெளிப்படுத்தினார்கள். "ஆஹா! அற்புதம்! அபாரம்!" என்று வாய்விட்டுப் புகழ்ந்தார்கள்.

நாடகத்தை எழுதிய ரமணிக்கு மாலை போட்டு மரியாதை செய்யும் போது, 'பர்மா ரமணி வாழ்க! பர்மா ரமணி வாழ்க!' என்று அந்தக் கொட்டகையே அதிரும் படி குழந்தைகள் எல்லோரும் கோஷமிட்டார்கள். அவர் களுடன் சேர்ந்து நாமும், "பர்மா ரமணி வாழ்க! நீடூழி வாழ்க!" என்று வாழ்த்துவோமாக!

★★★

www.ingramcontent.com/pod-product-compliance
Lightning Source LLC
LaVergne TN
LVHW010926051026
849532LV00003B/865